शिवपत्नी सईबाई

डॉ. सदाशिव स. शिवदे

डायमंड पब्लिकेशन्स

शिवपत्नी सईबाई
डॉ. सदाशिव स. शिवदे

Shivpatni Saibai
Dr. Sadashiv S. Shivade

तिसरी आवृत्ती : ऑक्टोबर २००७
पुनर्मुद्रण : मार्च २०११

ISBN : 978-81-89959-39-5

मुखपृष्ठ
शाम भालेकर

प्रकाशक
डायमंड पब्लिकेशन्स
२६४/३ शनिवार पेठ, ३०२ अनुग्रह अपार्टमेंट
ओंकारेश्वर मंदिराजवळ, पुणे-४११ ०३०
☎ ०२०-२४४५२३८७, २४४६६६४२
info@diamondbookspune.com

ऑनलाईन पुस्तक खरेदीसाठी भेट द्या
www.diamondbookspune.com

प्रमुख वितरक
डायमंड बुक डेपो
६६१ नारायण पेठ, अप्पा बळवंत चौक
पुणे-४११ ०३० ☎ ०२०-२४४८०६७७

श्रीमंत सकलसौभाग्यसंपन्न वज्रचुडेमंडित
निर्मलादेवी प्रतापसिंहमहाराज नाईक-निंबाळकर,
(राणीसाहेब, फलटण)
यांच्या पवित्र स्मृतीस....

प्रस्तावना

मा. नामदार श्रीमंत रामराजे यांचा आग्रह, श्रीमंत रघुनाथराजे यांचा पाठपुरावा, श्रीमंत संजीवराजे यांची मूक संमती व आंतरिक ऊर्मी यांतून डॉ. सदाशिवराव शिवदे यांच्या 'सईबाई' या ग्रंथाची निर्मिती झाली. या सर्वांचा मी साक्षीदार असल्यामुळे डॉ. शिवदे यांनी प्रस्तावनालेखनाची कामगिरी माझ्यावर सोपविली असावी. श्रीमंत रामराजे, श्रीमंत रघुनाथराजे व श्रीमंत संजीवराजे ही सर्व माणसं 'सईबाई' यांच्या माहेरची. या त्यांच्या माहेरच्या माणसांत गेली चाळीस वर्षे मी वावरतो आहे. फलटण हीच माझी कर्मभूमी आहे. श्रीमंत मालोजीराजे, श्रीमंत शिवाजीराजे यांच्याबरोबर मी काम केले. आता या घराण्याच्या तिसऱ्या पिढीबरोबर मी काम करतो आहे.

मुधोजी महाविद्यालयाच्या प्राचार्यपदावरून निवृत्त झाल्यानंतर श्रीमंत मालोजीराजे स्मृती प्रतिष्ठानच्या कार्याला वाहून घेण्याचा मी निर्णय घेतला. गेली चार वर्षे श्रीमंत मालोजीराजे नाईक निंबाळकर व श्रीमंत शिवाजीराजे नाईक निंबाळकर स्मृती महोत्सवांचे आयोजन सर्वांच्या सहकार्याने करतो आहे. या महोत्सवात व्याख्यान देण्यासाठी इतिहासाचे गाढे अभ्यासक डॉ. जयसिंगराव पवार फलटणला आले असताना त्यांनी मला 'मालोजीराजे' हा चरित्रग्रंथ लिहिण्याची प्रेरणा दिली. शुक्रवार, दि. १४ मे, २००४ रोजी ग्रंथाच्या प्रकाशनाच्या कार्यक्रमाला ते प्रमुख पाहुणे म्हणून आवर्जून उपस्थित राहिले. या कार्यक्रमाला डॉ. शिवदे हे डॉ. पवारांचे मित्र म्हणून हजर होते. मी त्यांना 'मालोजीराजे' हा माझा ग्रंथ भेट दिला. त्यांना तो आवडला. मराठीचा प्राध्यापक व इतिहासाचा अभ्यासक अशी माझी प्रतिमा तयार झाल्यामुळे 'सईबाई' या ग्रंथाला मी प्रस्तावना लिहावी, असे डॉ. शिवदे यांना वाटले असावे, असे मला वाटते.

कोणत्याही भाषेतील वाङ्मयाचा इतिहास पाहिला तर कादंबरीएवढी लोकप्रियता इतर कोणत्याच प्रकाराला लाभली नाही, हे लक्षात येते. कथा, काव्य, नाटक यांपैकी कोणताही प्रकार घेतला तरी एकालाही लोकप्रियतेच्या

बाबतीत कादंबरीची बरोबरी करता आलेली नाही. जिज्ञासेची पूर्तता कादंबरीशिवाय दुसऱ्या कोणत्याही वाङ्मयप्रकाराकडून होऊ शकत नाही. कादंबरीत वास्तवतेबरोबरच कल्पकतेलाही बराच अवसर असतो. लेखक कल्पनेच्या साहाय्याने कादंबरी रंजक करतो. डॉ. शिवदे यांनी 'शिवपत्नी सईबाई' ही कादंबरी लिहून सर्व इतिहासप्रेमी लोकांच्या जिज्ञासेची पूर्तता केली आहे. एका युगपुरुषाची ही पत्नी कशी होती; ती आपल्या पतीशी राजकीय चर्चा कशी करीत असेल; तिचे शहाजीराजांशी म्हणजेच आपल्या सासऱ्यांशी संबंध कसे असतील; जिजाबाईंचे मत तिच्याबद्दल काय होते; असे अनेक प्रश्न आजपर्यंत अनेकांच्या मनात येत होते; पण त्या प्रश्नांची उत्तरे इतिहासात सापडत नव्हती. डॉ. शिवदे यांनी ही कादंबरी लिहून सर्वांच्या या जिज्ञासेची पूर्तता केली आहे.

'शिवपत्नी सईबाई' ही कादंबरी वाचल्यानंतर डॉ. शिवदे यांच्या ठिकाणी असणाऱ्या आणखी एका गुणाचे दर्शन घडते. त्यांच्या ठिकाणी काव्यात्मतेचा अंश आहे. काव्यनिर्मितीसाठी लागणारी प्रतिभा त्यांच्या ठिकाणी आहे. कादंबरीकाराची प्रतिभा ही चित्रकार किंवा नाटककार यांच्या प्रतिभेपेक्षाही अधिक प्रभावी, अधिक समर्थ असते. त्यामुळे स्वतःच्या प्रतिभासामर्थ्याच्या बळावर तो एक अनोखी सृष्टी निर्माण करीत असतो. डॉ. शिवदे यांनी आपल्या प्रतिभासामर्थ्याच्या बळावर निर्माण केलेल्या एका अनोख्या सृष्टीचे दर्शन त्यांच्या या कादंबरीत घडते. या कादंबरीतील शाहीर 'सदाशिव' याने म्हटलेला नाईक निंबाळकर यांचा पोवाडा हा डॉ. शिवदे यांनीच रचलेला आहे, हे सूज्ञ वाचकांना सांगण्याची गरज नाही.

कादंबरीत ज्या गोष्टीला सर्वांत जास्त महत्त्व दिले जाते, किंबहुना जिच्याशिवाय कादंबरीचा डोलारा उभा राहणे अशक्य, ती गोष्ट म्हणजे व्यक्तिदर्शन. कादंबरीत व्यक्तिदर्शन सर्वांत महत्त्वाचे मानले जाते. डॉ. शिवदे यांचे व्यक्तिदर्शनकौशल्य अनेक ठिकाणी पाहावयास मिळते. त्यांच्या या कौशल्यामुळे कादंबरीतील सर्व व्यक्ती आपल्या डोळ्यांसमोर उभ्या राहतात. 'शिवपत्नी सईबाई' या कादंबरीतील प्रमुख पात्रे सईबाई, शिवाजीमहाराज, शहाजीराजे, जिजाबाई ही आहेत. याशिवाय गौण पात्रांची संख्या बरीच आहे. जिवंत व्यक्तिचित्रण ही या कादंबरीची एक जमेची बाजू आहे.

व्यक्तिचित्रणात संवादाला विशेष महत्त्व आहे. प्रत्येकाची बोलण्याची शैली, ढब ही त्याच्या स्वभाववैशिष्ट्यांनुसार बनलेली असते. हे संवाद देश, काल,

परिस्थितीला अनुसरून असावे लागतात. डॉ. शिवदे यांनी आपल्या कादंबरीत अनेक ठिकाणी संवादांचा वापर मोठ्या कौशल्याने केल्याचे दिसते. तीनशे वर्षांपूर्वीची मराठी बोलीभाषा लेखकाने आत्मसात केली आहे. त्या वेळी जे शब्द, जे वाक्प्रचार, ज्या म्हणी वापरल्या जात होत्या त्यांचाच वापर डॉ. शिवदे यांनी केला आहे. उदाहरणार्थ : एक दिवस यादवराव भोइटे, सोपानराव गावडे व शिवाजीराव कदम मुधोजीरावांना भेटावयास वाड्यावर येतात, त्या वेळी महाराज म्हणतात, ''आता जेवून जायचं सगळ्यांनी'' त्या वेळी ''पुरणाची पोळी ..... शंभर नळी अन् एक पोळी गावडे चालला का?'' या कादंबरीतील सर्व पात्रे स्वतःच्या बोलीभाषेत बोलतात. कादंबरीकाराची भाषा ती बोलत नाहीत.

इतिहासकार वस्तुनिष्ठ दृष्टिकोनातून भूतकालीन मानवी जीवनातील वस्तुस्थितीचे यथार्थ कथन करीत असतो तर ऐतिहासिक कादंबरीकार कलात्मक कल्पकतेच्या साहाय्याने भूतकालीन मानवी जीवनातील गर्भित आकारचित्रे प्रकट करीत असतो. प्रमाणभूत निष्कर्षांच्या अभ्यासातून प्राप्त झालेले भूतकालीन वास्तव प्रकट करण्याचा इतिहासकार प्रयत्न करतो, तर ऐतिहासिक वास्तवातील माणूस व त्याचे जीवनव्यवहार यांवर लक्ष केंद्रित करून त्यातून गवसलेले जीवनसूत्र भावनात्मक स्वरूपात कादंबरीकार आपल्या कादंबरीतून मांडतो. म्हणजेच तो प्रत्येक पात्राच्या भावना जाणतो.

डॉ. शिवदे हे प्रथम इतिहासकार आहेत. ' ज्वलज्ज्वलनतेजस संभाजीराजा ' ,' महाराज्ञी येसूबाई ' हे त्यांचे ग्रंथ प्रसिद्ध आहेत. ' शिवपत्नी सईबाई ' यांच्याबद्दल इतिहास मौन बाळगून आहे. आपण त्यांच्याबद्दल इतिहासकार म्हणून काहीही लिहू शकत नाही, ही खंत बराच काळ त्यांना वाटत असली पाहिजे. त्यांच्यातील कादंबरीकार जागा झाला व त्याने इतिहासातील ही उणीव भरून काढण्याचा आटोकाट प्रयत्न केल्याचे कादंबरीत दिसून येते.

डॉ. शिवदे यांची 'शिवपत्नी सईबाई' ही एक ऐतिहासिक कादंबरी आहे. ऐतिहासिक कादंबरीकाराला कल्पनेचे साहाय्य घेऊनच ऐतिहासिक घटनांकडे पाहावे लागते. ऐतिहासिकतेला झळ पोहोचू न देता त्याला कल्पकतेने कादंबरीला आकर्षक स्वरूप प्राप्त करून देता आले पाहिजे. म्हणजेच वास्तव आणि कल्पकता यांचे अशा काही कौशल्याने मिश्रण करता आले पाहिजे की, वास्तव कोठे संपते व कल्पित कोठून सुरू होते, याचा वाचकांना थांगपत्ता लागता कामा नये. डॉ. शिवदे यांच्या ठिकाणी अभिजात प्रतिभा व कौशल्य असल्यामुळे त्यांनी

मोठ्या कल्पकतेने या कादंबरीला आकर्षक स्वरूप प्राप्त करून दिले आहे. इतिहासाला कोठेही झळ पोहोचू न देता त्याला रंजकतेची साथ देऊन लेखन करणे ही खरोखरच अवघड अशी कामगिरी डॉ. शिवदे यांनी पार पाडली आहे. इतिहास व कल्पना यांचे बेमालूम चित्रण करण्यात लेखकाला यश आले आहे.

इतिहासकालीन घटना, व्यक्ती, त्यांचे स्वभावविशेष, तत्कालीन वातावरण जसेच्या तसे वाचकांसमोर उभे करताना लेखकाला आपल्या निर्मितिक्षम प्रतिभेचेच साहाय्य घ्यावे लागते. ऐतिहासिक कादंबरी म्हटली की, सर्व काही लेखकाला आपल्या कल्पनेच्या बळावर स्वतःच्या दृष्टीसमोर आणून त्याला आकार द्यावा लागतो व तितक्याच समरसतेने त्याचा वाचकांना प्रत्यय आणून द्यावयाचा असतो. ही किमया डॉ. शिवदे यांना साधलेली आहे, हे या कादंबरीतील अनेक प्रसंग वाचताना जाणवते.

डॉ. शिवदे यांच्या 'शिवपत्नी सईबाई' या कादंबरीतील छत्रपती शिवाजी–महाराज, त्यांचे वडील शहाजीराजे, त्यांच्या मातोश्री जिजाबाई, त्यांच्या पत्नी सईबाई या इतिहासात अजरामर झालेल्या व्यक्ती आहेत. या व्यक्ती काही विशिष्ट कारणांमुळे इतिहासात जरी अजरामर झालेल्या असल्या तरी त्या इतरांप्रमाणेच हाडा–मांसाच्या बनलेल्या असतात. त्यांनाही स्वतःची अशी सुखदुःखे असतात. आपल्याप्रमाणेच त्या व्यक्तीही प्रसंगविशेषी भावविवश होतात. इतिहासप्रसिद्ध या व्यक्तींना त्यांच्या लौकिक जीवनाइतकेच किंबहुना त्यापेक्षाही अधिक अर्थपूर्ण असे व्यक्तिगत भावजीवन असते; पण या गोष्टीकडे आपले कधीच लक्ष जात नाही. शिवाजीमहाराजांचे आपल्या डोळ्यांपुढे येणारे चित्र ठराविक ठशाचे असते. आपल्याला माहिती असणारे शिवाजीमहाराज हे नेहमी घोड्यावर बसलेले असतात. हा घोडा नेहमी भरधाव जात असतो. त्यांच्या मस्तकावर जिरेटोप असतो. अंगात चुणीदार अंगरखा असतो आणि हातात तलवार असते.

मस्तकावरील जिरेटोप उतरून ठेवून अंत:पुरात आपल्या पत्नीशी गप्पागोष्टी करीत बसलेले शिवाजीमहाराज आपल्या डोळ्यांपुढे सहसा येत नाहीत. इतिहास अंत:पुरातील शिवाजीची दखल घेत नाही. कारण त्याचे अस्सल पुरावे उपलब्ध नसतात. इतिहासातील शिवाजी हा मुत्सद्द्यांच्या बैठकीत असतो, रणमैदानावर असतो, राजकारणी डावपेचांचा विचार करीत असतो, राज्याच्या विवंचनेत असतो; परंतु याच शिवाजीला त्याचे व्यक्तिगत भावजीवनही असते; तो जसा छत्रपती असतो, तसाच

पती असतो. तो जसा मुत्सद्दी असतो तसाच पिता असतो. तो जसा शककर्ता असतो तसाच तो सासराही असतो. शिवाजीचा 'एक माणूस' या दृष्टीने विचार करावयास आपण सहसा धजावत नाही.

डॉ. शिवदे यांनी 'शिवपत्नी सईबाई' या त्यांच्या ऐतिहासिक कादंबरीत व्यक्तिचित्रण करताना या प्रसिद्ध ऐतिहासिक व्यक्तींचे लौकिक जीवन चित्रित केले आहेच; पण त्यापेक्षाही त्यांचे भावजीवन चित्रित केलेले आहे. हातात तलवार घेऊन पराक्रम गाजविणारे शिवबा जेव्हा घरी येतात तेव्हा ते आपल्या पत्नीशी प्रेमाच्या गप्पा मारतात. प्रसंगी सईबाईच्या सौंदर्याची तारीफ करतात. सईबाईंच्या प्रकृतीची चिंता करतात व काळजीही घेतात. जिजाबाईंचे आपल्या सुनेवर प्रेम असते व सईबाईंनाही आपल्या सासूबद्दल अतिशय आदर वाटत असतो. नाईक निंबाळकर व भोसले या दोन इतिहासप्रसिद्ध घराण्यांना एकमेकांबद्दल वाटत असणारा आदर, प्रेम, जिव्हाळा या कादंबरीत ठायी ठायी व्यक्त झालेला आहे.

'शिवपत्नी सईबाई' हा सईबाईंवर लिहिलेला कादंबरीरूपाने चरित्रग्रंथ आहे. यापूर्वी सईबाईंवर काही लिहिण्याचे धाडस कोणत्याही इतिहासकाराने केले नाही. सईबाईंवर लिहिण्याचा पहिला मान डॉ. शिवदे यांनाच द्यावा लागेल. नाईक निंबाळकर व भोसले या दोन्ही ऐतिहासिक घराण्यांवर सारखेच प्रेम करणारे डॉ. शिवदे असल्यामुळेच त्यांच्या हातून ही कामगिरी पार पडली आहे. या कामगिरीबद्दल त्यांचे कितीही कौतुक केले तरी ते कमीच होणार आहे.

दि. १४ मे, २००५ – प्राचार्य विश्वासराव देशमुख

सचिव

श्रीमंत मालोजीराजे स्मृती प्रतिष्ठान,

फलटण

लेखकाचे मनोगत

इ. २००१ च्या मे महिन्यात 'ज्वलज्ज्वलनतेजस संभाजीराजा' या माझ्या ग्रंथाचे प्रकाशन आदरणीय नामदार श्रीमंत रामराजे नाईक निंबाळकर यांच्या शुभ हस्ते झाले. त्या वेळच्या त्यांच्या भाषणातून त्यांनी सईबाईंच्यावर आजपर्यंत कोणीच लिहिले नसल्याची खंत व्यक्त केली.

सईबाईसाहेब या युगप्रवर्तक छत्रपती शिवाजीमहाराजांच्या भार्या, महाराणी, ज्वलज्ज्वलनतेजस संभाजीराजांच्या मातोश्री, मुधोजी नाईक निंबाळकर यांच्या कन्या असे असूनही त्यांच्यावर स्वतंत्र ग्रंथरचना झाली नाही, ही गोष्ट सत्य आहे. ही मा. रामराजांची खंत योग्य होती. ही खंत ते माझ्याजवळ वेळावेळी बोलून दाखवीत असत. या संदर्भात काय करणे शक्य आहे, हा विचार माझ्या मनी करीत असताना निदान एखादा शोधनिबंध तरी लिहावा, असे मी ठरविले आणि 'शिवपत्नी सईबाई' असा शोधनिबंध मी लिहिला व अंबरनाथ येथे भरलेल्या अखिल महाराष्ट्र इतिहास परिषदेच्या दि. २८–२९ जानेवारी, २००५ रोजी झालेल्या अधिवेशनात तो सादर केला.

फलटण येथे फलटण नगरपरिषदेच्या कै. श्रीमंत सौ. निर्मलादेवी नाईक निंबाळकर व्याख्यानमालेत मी गतवर्षी छत्रपती संभाजीराजांवर व्याख्यान दिले. त्या वेळी छत्रपती संभाजीराजांच्या माता सईबाई यांच्याविषयीचे कवींद्र परमानंद या समकालीन कवीच्या 'शिवभारत' या ग्रंथातील काही श्लोक मी सांगितले ते असे होते,

सती शीलवती रम्यरुपा चातिगुणोज्ज्वला ।
अभजत् भूपती भार्या पवार कुलसंभवा ।।४३।।
पूर्वजन्मप्रणयिनी स इमां वरवर्णिनीम् ।
लब्धा मुदमुपादत्त श्रीकृष्ण इव रुक्मिणीम् ।।४४।।

प्रादुर्भवत प्रागभस्तवाभ्याम् । मथोऽनुकलत्त्वमु पागताभ्याम् ।
अधत्त ताभ्यामश्च दंपतीभ्याम् ।
संभूय शोभां महती त्रिवर्ग: ॥४५॥ *(शिवभारत अध्याय १०)*

याचा समवृत्त मराठी अनुवाद असा आहे –

सति शीलवती रम्या गुणरुपे ती उज्ज्वला ।
मिळाली राजास भार्या पवार कुलसंभवा ॥४३॥
पूर्वजन्मीची लाडकी । तशी सौंदर्यशालिनी ।
राजांना लोभवी जैसी । कृष्णा लोभवि रुक्मिणी ॥४४॥
पूर्वजन्म प्रेम जडे । परस्परे परिचये ।
परस्परानुरक्ते। आले जैसे समीपसे ।
येता एकत्व दोघात । आता ह्या दंपतीमधे ।
धर्मार्थकामप्राप्तीने । जोडपे शोभु लागले

(श्रीधर दाढे समवृत्त अनुवाद)

या श्लोकांतून सईबाई या 'पवार कुलसंभवा' म्हणजे फलटणकर निंबाळकर घराण्यात जन्मास आल्या होत्या, हे समजते. यास दुजोरा मिळतो तो शिवचरित्राच्या आणखी एका अस्सल साधनातून, 'सभासद बखरीतून.' ती नोंद अशी आहे, *'राजियांची स्त्री निंबाळकर यांची कन्या 'सईबाई' केली होती ती प्रसूत होऊन पुत्र जाहला, संभाजी नांव ठेविले.'*

शिवाजीराजांच्या व सईबाईच्या लग्नाची तिथी ही नंतरच्या दिग्विजय बखरीतील आहे *(वैशाख शुद्ध पंचमी विद्यमान संवत्सरे शके १५६२).* (१६ मे १६४०) सईबाईनी छ. संभाजीराजांना जन्म दिला त्याची जन्मतारीख अस्सल साधनातून *(जेधे शकावली)* मिळते. 'हेमलंबी संवत्सरे शके १५७९ ज्येष्ठ शुद्ध द्वादशी' १४ मे १६५७. याशिवाय त्यांचे आजारपण, संभाजीराजांची दुधासाठी दूधआईची व्यवस्था *(गाडे करिना)* आणि सईबाईंचे निधन 'विकारी नाम संवत्सरे शके १५८१ भाद्रपद वद्य चतुर्दशी' ५ सप्टेंबर १६५९ ही नोंद अस्सल साधनातून मिळते. *(जेधे शकावली)* याशिवाय त्यांनी जन्म दिलेल्या कन्यांची नांवे *(सखू, राणू, अंबिका)* अस्सल साधनातून मिळतात. सईबाईंचा विवाह पुण्यास झाल्याचे मानले जाते; पण त्यास अस्सल पुरावा नाही. पूर्वीच्या प्रथेप्रमाणे वधूच्या दारातच विवाह करण्याची चालरीत होती. त्यामुळे फलटणलाच हा विवाहसोहळा झाला व त्यास शहाजीराजे उपस्थित होते, असे मी मानतो. कारण

शहाजीराजे विवाहास उपस्थित नसल्याच्या नोंदीसही अस्सल पुरावा नाही.

याशिवाय सईबाईसंबंधी अधिक माहिती मिळत नाही. वरील गोष्टी मी माझ्या व्याख्यानातून सांगितल्यावर फलटणमधील काही श्रोत्यांनी, विद्यार्थिनींनी सईबाईंवर एखादे पुस्तक आहे का, असे विचारले. त्यावर नकारार्थीच उत्तर द्यावे लागले.

माझ्या मनात मात्र ही गोष्ट सतत घर करून राहिली. त्यानंतर माझा 'महाराज्ञी येसूबाई' हा ग्रंथ प्रसिद्ध झाला. त्यामुळे 'सईबाई' हा विषय मागे पडला. ऐतिहासिक साधने कमी, मग काय करायचे? छत्रपती शिवाजीमहाराजांच्या जीवनात सईबाईंचे स्थान निश्चित मोठे होते. कारण त्यांना शिवछत्रपतींचा १९ वर्षांचा सहवास लाभला. जिजाऊसाहेबांचा सहवास लाभला होता. याशिवाय त्या फलटणकर नाईक निंबाळकर घराण्यासारख्या तत्कालीन मातब्बर घराण्यातील कन्या होत्या. 'बारा वजिरांचा काळ वणंगपाळ' अशी ख्याती असलेल्या वणंगपाळांच्या त्या नात होत्या... अस्सल साधने नसली तरी त्यांचे काल्पनिक चित्र माझ्या डोळ्यांसमोर उभे राहिले आणि त्यातून मी त्यांच्यावर कादंबरी लिहिण्याचा मनोदय माझे मित्र डॉ. जयसिंगराव पवार *(प्रसिद्ध इतिहाससंशोधक)* व माझे दुसरे मित्र प्राचार्य विश्वासराव देशमुख यांच्याजवळ व्यक्त केला. त्यांनी या बाबतीत मला प्रेरणा दिली. याशिवाय माझे मित्र फलटण नगर परिषदेचे नगराध्यक्ष आदरणीय श्रीमंत रघुनाथराजे नाईक निंबाळकर हे अत्यंत रसिक वृत्तीचे, इतिहासप्रेमी, आपल्या घराण्याचा जाज्वल्य अभिमान बाळगणारे लोकप्रिय नेते यांच्याशी मी चर्चा केली. त्यांना माझा विचार आवडला व श्रीमंत संजीवराजे नाईक निंबाळकरांशी चर्चा झाली आणि श्रीमंत मालोजीराजे स्मृती प्रतिष्ठानने कादंबरी छपाईची जबाबदारी स्वीकारली. श्रीमंत रघुनाथराजे यांनी फलटणच्या जुन्या वास्तू, वस्तू, मंदिरे, छायाचित्रे वगैरे दाखवून घराण्यातील पारंपरिक रीतीरिवाज, पोशाख वगैरेची सर्व माहिती त्यांच्याशी झालेल्या अनेक भेटींमधून मला सांगितली आणि माझ्या या कामास अतिशय अंत:करणपूर्वक प्रोत्साहन दिले.

फलटणकर नाईक निंबाळकरांच्या घराण्याचा अभ्यास करताना हे लक्षात आले, की 'सईबाई' या तर त्यांच्या घराण्यातील होत्याच; पण शहाजीराजांच्या मातोश्री दीपाबाई यासुद्धा त्यांच्याच घराण्यातील प्रसिद्धपुरुष 'वणंगपाळ' यांच्या भगिनी, जिजाऊसाहेबांच्या मातोश्री म्हाळसाबाई या त्यांच्या आत्या. संभाजीराजांचे 'मामा' निंबाळकर, शहाजीराजांचे 'मामा' निंबाळकरच, आणि जिजाऊसाहेबांचेही

'मामा' निंबाळकरच.

असे हे 'मातुल' घराणे. मामाचं घर म्हणजे मायेचं घर असे मानले जाते त्या दृष्टीने निंबाळकर घराण्यातील माणसे ही मायेची माणसे आहेत. त्यांचे घराणे हे सर्वांवर प्रेम करणारे घराणे आहे, असे म्हटले जाते.

प्रजासुखे सुखं राज्ञः प्रजानां च हिते हितम् ।
नात्मप्रियं हितं राज्ञः प्रजानां तु प्रियं हितम् ॥ *(आर्य चाणक्य)*

वरील आर्य चाणक्याच्या वचनानुसार निंबाळकर घराण्याने प्रजेवर प्रेम केले आहे. त्यांना 'नाईक' ही बहुमानाची पदवी कोणा राज्यकर्त्याने दिली असली तरी प्रजेने त्यांना 'बलुत्यांचा राजा' ही अतिशय मोलाची पदवी दिली आहे, या गोष्टीचा त्यांना रास्त अभिमान वाटतो. अशी ही मायेची माणसं 'मा मा' मायेनं माघारी या म्हणणारी, परत बोलाविणारी माणसं. त्यांचा माझ्यावरील विश्वास आणि प्रेम, त्यांची प्रेरणा आणि शिवछत्रपतींचा आणि छ. संभाजीराजांचा आशीर्वाद हे काम करण्यास प्रवृत्त करती झाली आणि आज मी सईबाईसाहेबांच्या जीवनावर ही कादंबरी 'शिवपत्नी सईबाई' आपल्यापुढे मी सादर करीत आहे.

सईबाई छत्रपती शिवाजीराजांच्या भार्या, छ. संभाजीराजांच्या माता, जिजाऊसाहेबांच्या प्रेमाच्या ममतेच्या सावलीत, संस्कारात १९ वर्षे राहिल्या. दुर्दैवाने त्यांना अवघे २६ वर्षांचे अल्पायुष्य लाभले. अफजलखानाच्या भेटीच्या प्रसंगाच्या सव्वादोन महिने आधी आपल्या सव्वादोन वर्षांच्या लेकराला – शंभूबाळाला मागे ठेवून त्या निजधामास गेल्या. (५ सप्टेंबर १६५९)

श्रीमंत रामराजे, श्रीमंत रघुनाथराजे, श्रीमंत संजीवराजे नाईक–निंबाळकरांनी माझ्याकडून काम करून घेतले. त्याबद्दल त्यांचा मी कायमचाच ऋणी आहे. कारण प्रथमच सईबाईसाहेबांचे जीवन मराठी वाचकांपुढे आणण्याचे श्रेय त्यांनाच द्यावे लागेल. त्याचबरोबर प्राचार्य विश्वासराव देशमुख यांचा या कामी असलेला पुढाकार मराठी वाचक कधीही विसरणार नाही.

१९९० सालचे नोबेल पारितोषिकविजेता 'ओक्टाव्हिओ पाझ' या मेक्सिकन कवीने म्हटले आहे ''आपला इतिहास माहीत असणे म्हणजे आपली विशिष्ट अस्मिता कळणेच होय.'' इतिहास हा एखाद्या वास्तवातल्या दुःखासारखा असतो; पण या दुःस्वप्नातून मानव आपल्या बुद्धिवैभवाने, कल्पकतेने त्या त्या वास्तवाला चिरंतन रूप देतो. त्या दुःस्वप्नांचे मनोराज्यात रूपांतर करतो आणि म्हणूनच मला ह्यासाठी कार्यप्रवण करावयास लावणाऱ्या निंबाळकर घराण्याचे हे उपकार

अवघ्या महाराष्ट्रावर झाले आहेत, मी निमित्तमात्र आहे एवढेच.

हे काम करताना मला माझी पत्नी सौ. सुचिताचे बहुमोल सहकार्य लाभले. सईबाईसाहेबांचे बालपण तिने उभे केले आहे. सईबाईसाहेबच तिला आशीर्वाद देतील.

शहाजीराजांच्या विद्वत्‌सभेतील संस्कृत श्लोकांचे सुरस भाषांतर माझे मित्र प्रा. श्रीकृष्ण वैद्य यांनी करून दिल्याबद्दल त्यांना धन्यवाद.

या कामी साहाय्य करणाऱ्या माझ्या सर्व मित्रांना धन्यवाद. विशेषत: प्रा. डॉ. मधुकर जाधव *(इतिहास विभागप्रमुख, मुधोजी महाविद्यालय, फलटण)* प्रा. डॉ. सदाशिव गावडे, प्रा. कदम, प्रा. रणदिवे यांच्या सहकार्याने, प्रेरणेने मी हे काम तडीस नेऊ शकलो. त्यांना धन्यवाद. श्री. संजय सपकाळ, श्री दुर्गराज प्रतिष्ठान यांनी केलेल्या सहकार्याबद्दल आभार.

आज या कादंबरीची तृतीय आवृत्ती वाचकांच्या हाती देताना आनंद वाटतो. ही जबाबदारी डायमंड पब्लिकेशन्स, पुणेचे संचालक श्री. दत्तात्रेय पाष्टे यांनी पार पाडली याबद्दल त्यांना धन्यवाद.

फलटणकर नाईक निंबाळकर परिवारास पुनश्च शतश: धन्यवाद!

इति मर्यादा !

– डॉ. सदाशिव शिवदे

लेखकपरिचय

डॉ. सदाशिव सखाराम शिवदे

मूळ गांव : कुडाळ, ता. जावली, जि. सातारा.

हल्ली वास्तव्य : पुणे

शिक्षण : पशुवैद्यक पदविका (D.Vet.), एम.ए. (मराठी)
एम.ए. (इतिहास), पीएच.डी. (इतिहास, संस्कृत)

ग्रंथलेखन

- ज्वलज्ज्वलनतेजस संभाजीराजा (संशोधनात्मक ग्रंथ)
- महाराज्ञी येसूबाई (संशोधनात्मक)
- रणरागिणी ताराराणी (संशोधनात्मक)
- माझी गुरं; माझी माणसं (ग्रामीण कथासंग्रह)
- दर्याराज कान्होजी आंग्रे (संशोधनात्मक)
- सेनापती प्रतापराव गुजर (संशोधनात्मक ग्रंथ)
- मराठ्यांचे लष्करी प्रशासन (अनुवाद)
- प्रतापदुर्ग महात्म्य (मराठ्यांच्या इतिहासाची संस्कृत साधने)
- परमानंदकाव्यम् (अनुवाद)

शोधनिबंध

- अखिल महाराष्ट्र इतिहास परिषदेच्या अधिवेशनात व भारत इतिहास संशोधक मंडळात शोधनिबंध वाचन व प्रसिद्धी
- आंतरराष्ट्रीय इतिहास परिषदेत शोधनिबंध वाचन
- अखिल महाराष्ट्र इतिहास परिषदेचे शोधनिबंध संपादक, उपकार्यवाह

पुरस्कार

- 'ज्वलज्ज्वलनतेजस संभाजीराजा' या ग्रंथास महाराष्ट्र साहित्य परिषदेचा
  १) 'महामहोपाध्याय दत्तो वामन पोतदार पुरस्कार'
  २) 'रा. ना. नातू पुरस्कार'
- महाराष्ट्र ग्रंथोत्तेजक संस्था पुणे यांचा संदर्भ ग्रंथ 'शारंगपाणी पुरस्कार'.
- पुणे महानगरपालिका गौरव पदक (उत्कृष्ट ऐतिहासिक ग्रंथनिर्मिती).
- महाराज्ञी येसूबाई या ग्रंथास 'महाराष्ट्र ग्रंथोत्तेजक संस्था पुरस्कार.'
- कै. मणिभाई देसाई प्रतिष्ठानचा 'राष्ट्रीय सेवा पुरस्कार.'

- संभाजी स्मृती समितीचा 'श्रीशंभूसेवा पुरस्कार.'
- सुखकर्ता सांस्कृतिक प्रतिष्ठानाचा 'सुखकर्ता पुरस्कार व मानपत्र.'
  श्रमशक्ती देशव्यापी पुरस्कार मुंबई
  'दर्याराज कान्होजी आंग्रे' ग्रंथास महाराष्ट्र ग्रंथोत्तेजक संस्था पुरस्कार
  संगमनेर इतिहास संशोधक मंडळाचा कवी अनंत फंदी पुरस्कार २००८
  नामवंत पुणेकर कोशात नोंदणी
  महर्षि वेदव्यास प्रतिष्ठान - पुरस्कार व मानपत्र

संस्था सहभाग

- अखिल महाराष्ट्र इतिहास परिषद - उपाध्यक्ष
- जनसेवा फौन्डेशन पुणे - कार्यकारिणी सदस्य
- भारत इतिहास संशोधक मंडळ ग्रंथालय सदस्य
- महाराष्ट्र साहित्य परिषद आजीव सदस्य
  लायन्स क्लब औंध पाषाण - सदस्य
  महाराष्ट्र ग्रंथोत्तेजक संस्था - आजीव सदस्य

व्याख्याने

- छ. संभाजी महाराज, महाराणी येसूबाई, शिवपत्नी सईबाई या विषयांवर महाविद्यालये, विद्यापीठे, सार्वजनिक संस्थांमधून व्याख्याने

छत्रपती श्री शिवाजीमहाराज

शिवपत्नी सईबाई
भाग : १

फलटणच्या नाईक
निंबाळकरांची कुलस्वामिनी
निंबळक येथील
निंबजाईदेवी

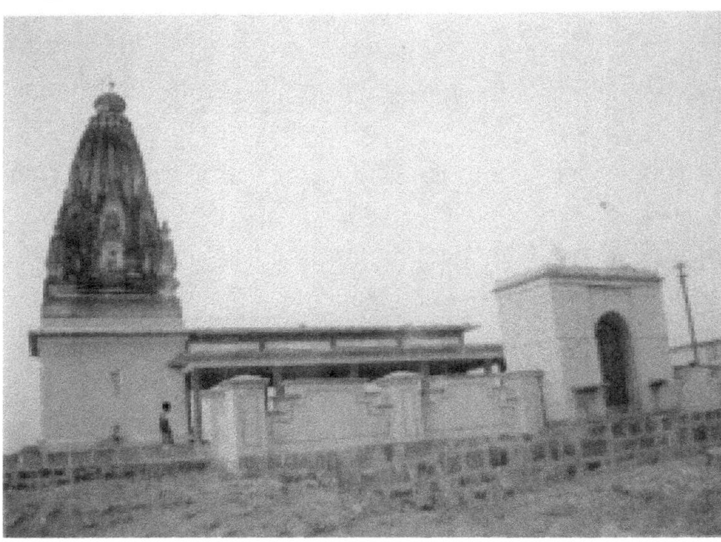

निंबळक येथील निंबजाई मंदिर

॥ १ ॥

नाईक वणंगपाळ 'बारा वजिरांचा काळ' म्हणून प्रसिद्ध असलेले वणगोजीराव उर्फ जगपाळराव हे निंबाळकर घराण्यातील चौदावे महापुरुष. आपल्या अतुल पराक्रमाने आणि दराऱ्याने 'फलटणराव' म्हणून प्रसिद्ध पावले होते, पण आज या महापुरुषाचा चेहरा काळजीनं पोळल्यासारखा दिसत होता. वाड्याच्या दिवाणखान्यात येरझारा घालीत असताना त्यांची पावले किंचितशी लटपटत होती. त्यांनी आता पंचाहत्तरी ओलांडली होती; तरी त्यांचं शरीर हजारो जखमा सहन करण्याइतकं वज्रासारखं कठीण होतं. पण आज मात्र त्यांचं मन अतिशय विषण्ण झालं होतं ! अशा मन:स्थितीत त्यांच्या दिवाणखान्याच्या मखमली गालिच्यावरून येरझाऱ्या चालू होत्या. कधी छताकडे तर कधी खाली त्यांची नजर फिरत होती. मध्येच मुठी वळत होत्या... हात मिशांवरून फिरत होता... दात आवळले जात होते ! कपाळावर आठ्या पडत होत्या.

तिन्हीसांजेची वेळ टळून गेली होती. नोकर माणसं दिवेलावणीच्या कामास लागली होती... ढेलजेतल्या मशाली पेटल्या होत्या. किल्ल्याच्या बुरजावरून संध्याकाळचे तोफेचे आवाज कधीच होऊन गेले होते...शंकर समया लावीत होता. दिवाणखान्यात त्यानं मंचकाच्या उजव्या अंगची समई पाजळली आणि समोर बघितलं, तोच गच्चीतून मोठा आवाज आला...

"कोण आहे ? शंकर, समया इतक्यात कशाला पेटवतोस ?"

"सरकार, रात्र झाली, अंधार पडलाय !"

"काय म्हणतोस !"

"जी सरकार !"

वणगोजी नाईक भानावर आले आणि कोणीतरी जिना चढून येत असल्याचा आवाज आला... त्यांनी पावलांची चाहूल घेतली.

"शंकर, कोण आलंय बघ."

तोवर मुधोजीराव व रेऊबाई वर आल्या. वणगोजीरावांच्या येरझाऱ्या चालूच होत्या...मुधोजीरावांनी मुजरा केला व उभे राहिले.

"आबा, कसला विचार करताय ?"

"मुधोजीराव, शहाजीराजांना कळवा, आम्ही येतोय तुमच्या मदतीला..."

"आबा, आम्ही सकाळीच माणूस पाठवलाय त्यांच्याकडं. आमची जाण्याची तयारीपण झालीय... सूर्योदयाला आम्ही आपलं सैन्य घेऊन निघणार आहो..."

"मुधोजीराव, आम्ही जायचं ठरवलंय... शहाजीरावांना हात द्यायला हवाय..."

"आबा, तुमचं वय झालय आता... नाही झेपणार तुम्हाला..."

"मुधोजीराव, शहाजी आमचा भाचा आहे... लग्नातच फक्त मामानं भाच्याच्या मागं तलवार घेऊन उभं रहायचं असतं का? हीच खरी वेळ असती मामानं भाच्याचं संरक्षण करायची."

"आबा, पण...?"

"मुधोजीराव, निजामशहानं लखोजी जाधवरावांचं सगळं कुळ कापलं... कपटानं; विश्वासघातानं ! सिंहासारखे लुखजीराव !" माझा मामेभाऊ होते ते. त्याचा घात आम्ही कसा विसरू ?"

"काय करणार या कसाबकरणीला, आबा ?"

"हा धक्का साधा नाही, मुधोजीराव..."

वणगोजीरावांनी आपल्या मुठी आवळल्या, दात ओठ खात ते खाली निघाले...

"आबा, नाही जायचं आपण... स्वारी जाईल. सर्व तयारी झालीय स्वारींची." रेऊबाई म्हणाल्या. त्यांचा चेहरा चिंताक्रांत झाला.

"नाही सूनबाई ! हा बारा वजिराचा काळ वणंगपाळ गुहेत विश्रांतीला पडणार नाही अशा वेळेला...! त्याला त्याची समशेर नाही गप्प बसू द्यायची ! भाच्याच्या मागं ती उभी राहिलीच पाहिजे सूनबाई... भाच्याच्या मागं उभी राहिलीच पाहिजे ही निंबाळकरांची समशेर !"

असं म्हणून ते ताडताड जिना उतरू लागले, त्यांच्या मागं मुधोजीराव व रेऊबाई खाली उतरल्या... मुधोजीराव म्हणाले,

"ठीक आहे आबा, आम्ही तयारी करतो तुमच्या प्रस्थानाची, तुमचा 'सुदाम' घोडा तयार राहील सूर्योदयाला !"

॥ २ ॥

वणगोजी नाईक निंबाळकर दुसरे दिवशी फलटणच्या भुईकोटच्या पूर्वेच्या वेशीतून आपल्या सैन्यासह बाहेर पडले आणि शहाजीराजांच्या मोगली छावणीत दाखल झाले. शहाजीराजांची व त्यांची भेट झाली... शहाजीराजे घोड्यावरून पायउतार झाले, त्यांनी मामासाहेबांना मुजरा केला.

"मामासाहेब, तुम्ही कशाला तसदी घेतलीत ? वय झालंय तुमचं !"

"शहाजीराजे, वयाचा विचार करायची ही वेळ नाही ! तुमच्या लग्नात तलवार घेऊन पाठीशी उभे होतो आम्ही... तसेच आज उभे राहणार आहोत..."

"पण ?"

"पण काय? शहाजीराजे, रक्ताचा थेंब अंगात असेपर्यंत लढत रहावं क्षत्रियानं ! लुखजीराव जाधवरावांचं अख्खं कुळ कापलं गेल्यावर स्वस्थ बसणारा मराठ्यांच्या औलादीचा नसेल तो ! आमच्या शरीराची तमा कशाला बाळगायची आम्ही ?"

"मामासाहेब, किती माया करता आमच्यावर ?"

"मामासाहेब, तुम्ही पिछाडीला राहा. पिछाडीची बाजू सांभाळा... आम्ही चलतो..."

वणगोजींची समशेर चौफेर फिरू लागली. निजामशाही नेस्तनाबूत करण्याचा निर्धार त्यांच्या निधड्या छातीत विलक्षण भरला होता. लखोजीराव जाधवरावांच्या मुलांची, नातवांची हत्या त्यांच्या हाताला सारखी हालवीत होती... उठवीत होती. बळ देत होती. किल्ल्याच्या तटाजवळ येऊन ते पोहोचले... तटाजवळ त्यांची तप्त तलवार ज्या तेजाने फिरू लागली ते पाहून वाटत होतं की, या वयातही हा 'बारा वजिराचा काळ' बारा हत्तींचं बळ अंगात संचारल्यासारखा शौर्याने लढत होता...!

दोन दिवसांनी छावणीत शहाजीराजे आले...

"मामासाहेब, कमाल केलीत तुम्ही !"

वणगोजीराव फक्त हसले...!

"मामासाहेब, जिजाऊला शिवनेरीला पोहचवून संभाजीराजाचं लग्न उरकून दोन दिवसात परत येतो !"

"ठीक आहे ! या शहाजीराजे, आम्ही सांभाळतो आघाडी !"

एकदाच घोड्यांच्या अतिना उठवून मोहोळांच्या माशा उडतात तशी वणगोजीची सेना मोगल सेनेवर तुटून पडली. आज पांढरे ठिपके असलेल्या अबलख

घोड्यावर ते बसले होते... आज त्यांचा आवेश काही आगळाच होता... ज्योत विझताना फडफडते तसे ते चौफेर लढत होते. जखमांनी त्यांच्या शरीराची चाळणी झाली होती. रक्तबंबाळ अवस्थेत ते लढत होते... त्यांचं भान हरपलं होतं... विलक्षण तेजाचा हा पराक्रमी पुरुष... निंबाळकर घराण्याचा कुलभूषण... जातिवंत क्षत्रिय लढवय्या ! वज्रदेही, वज्रावतार, वीरवृत्तीचा वणंगपाळ अखेरीस कोसळला ! या बारा वजिरांच्या काळाला काळानं आपल्याकडं ओढून नेलं !

शहाजीराजांना ही बातमी समजली... त्यांनी डोळे घट्ट मिटले. ''मामासाहेब, अखेर वीर मरण पत्करलंत तुम्ही ! खरे क्षत्रिय ठरलात मामासाहेब तुम्ही ! कुणासाठी सारं हे ? फक्त भाच्यावरच्या प्रेमासाठीच ना ?''

वणगोजीरावांचं कलेवर फलटणच्या किल्ल्यात आणलं... पराक्रमाचा तेजस्वी दिवा शांत झाला. मुधोजीराव दु:खानं व्याकूळ झाले... सारी जहागीर आपल्या पराक्रमी राजासाठी दु:खी झाली. विजापूर वेशीत सर्व प्रजाजनांनी राजांचं अखेरचं दर्शन घेतलं... मुधोजीरावांना शोक अनावर झाला ! त्यांचे पुत्र साबाजीराव, जगदेवराव, बजाजीराव त्यांची समजूत घालीत होते... अखेरीस मैनाईबाई आणि रेऊबाईंनी त्यांची समजूत घातली...

मुधोजीरावांचं मंचकारोहण झालं... त्यांनी आपल्या वडिलांचे अंत्यसंस्कार केले. दानधर्म बहुत केला. वडिलांची छत्री बांधून तेथे नैवेद्य, नंदादीप, नगारखाना, नोकर नेमून नाइकांचा श्राद्धविधी प्रतिवर्षी करावा यासाठी जहागिरीतून खर्चासाठी सरंजाम नेमून दिला. हा व्यवहार नित्य चालू राहिला पाहिजे यासाठी कोणतीही उणीव ठेवली नाही...

॥ ३ ॥

वणगोजीरावांचं निधन होऊन सहा महिने लोटले, तरीही मुधोजीरावांची मन:स्थिती ठीक नव्हती. रात्रंदिवस त्यांना वडिलांची मूर्ती समोर दिसे. मुधोजीरावांना आपल्या वडिलांची आठवण नेहमी बेचैन करीत होती. त्यांचं कारभाराकडं लक्ष नव्हतं. वसुलीचे हिशेब बघायचे होते. काही गोष्टींचे निर्णय बजाजीरावांच्या अखत्यारीत नसल्यामुळे बरीच प्रकरणे प्रलंबित राहिली होती. फडावर उलट सुलट चर्चा सुरू होती. रयतेच्या अनेक तक्रारी होत्या. तरडगावच्या कुसाजी गायकवाडाच्या माळाचा तंटा मिटला नव्हता, मारामाऱ्या होत होत्या. आदिलशाही दरबारात

राजांच्या विरुद्ध एक गट तयार झाला होता. साबाजी आणि जगदेवराव या दोन्ही मुलांचा वडिलांवर विश्वास नव्हता.

मुधोजीरावांना भेटून त्यांना सर्व परिस्थितीची जाणीव करून देणे गरजेचे होते. मुधोजीराव तसे उग्र स्वभावाचे नव्हते. कोणीही काहीही सूचना केल्या तरी ते ऐकत, विचार करीत प्रत्येक प्रकरणाचा सारासार विचार करून निःपक्षपातीपणाने निर्णय घेत.

एक दिवस यादवराव भोइटे, सोपानराव गावडे, शिवाजीराव कदम यांनी मुधोजीरावांना भेटायचे ठरविले आणि ते वाड्यावर गेले... मुधोजीराव दिवाणखान्यात बसले होते. बरीच मंडळी आलेली पाहून ते आसनावरून उठले आणि "या या, कदम या, या गावडे."

म्हणून त्यांनी त्यांचं स्वागत केलं. सर्वांनी मुजरे केले...

" का येणं केलं आज सगळ्यांनी मिळून ? "

" सरकार, काम तसं महत्त्वाचं नाय, म्हटलं तर महत्त्वाचंसुद्धा हाय. " यादवराव भोइटे म्हणाले...

" महाराज, जहागिरीत कामं खोळांबलीत ! " कदम म्हणाले.

" हो, खरं आहे मंडळी ! पण लक्ष लागत नाही आमचं कामात. आबा गेल्यापासून नाही सुचत कांही. आबांची याद नाही जात डोक्यातनं ! "

" सरकार, कर्ताकरविता परमेश्वर हाय ! त्येच्या विच्छेपुढे आपण काय करणार ? आपण प्रजेचे पालनकर्ते, शोक आवरला पाहिजे. जन्म आणि मरण कोणाला चुकलंय ? आपल्याला वडिलांची याद येणं सहाजिक हाय, पण जहागिरी संबळायला होवं ना ? असं बेचैन झाल्यावर प्रजेचा आपल्यावरचा विश्वास उडेल. "

सोपानराव गावडे म्हणाले... " तुम्ही उद्यापासून कामाला लागा महाराज ! "

बरं, बरं ! ठरलं. उद्यापासून लागतो कामाला ! बर, आतां जेवून जायचं सगळ्यांनी ! "

" सरकार, आम्ही जेवान सोडलंय." मान खाली घालून आता गावडे म्हणाले,

" पिनं बी सोडलय, इशेष म्हंजे ....."

" मग माळकरी झालाय म्हणायचं, वारीला जाणार यंदा ? "

" होय सरकार ! ज्ञानेश्वरमाउलीची वारी आली जवळ आता... "

" बरं... मग गोड जेवण चालेल ना ? "

" जेवायलाच पाहिजे का ? "

" जेवायलाच पाहिजे गावडे..." आज पुरणपोळीचं जेवण आहे.

" पुरणाची पोळी... " शंभर नळी अन् एक पोळी " गावडे, चालेल का ? "

शिवाजीराव कदम म्हणाले. "पोळीला मी कधी नाही म्हणालोय... ?"

दुपारी पुरणपोळीचं जेवण झालं आणि सर्वजण परतले. घराकडे जाताना प्रत्येकाला महाराजांचं दुःख आठवत होतं...

॥ ४ ॥

निमजाईचे मंदिर आज पताका-तोरणांनी सजलं होतं. मंदिरासमोर आलिशान मंडप घातला होता. हंड्या-झुंबरांनी मंडप नटला होता. प्रत्येक खांबावर भरजरी रेशमी वस्त्रे गुंडाळली होती. दोन खांबांच्यामध्ये चार फूट उंचीच्या समया ठेवल्या होत्या. मंडपात गालिचा अंथरला होता. गालिचा आणि गाभारा यांच्यामध्ये होमकुंड तयार केलं होतं. हंड्यातून पणत्या ठेवल्या होत्या. मंडपाच्या छतावरील नक्षीकाम जरतारी कशिद्यानी विणले होते. मंडपाच्या बाहेर रांगोळ्यांचा गालिचा दिसत होता. मंदिराच्या दीपमाळांवर पणत्यांची रांग दिसत होती. भानू तेल्याचं तेलवाती घालण्याचं काम चालल होतं. त्याच्या शेजारच्या तुळशी वृंदावनापुढे सुंदर रांगोळी रेखाटली होती. निमजाई मंदिराचे आवार दीपोत्सवाने लखलखले होते. दीपमाळांवरील पणत्या जणू मनोऱ्याप्रमाणे दिसत होत्या. परंपरागत चाललेला हा उत्सव पहाण्यास दरवर्षी वणंगपाळराजे येत असत. या वर्षी सर्वांनाच त्यांची याद आली. निमजाईच्या नवरात्र उत्सवाची तयारी पूर्ण झाली होती.

घट बसले. देवीच्या गाभाऱ्यात घटाला झेंडूच्या फुलांनी सजविले. देवीच्या पुढे सप्तशतीचा पाठ, पूजा वगैरे सोमेश्वर भटजी करीत होते. गेले सात दिवस नित्यनियमाने देवीचा नैवेद्य, प्रसाद चालू होता. नवरात्राचे उपवास करणारी भक्तमंडळी देवीचं दर्शन घेऊन जात होती.

आजची आठवी माळ... अष्टमी! घटाभोवतीच्या पत्रावळीवरील सातू आणि गहू आपलं हरितरूप आणि सुवर्णरूप दिमाखानं दाखवित उभे होते. नंदादीपाच्या प्रकाशात त्यांचं. गाभाऱ्यातील चारही कोपऱ्यांत पणत्या तेवत होत्या. देवीच्या दोन्ही बाजूस चांदीच्या उंच समया पाजळल्या होत्या. दोन्ही समयांतील दहा ज्योतींच्या किरणांनी गाभाऱ्याच्या दाही दिशा प्रकाशमय झाल्या होत्या. देवीला हिरवा भरजरी शालू आणि लाल चोळीनं आणि हातात हिरवा चुडा घालून सजविली होती. तिच्या भालप्रदेशावर लावलेला मोठा कुंकुमतिलक आणि खाली हळदीची रेखा - तिच्या शुद्ध स्वरूपाचं दर्शन घडवीत होती. सुवर्णाच्या

मोठ्या मण्यांच्या माळा, पाचू, पोवळे, माणिक-मोती आणि हिऱ्यांच्या अलंकारांनी सजलेलं तिचं देदीप्यमान रूप पाहण्याचं भाग्य आज सुवासिनींना लाभलं होतं. तिच्या मनोहारी रूपात जणू सौभाग्यगंगा अवतरल्याचा भास होत होता. देवीच्या अंगावरील पिवळ्या धमक अलंकारांची पिवळाई मंदिरात आगळे तेज फेकीत होती. पवित्र पवित्र वातावरण तयार झालं होतं ! आज पुजाऱ्याने देवीची पूजा करण्यात कोणत्याही प्रकारची उणीव ठेवली नव्हती. याप्रमाणेच घट उठेपर्यंत देवीचं देदीप्यमान देखणं रूप सर्वांना दिसणार होते.

आज अष्टमी होती. आज साक्षात तुळजाभवानी, चंडमुंडभंडासुरखंडिनी महिषासुरमर्दिनी आदिशक्ती प्रकटली होती. भद्रकालीचं दिव्यरूप तिच्या तेजस्वी दिव्य डोळ्यांतून ओसंडत होतं. जगदंबा महालक्ष्मीचं ममताळू, सोज्ज्वळ स्वरूप तिच्या अंगाअंगांतून प्रकट झालं होतं... सगुण, सुंदर, सुरेख सुखदायी, सुमंगल सुमधुर सुनेत्रा, सुभावी, निर्मल निमजाई आज भक्तांवर आपला वरदहस्त ठेवीत होती... दर्शनासाठी रीघ लागली होती... अष्टमीचा होम सुरू होता. असा आनंदाचा सागर इथं ओसंडत होता... आई जगदंबा मध्येच आपल्या स्वरूपात बदल करीत असल्याचा भास व्हायचा. मध्येच तिच्या डोळ्यांतून आनंदाश्रू झरायचे, कधी ती कनवाळू कृपादृष्टी टाकायची, कधी डोळे बारीक करून ती रडवेली व्हायची, कधी तिचे डोळे लाल दिसायचे आणि त्यातून उग्रभाव दिसायचा... आज अष्टमीला तिच्या डोळ्यांतून अष्टभाव प्रकट होत होते.

सर्व सुवासिनी ...मनोभावे जोगवा आळवीत होत्या

जोगवा मागीन, आईचा जोगवा मागीन... ।।
अनादी निर्गुण प्रकटली भवानी ।
मोह महिषासुर मर्दना लागूनी ।
त्रिविध तापाची कराया झाडणी ।
भक्ता लागोनी पावसी निर्वाणी...
आईचा जोगवा मागीन ।
द्वैत सारूनी माळ मी घालीन ।
हाती बोधाचा झेंडा मी घेईन ।
भेदरहित वारीसी मी जाईन ।।
अनादि निर्गुण प्रकटली भवानी...

प्रकटली भवानी... प्रकटली निमजाई... गुलाब अत्तराचा वास गाभाऱ्यात दरवळत होता. निमजाई हारतुऱ्यांच्या भारानं तेजःपुंज दिसत होती. जणू जोगव्याला प्रतिसाद देत

असल्याचा आणि ती सुवासिनींना आशीर्वाद देत असल्याचा भास होत होता.

पुन्हा पुन्हा सुवासिनी जोगवा आळवीत होत्या.

ऐसा जोगवा मागून ठेविला ।
जाऊनी महाद्वारी नवस मी फेडीला ।
एकपणे जनार्दन देखिला ।
जन्ममरणाचा फेरा चुकविला ।
आईचा जोगवा मागीन... जोगवा मागीन... ।।

जोगवा झाला. सुवासिनी एकमेकींस हळदकुंकू लावू लागल्या. एक मंगलमय वातावरण तयार झालं. बाहेर गडबड चालू झाली. राणीसाहेबांचा मेणा... येताना कुणीतरी पाहिला...! पुढेमागे घोडेस्वार दिसत होते...

राणीसाहेब आल्या... राणीसाहेब आल्या... सर्वांची धांदल उडाली, मेणा निमजाईच्या दारात ठाण झाला. मैनाईराणीसाहेब व रेऊबाई-राणीसाहेब मेण्यातून पायउतार झाल्या. मागे असलेले घोडेस्वार बाजूला झाले... पुढचे घोडेस्वार खाली उतरले आणि मार्ग काढण्यासाठी पुढे सरकले. राणीसाहेबांच्या पुढे कमळा आणि सीता ह्या दासी होत्या. त्यांनी पुजाऱ्याला खुणावले, पुजारी पटकन गाभाऱ्यात गेला आणि त्याने राणीसाहेबांसाठी आसन टाकले. दोन्ही राणीसाहेबांनी गाभाऱ्यात प्रवेश केला.

रेऊबाईंनी भरजरी पैठणी परिधान केली होती. ती नंदादीपाच्या प्रकाशात आणखी चमकदार दिसू लागली. त्यांनी सुवर्ण आणि पाचूंचे अलंकार घातले होते, दंडात वाक्या तर पायात पैंजण होते; रत्नजडित कमरपट्टा त्यांच्या कमनीय बांध्याचं दर्शन घडवीत होता. हातात गोठ, पाटल्या आणि बांगड्या होत्या. त्या बांगड्यात काचेच्या हिरव्या बांगड्यानी त्यांचे हात आणखी खुलून दिसत होते. गळ्यात मोहनमाळ, चंद्रहार, एकदाणी हे सुवर्ण अलंकार तर चिंचपेटी हा मोत्याचा दागिना, मंगळसूत्रास शोभा आणीत होता. गळाभर दागिन्यांनी भारावलेल्या रेऊबाई साक्षात लक्ष्मीचे रूप घेऊन आल्यासारख्या वाटत होत्या. नाकातली सुवर्णवेढणी आणि कानातील सुवर्णाचे झुबे त्यांच्या गोल चेहऱ्याला आगळी शोभा आणीत होते. अंजिरी पैठणीवर हिरवा शेला त्यांच्या गोंडस रूपास लाजवीत होता!

रेऊबाई गाभाऱ्यात निमजाईसमोर उभ्या राहिल्या. चारी कोनाड्यांतील पणत्या आणि दोन्ही बाजूंच्या समयांचा मंद प्रकाश त्यांच्या रूपाकडे पाहात होता. रेऊबाईंनी हात जोडले आणि त्या स्तब्ध झाल्या.

नंदादीपाच्या प्रकाशात त्यांच्या मनोहारी रूपातून साक्षात सौभाग्यगंगा प्रकट झाली. रेऊबाईंनी आपला शेला सावरला. डोईवरचा पदर थोडा सरळ केला, नाकातल्या वेढणीला त्यांचा सहज स्पर्श झाला... देवीच्या दिव्य रूपामुळं त्या भारावून गेल्या.

त्या खाली वाकल्या. कमळा दासीला खुणावले. कमळीने ओटीचं चांदीचं ताट पुढं केलं. त्यांनी त्यातले ओंजळभर तांदूळ घेऊन देवीची ओटी भरली. पुन्हा दुसऱ्या ताटातले गहू आणि मुद्दाम तयार केलेला सुवर्णाचा नारळ हातात घेतला आणि पुन्हा ओटी भरली. त्या देवीपुढं बसल्या. आपले नेत्र मिटले आणि हात जोडले... मनोभावे प्रार्थना केली...

"जय निंबळक निवासिनी । निमजाई जननी ।
जय जय जगदंब विश्वमोहिनी आदि जननी त्रिपुरसुंदरी ।
विश्वकुटुंबिनी । जगतापहारिणी ।
हेरंबजननी । नारायणी । इंदिरा रमण सहोदरी । भुवनेश्वरी ।
आदिशक्ति चंडमुंडभंडासुर खंडिनी । सौभाग्यदायिनी ।
जगदंब... जगदंब । जगदंब ।..."

त्यांनी डोळे उघडले. पुजाऱ्याने कौल लावला होता. देवीनं उजवा कौल दिला, तशा त्या गालातल्या गालात हसल्या ! ते हास्य कमळा दासीनं पाहिलं आणि ती राणीसाहेबांच्याकडं बघून सुखावली !

रेऊबाई गाभाऱ्याच्या बाहेर आल्या. साऱ्या सुवासिनींनी त्यांना हळदीकुंकू लावण्यासाठी एकच गर्दी केली. कमळा म्हणाली...

"थांबा बायांनो... थांबा... एकेकजणी या... दमानं घ्या वाईच !"

मग एकेकीनं राणीसाहेबांना हळदीकुंकू लावलं. राणीसाहेबांनी प्रत्येकीची खणा-नारळानं ओटी भरली.

"राणीसाहेब, तीर्थ ?" पुजारी म्हणाला.

"कुंडात जाऊन तीर्थ घ्यावं लागेल." कमळा म्हणाली. कमळा, पुजारी, तीन-चार बायका रेऊबाईंना घेऊन मागच्या जिन्यातून खाली उतरल्या, पुजाऱ्याने कुंडातले तीर्थ दिले... राणीसाहेब तीर्थ प्राशन करून परत वर आल्या. मंदिराला प्रदक्षिणा घालून उजव्या बाजूच्या सतींच्या शिळांचे त्यांनी दर्शन घेतले. त्यांच्यापुढं हळदीकुंकवाचा सडा घातला. तुळशीवृंदावनाजवळ जाऊन त्या थांबल्या, त्यांनी हात जोडले आणि शेजारच्या दीपमाळेकडे पाहून म्हणाल्या,

"पणत्या पाजळा आता. तिन्हीसांज होईलच आता..."

रेऊबाई आत मंडपात येऊन बसल्या. त्यांच्या आजूबाजूला सर्व स्त्रिया बसल्या. गोंधळ्यांनी काकडे पेटवले. दिवट्या लावल्या. बाबू आणि जगू गोंधळ्यांनी आपल्या कवड्याच्या माळेवरून हात फिरवला. पोत पाजळून त्यांनी संबळावर काडी टाकली...

"उदे ग अंबे उदे... उदे ग अंबे उदे ।"

तांदळाच्या चौकातला हळदीकुंकवाचा भंडारा हातात घेऊन त्यांनी उधळला आणि गोंधळ सुरू झाला.

गजानना, गौरी नंदना गोंधळाला येई ।
नारायणा नागेश्वरा गोंधळाला येई ।
जबरेश्वरा, केदारेश्वरा गोंधळाला येई ।
पिंपळेश्वरा वाकडेश्वरा गोंधळाला येई ।
आई निमजाई... आई निमजाई गोंधळाला येई
गोंधळाला येई... ।।
उदे गऽऽ निमजाई उदे गऽऽ निमजाई ।
अष्टमीचा दीस... अष्टमीचा दीस ।
तुला कराया नवस ।
तुझा फेडाया नवस... ।
दारी तुझ्या आलो आई... ।।
गोंधळाला येई... आई निमजाई... ।
रूप तुझं दावी रूप तुझं दावी ।
तू सुनेत्राबाई तू सुनेत्राबाई... गोंधळाला येई... ।
तू महिषासुरमर्दिनी कालीकपर्दिनी कालीकपर्दिनी ।
तुझं चिंतन करतो मनी... ।
तुझं रुप आठवूनी... गोंधळाला येई... ।।
राज नाईक निंबाळकर, राज नाईक निंबाळकर
तुला घालिती रत्नहार, तुला घालिती रत्नहार ।
गोंधळाला येई आई गोंधळाला येई ।
उदे ग अंबाबाई... उदेऽ उदेऽऽ उदेऽऽ ।।

गोंधळ झाला, गोंधळ्यानं कथा सुरू केली. रेऊबाई कमळा दासीस म्हणाल्या, "कमळा, निघू या आता!"

कमळानं मेणा बोलावला. मेणा सिद्ध झाला, रेऊबाई मेण्यात बसल्या... जाताना सर्व स्त्रिया जवळ आल्या... त्यांनी मेण्यातून हात बाहेर काढला आणि म्हणाल्या, "आम्ही येतो..."

मेणा फलटणच्या दिशेला लागला.

॥ ५ ॥

निमजाईचा नवरात्र उत्सव अतिशय उत्साहानं साजरा होत होता. गेले आठ दिवस निंबळकला देवीपुढे नानाविध धार्मिक कार्यक्रम चालू होते. आज वाड्यावर सालाबादप्रमाणे एक वेगळा कार्यक्रम होणार होता. वाड्याचा चौक सजविला होता, आसनांची व्यवस्था रामरावांच्याकडे होती. ते पाच-सहा माणसांसह सारखे राबत होते, गालिचा, सतरंज्या अंथरून झाल्या, गाद्या, गिरद्या, लोड, तक्के व्यवस्थित लावले. फुलांचे घोस मध्ये ठेवले. मशालजींना आठ ठिकाणी उभे राहण्याच्या सूचना रामरावांनी दिल्या. सरकारांची बसण्याची व्यवस्था उंचावर पण व्यवस्थित केली. त्यांच्या आसनाशेजारी आणखी चार आसने ठेवली. शाकू मदने, संभा शिरतोडे यांना खास या कामावर नेमले होते. चांदीच्या उंच समया जागोजागी ठेवल्या होत्या. तेल घालायची, समया पाजळायची चोख व्यवस्था करून रामरावांनी चौकात चहुकडे नजर फिरवली. तोच धोंडोपंत खाली उतरताना दिसले...

" रामराव, कुठपर्यंत झाली तयारी ? "

" या पंत, बघा कांही राहिलय का ? "

पंतांनी सगळीकडं नजर फिरवली आणि म्हणाले,

" रामराव, फक्त अत्तराचा वास सगळीकडं पसरायला हवाय ! कांहीतरी युक्ती करा बुवा ! "

" पंत तेपण झालय ! एकदा मशाली, समयांचा प्रकाश पडू द्या चौकात ! बघाच ! कशी गंमत होतीय ! "

" बरं, वरची कशी व्यवस्था झालीय ? "

" रामराव, तुम्हाला कधी सांगावं लागलंय का ? "

" रामराव म्हणजे सगळं कसं रामबाणच होणार..."

" पंत, अवो तुम्हीपण जीव ओतून काम करताच की ! "

" अहो, आपण हातात हात घेऊन काम करतोय म्हणून महाराज निर्धास्त असतात. बरं, आता मशाली पेटवायला सांगतो. "

" ठीक आहे. "

" पंत, सगळ्या गावात कळविलं आहे ना ? "

" अवो रामराव, असं कसं होईल ? दरवर्षीप्रमाणेच गांवात माणसं जाऊन आलीत आपली. बघा आता सुरुवात होईलच माणसं यायला..." बरं, मी पुढचं बघतो..." असं म्हणून पंत आत गेले.

रामरावांनी मशालजींना मशाली पेटवायला, समया पाजळण्यास सूचना दिल्या आणि ते बाहेर गेले...

बहिरुने समया पाजळल्या, मशालजींनी मशाली पेटविल्या आणि चौकात अत्तराचा घमघमाट पसरला !

थोड्याच वेळात माणसांची ये-जा सुरू झाली. गड्यांची धावपळ सुरू झाली, माधवराव कारकून आपलं जरीचं उपरणं सावरीत, नाकात बोलत सर्वांना जागा दाखवीत होते. सैन्यातले बारगीर, शिलेदार आपल्या जागेवर उभे राहिले, अधिकारी आपापली आसने पाहून त्यावर ते बसले... फलटण नगरातील व्यापारी, सराफी वगैरे मंडळी स्थानापन्न झाली. फलटणचे नगरशेठ शिवकर्ण भट्टड, आल्याबरोबर धोंडोपंत पटकन पुढे पळाले. "या शेटजी, या शेटजी या, पुढे या." म्हणून त्यांना पुढच्या आसनावर त्यांनी बसविले. शिवकर्ण भट्टडशेठ गादीवर हात चाळवीत गिरद्यांवर रेलून थाटात बसले. हिंगणगावचे भोईटे देशमुख, तरडगावचे महादेवराव गायकवाड, चव्हाण पाटील, आळजापूरचे जयवंतराव नलावडे, गुणवऱ्याचे गावडे पाटील, तांबव्याचे शिंदे, बर्गे पाटील, सालप्याचे सोपानराव शिंदे, गिरवीचे शिवाजीराव कदम, आणखी कितीतरी असामी चौकातल्या गालिच्यावर स्थिरावल्या...!

सगळ्यांचे लक्ष आता काय कार्यक्रम आहे याकडे लागले !... तेवढ्यात कोल्हापुरी फेटा बांधलेला शाहीर सदाशिव आपल्या ताफ्यासह सर्वांना रामराम घालीत आत आला आणि आपल्या जागेवर उभा राहिला.

आता मुधोजीराव येण्याकडे सगळ्यांचे लक्ष लागले आणि थोड्याच वेळात मुधोजीराव नाईक निंबाळकर आले... सोबत त्यांचे पुत्र साबाजीराव आणि जगदेवराव, बजाजीराव पण आले. सगळ्यांनी उभे राहून सरकारांना मुजरा केला.

"बसा ! बसा ! मंडळी, बसा !"

- असे म्हणून मुधोजीराव आपल्या आसनावर स्थानापन्न झाले. शेजारच्या आसनावर साबाजीराव व जगदेवराव आणि बजाजीराव बसले. सज्जात सर्व राजस्त्रिया बसल्या.

आज मुधोजीरावांनी मंदिलाऐवजी कणगीदार पगडी घातली होती. भरजरी गुलाबी अंगरखा आणि जरीकाठी पांढरा चोळणा परिधान केला होता. त्यामुळे स्वारी आज काही वेगळीच दिसत होती... क्षणभर वणंगपाळमहाराजांची आठवण झाल्यासारखे वाटले.

बजाजीरावांनी धोंडोपंतांना जवळ बोलावलं आणि सांगितलं.

" पंत, शिवकर्ण भट्टडशेठना नारळ वाढवायला सांगा. " धोंडोपंत शेठजींजवळ गेले आणि त्यांना नारळ वाढविण्यास त्यांनी सांगितले...

ताटातला नारळ शेठजींनी हातात घेतला... ढेरी सावरली, डाव्या हातानं पगडी सरळ केली आणि एका आपटीतच नारळ वाढवला... सर्व जण हसले. सरकारांना मुजरा करून ते जागेवर बसले. टाळ्यांचा कडकडाट झाला.

मुधोजीरावांनी शाहिराला हातानं इशारा दिला.

शाहिरानं राजांना त्रिवार मुजरा केला... सर्वांना मुजरा करून डफावर थाप टाकली आणि पहाडी आवाजात शाहीर म्हणाला...

" रामराम मंडळी मायबाप, लेकराचं मोडकं तोडकं ऐका जी । ऐका...
संबळून घ्या. मायबाप संबळून घ्या लेकराला, संबळून घ्या..."

शाहिरानं एकदा सरकारांकडं तर एकदा मंडळीकडं बघून डफावर थाप मारली कडाड् आवाज आला त्यानं साथीदारांना इशारा दिला. तुणतुणं लयात वाजू लागलं... टाळांनी ताल दिला आणि वाड्याच्या चौकात पोवाडा घुमू लागला...

चौक १

आधी नमन निमजा आईला । तुळजा भवानीला ।
तुळजा भवानीला । पालीच्या खंडेरायाला ।
जावलीच्या सिद्धनाथाला । मलठणच्या माणकेश्वराला ।
फलटणच्या जबरेश्वराला । मानभाऊ चांगदेव राऊळाला ।
शिरवळच्या केदारेश्वराला ।
शाहीर गातो पोवाड्याला । जीऽऽ जीऽऽ

चौक २

निंबळक गावी आलं धारचं पवार कूळ ।
निंबजाईचं बांधलं देऊळ । देवीनं दिलं लई बळ ।
उभारलं सैन्याचं दळ । कापतो शत्रू चळचळ ।
झालं हे निंबळकचं निंबाळकर । जीऽऽ जीऽऽ

चौक ३

धारचं परमार कुल अतिथोर । निंबराजाची तशी समशेर ।
जगदेवराव पुत्र त्याचा थोर । करुनिया युद्ध घनघोर ।
शोभतो मर्द तसा बहाद्दुर । फलटणला आला हो वीर ।

बाणगंगेच्या काठी मलटण । राजधानी केली फलटण ।
शत्रूची केली दाणादाण । किती गावं त्यांचं गुणगान ।
जीऽऽ जीऽऽ

चौक ४

आला मग दुसरा निंबराज । चौथे कुचाचा उतरला माज ।
निळदळ्यातला काढी ऐवज । महाराज जणू ऐटबाज ।
वाढविली आपली जहागिर । शत्रू पळाला बघून चौखूर ।
धारापतराव बहाद्दूर । पदवी मिळाली नाईक ही थोर ।
मिळाले मोरचेल पालखी स्वार । सोन्याचा तोडा हत्ती अंबार ।
शिरपेच घाली सरंजामदार । जाहले नाईक निंबाळकर जीऽऽ

शाहीर निवेदन करतो. ' शिरपेच, मोरचेल पालखी, सोन्याचा तोडा, अंबारीसह साजाचा हत्ती, तीन लक्षांची जहागीर आणि "नाईक" बहुमानाची पदवी मिळाली आणि निंबाळकर नाईक निंबाळकर झाले... तेव्हापासून राजे झाले...'

चौक ५

मग आला वणंग भूपाळ । शत्रूनं साधली वेळ ।
भूपाळाचा जाहला काळ । राजवाड्यात झाली कत्तल ।
कुचे चौथ्याची घालमेल । सहा महिन्याचं घेऊनिया बाळ ।
जयवंता राणी पडली बाहेर । मुक्तिबोध देशपांडे करी कारभार ।
संकट आली आली फार । जी ऽऽ जी ऽऽ
(चाल)
ढमे पाटलानी आसरा दिला... आऽऽ आऽऽ
वणगोजी वाढू लागला...आऽऽ आऽऽ
फलटण नगरा पातला ... आऽऽ आऽऽ
बंडखोरांचा निःपात केला... आऽऽ आऽऽ
कारभार हाती घेतला...आऽऽ आऽऽ
पलखे वणगोजी नाव महशूर ।
असं हे नाईक निंबाळकर... जी ऽऽ जीऽऽ

चौक ६

जगदेवराव अति झाले शूर । करुनिया युद्ध घनघोर ।
कापती गनीम थरथर । दुराणी पळती दुरच्या दूर ।
बाराशे स्वारांचा मनसबदार । मिळाली साडेतीन लक्ष जहागीर ।
असे हे थोर मातब्बर । फलटणकर नाईक निंबाळकर...
जीऽऽ जी ऽऽ
(चाल)
दुराणी दुर पळू लागले
सुलतान खूष जाहले
'धारापतराव' म्हणून गरजले
मिळाली साडेतीन लक्ष जहागीर... जीऽऽजीऽऽ

चौक ७

पुढे झाला वणंगपाळ । बारा वजिराचा काळ ।
नाही पराक्रमा ताळमेळ । "फलटणराव" उर्फ जगपाळ ।
कापती गनीम चळचळ । चमकती समशेर सळसळ ।
असं हे नाईक निंबाळकर । असं हे नाईक निंबाळकर...
जीऽऽ जीऽऽ

शाहिराचं निवेदन -

" संपत्ती, संतती आणि पराक्रमानं श्रेष्ठ असे हे बारा वजिरांचे काळ वणंगपाळ म्हणजे निंबाळकर कुळाचे महापुरुष ! "

" बोला वणंगपाळ महाराज की जय... वणंगपाळ महाराजांचा विजय असो...!"

सगळ्यांनी जयजयकार केला आणि पोवाड्याला रंग आला.

चौक ८

बहिण त्याची दीपाबाई एक । मालोजीशी केली सोयरीक ।
शहाजी राजा तिचा लेक । सरदार बडा झाला नेक ।
करीत होता चाकरी निजामशाही । भोगीत होता जणू बादशाही ।
(चाल)
सासरा जाधवराव । लखूजी नाव । शिंदखेड त्याचं गाव ।
काय कौतुक त्याच गावं । पराक्रमाचं मोठं वैभव ।
निजामान साधला कावा । विश्वासघात हो केला ।

खांडोळी केली जाधवाची । पोरा नातवासह त्यांची ।
कसाब करणी निजामाची । विश्वासघाताची विश्वासघाताची ।
जीऽऽ जीऽऽ

चौक ९

पाहूनी शहाजी खवळला । संतापानं लाल झाला ।
सोडून दिले निजामाला । जाऊनी मिळाला मोगलाला ।
पाणी पाजण्या निजामाला । हरामजाद्याला, हरामजाद्याला...
जी ऽऽ जी ऽऽ
धावले मामा मदतीला । वणंगपाळ गेले मदतीला ।
शत्रूनं घात की केला । वणंगपाळांचा काळ हो झाला ...
बारा वजिराचा काळ हो गेला... जीऽऽ जीऽऽ

चौक १०

पुत्र त्यांचे मुधोजीराव । गुणगान किती ते गावं ।
शब्दांचे फुटलं की हो पेव । फलटणची गाठली शीव ।
पोवाडा गातो सदाशिव । जगदंबेवरती त्याचा की भाव ।
देव शिवदेव महादेव । जय जय शंभो महादेव जीऽऽजीऽ

चौक ११

मुधोजीराव महादिलदार । रेऊबाई पतिव्रता थोर ।
राणी सरकार म्हणती लहानथोर । गरिबांची माय महशूर ।
रयतेची तारणहार । अहो धन्य हे नाईक निंबाळकर,
नाईक निंबाळकर जीऽऽ जीऽऽ

चौक १२

शाहीर करीतो मुजरा । मानुनिया घ्या जरा बरा ।
उत्सव देवीचा साजरा । लक्ष्मी आणील तुमच्या घरा ।
इतिहास सांगितला खरा । गरीबावर कृपाछत्र तुम्ही धरा ।
शाहीर करतो मुजरा... करतो मुजरा... जीऽऽ जीऽऽ

टाळ्यांचा कडकडाट झाला... वाह ऽऽ वा... वा.हऽऽ वा... मुधोजीरावांपुढे शाहिराचं बिदागीचं ताट आलं... मुधोजीरावांनी हस्तस्पर्श केला. शाहिराला बिदागी दिली... शाहिरानं मुधोजीरावांना मुजरा केला... रात्रीचे चार प्रहर उलटले होते. मुधोजीराव आसनावरून उठले

" मंडळी, तुम्ही ऐका आणखी... चालू द्यात... चालू द्यात..." असे म्हणाले आणि ते आत गेले...

मुधोजीरावांनी अंत:पुरात प्रवेश केला. त्यांच्या मागोमाग रेऊबाई आत गेल्या... शयनगृहात दोन समया तेवत होत्या... अत्तराचा घमघमाट येत होता...

" शाहिरानं कमालच केली, नाही ? " रेऊबाई हसत हसत म्हणाल्या...

" अहो, कमाल म्हणजे काय ? आमच्या पूर्वजांचा इतिहासच सांगितला सगळा ! आबांचं वर्णन करताना राणीसाहेब मला फारच आठवण झाली त्यांची !... केवढा पराक्रम केला त्यांनी ! मोठा अभिमान वाटला, आणखी एका गोष्टीचा ! 'गरीबांची माय महशूर' अस तुमचं वर्णन ऐकल्यावर! अगदी खंरखुरं वर्णन केलं तुमचं... सारी प्रजा तुम्हाला नावाजती रेऊ ! "

" आम्ही सरकारांच्या चेहऱ्याकडं पाहात होतो म्हटलं ! तुमचा चेहरा अभिमानानं फुलला होता जणू !... असं-असं ! तुम्हाला तर शाहीर " दिलदार महशूर मुधोजीराव " असं म्हणाला... किती अभिमान वाटला म्हणून सांगू ? "

" ... अहो आमचं नांव घेतलंत की चक्क ! "

" इश्य !... बोलण्याच्या नादात पोटातलं ओठात आलं एवढंच !..."

" ... आम्हाला आवडलं बरं का ? " मुधोजीराव रेऊबाईंच्या गालाकडे पाहत म्हणाले...

" बरं, चला आता... म्हणून मुधोजीरावांनी रेऊबाईंच्या गळ्यात हात टाकला. आणि त्यांना मंचकावर बसवलं... समयांच्या मंद प्रकाशात रेऊबाईंच्या पैठणीवरचा कशिदा मंद स्मित करीत असल्याचा भास होत होता, त्यांनी उजव्या बाजूच्या समईकडं पाहिलं आणि म्हणाल्या,

" बघा, बघा, ती समईची ज्योत माझ्याकडं कशी टक लावून बघते!..."

"खरंच की !" असं म्हणून त्यानी रेऊबाईच्या हनुवटीला हात लावला आणि म्हणाले...

" आतां समईकडं बघू नका... इकडं बघा", असं म्हणून त्यांनी त्यांच्या नजरेत स्वत:ला झोकून दिलं...

" आता समईकडं नको बघायला...! पण माझ्याकडं ती बघतीय पाहा !... मालवूनच टाकते तिला...! "

" बेलाशक... बेलाशक...! "

- असं म्हणून मुधोजीरावांनी रेऊबाईंना आपल्या बाहुपाशात ओढले...

।। ६ ।।

या वर्षी पाऊस चांगला झाला. दुष्काळ संपला ! पिके चांगली पोसली. सगळी शिवारं हिरवीगार दिसू लागली. खंडेनवमीचा आजचा दिवस. वाड्यात शस्त्रपूजेची सर्व तयारी झाली... शस्त्रागारातून निवडक शस्त्रे देवघरात आणून ठेवली होती... तलवारी, पट्टे, भाले, बरचे, ढाली सारं युद्धसाहित्य देवघरात व्यवस्थित गालिच्यावर मांडलं होतं. या वर्षी शस्त्रपूजा बजाजीराव करणार होते. बजाजीराव आता जहागिरीच्या कारभारात लक्ष घालीत असल्यामुळे मुधोजीरावांनी त्यांच्यावर शस्त्रपूजेची जबाबदारी सोपविली होती...

बजाजीराव सपत्नीक देवघराच्या बाहेर भटजींची वाट पाहत उभे होते... तेवढ्यात चंद्रोजीने बजाजीरावांना सांगितलं, " नाईकसाहेब, भटजी आले... भटजी आले..."

बजाजीरावांची शस्त्रपूजा सुरू झाली... सकाळपासून सनई आणि तुतारीच्या आवाजानं वाड्यातील वातावरण गुलाब-अत्तराच्या सुवासात संगीतमय झाले होते... एकेक शस्त्राला बजाजीरावांनी गंध, फूल, अक्षता लावून फुलांच्या माळा घातल्या, मनोभावे नमस्कार केला, नैवेद्य झाला आणि सुदाम गुरवानं शिंग फुंकले. तु ऽऽ तु तुऽऽऽ वाड्यात-चौकात जमलेल्या सर्वांना प्रसाद वाटण्यात आला...!

बजाजीराव बाहेर आले... मुधोजीराव देवघराच्या दाराशीच होते...

"आबा, दर्शन घ्या, आईसाहेब, दर्शन घ्या. " असं म्हटल्यावर मुधोजीराव म्हणाले...

"बजाजीराव, आता यापुढे ही पूजा तुम्हालाच करावी लागणार आहे. जहागीर सांभाळणं, जहागिरीतल्या प्रजेचे संरक्षण करणे व सुख देणं, यासाठीच ही शस्त्रपूजा ! "

"जी आबा... आम्ही जहागिरीचा कारभार तर आतासुद्धा पाहातोच आहोत, पण आबा, तुम्ही असताना आम्हाला कसली काळजी आहे ? "

"आम्ही आहोतच, साबाजीराव, जगदेवरावपण आहेत तुमच्या साथीला...! "

बजाजीरावांनी वडिलांचे पाय धरले, त्यांच्या पायांवर मस्तक टेकले.

"उठा बजाजीराव... यशवंत व्हा !" आता तुम्ही कर्ते झालात. दौलतीचा कारभार तुम्हालाच पहायचा आहे. विजापूर दरबार सांभाळणं सोपं नाही. सुळावरची पोळी आहे ती ! सांभाळून असा. ! "

साबाजीराव आणि जगदेवराव यांनीही आपल्या वडिलांना वंदन केलं.

"यशवंत व्हा पोरांनो, रामराज्य करा. एकमेकांना सांभाळून घ्या."

साबाजीराव, जगदेवराव गेले, पण बजाजीरावांशी न बोलताच गेल्याचे मुधोजीरावांच्या लक्षात आल्यावाचून राहिले नाही. बजाजीरावांनी वडिलांच्याकडे पाहिले, त्यांच्या चेहऱ्यावर गंभीरता आल्याचे जाणवले. हे पाहून बजाजीराव अस्वस्थ झाले.

॥ ७ ॥

दसरा उजाडला. शिलंगणाचा दिवस ! मुधोजीरावांनी जरतारी पोषाख चढवला... मंदिलाऐवजी पगडी घातली... काल अष्टमीला पूजा केलेली त्यांची तलवार आणि ढाल त्यांनी आणावयास सांगितली. सोपाननं त्यांच्या हातात तलवार दिली. त्यांनी म्यानातून तलवार बाहेर काढली. म्यान खाली ठेवलं. दोन्ही हातात आडवी तलवार धरली आणि मस्तकी लावली... निमजाईदेवीचं स्मरण केलं... तलवार म्यान केली... तेवढ्यात मैनाईबाई समोर आल्या...

" सरकार ! "

" जी "

" सरकारांची तब्बेत काल बरी नव्हती, आहे ना ध्यानात ? "

" हो हो, दवा घ्यायचा विसरलो. "

" तुम्ही विसरलात तरी आम्हाला विसरून कसं चालेल ? "

" आज बरं वाटतंय आम्हाला "

" हा दवा घ्या बघू आधी ! "

मुधोजीरावांनी चांदीच्या द्रोणातलं औषध घेतलं आणि म्हणाले,

" अहो मधातला दवा आणि मधासारख्या गोड माणसाच्या गोड हातानं दिलेला दवा घेतल्यावर दुखणं कुठल्या कुठं पळून जाणार की ! "

" जेव्हा, तेव्हा स्तुती करायची... तुमच्या नावातच मध आहे ! होय की नाही ? "

" बोला बोला..." असं म्हणत दोघंही खो खो हसायला लागले !

" एक राहिलंच शेवटी ! "

" काय राहिलंय आणखी ? "

" अहो तीर्थ. "

" कसले तीर्थ. "

" अहो आमच्या जावलीच्या शिवपुऱ्यातनं तीर्थ आणलंय कालच."

" शिवपुरा ? "

" विसरलात ? सासुरवाडी विसरलात ? आमच्या मोरे घराण्याच्या सात शिवपुऱ्या आहेत जावलीत, म्हटलं ! "

" कोणत्या शिवपुऱ्या ? "

" ऐका तर... पर्वत, चक्रदेव, घोनसपूर, चवथी, ... हां.हां आठवलं ... तळदेव, पाचवी, गाळदेव, सहावी धारदेव आणि सातवी मोळेश्वर. अन्नच्छत्र चालू असतं बारमाही तिथं... सुरतखान्याजवळ महाबळेश्वरची पंचगंगा बघितलीय आपण आमच्या संग, आठवतं का ? "

" आपण दोघं गेलो होतो महाबळेश्वरी... सारं आठवतं राणीसरकार ! तुमचं मोरे घराणंच शिवभक्त... जाऊ या एकदा पुन्हा जावलीला ! "

" खरंच कधी जायचं ?"

" आज शिलंगणाला आम्हाला जाऊ द्यात; बाहेर माणसं खोळांबलीत !"

" तुम्ही इथं असल्यामुळे कुणी आवाज देत नाहीत. बरं... जातोच आम्ही. "

मैनाईबाई आपल्या महालात गेल्या. मुधोजीरावांनी चंद्रोजीला आवाज दिला.

" चंद्रोजी, धोंडोपंतांना बोलाव. " असं म्हणेपर्यंत धोंडोपंत आले.

" महाराज, हत्ती बाहेर उभा आहे. चलावं आपण..."

महाराज बाहेर पडले. महाराजांनी आज केशरी मंदिल बांधला होता. कमरबंद बांधून किमकाप ठाण, समला, चादर वर घेतली होती. शिरपेच, मोत्यांचा तुरा, पायात सोन्याचा तोडा, हिऱ्याच्या पोच्या, कलगी, मोत्यांची कंठी, हिऱ्याच्या दोन अंगठ्या इत्यादी अलंकार परिधान केले होते. दोन्ही हातांच्या आठ बोटांत सोन्याच्या सलकड्या होत्या. त्यातील हिरे, माणिक आणि पाचूंच्या प्रकाशात महाराजांच्या अंगकांतीला तेज येत होते. कपाळावरच्या शिवगंधामुळे क्षात्रतेज त्यांच्या बलदंड देहयष्टीत सामावल्याचा भास होत होता.

मुधोजीराव कोटाच्या बाहेर आले. अलंकारांनी सजविलेला हत्ती दारात बसला होता. मुधोजीराव अंबारीत विराजमान झाले. मागे बजाजीराव, जगदेवराव आणि साबाजीराव बसले. भोईटे सरदार मोरचेल घेऊन बाजूला बसले. माहुताने हत्तीला उठवले. अबदागिरीवाले पटकन दोन्ही बाजूस उभे राहिले. डंकाइताने डंका पुकारला. शिंगांच्या आणि तुताऱ्यांच्या आवाजानं फलटणचा किल्ला शिलंगणास सिद्ध झाला... सेनानायक सोनबाबा अहिवळे यांनी डंकेवाल्याला इशारा दिला. हत्तीच्या पुढच्या दोन स्वारांनी लिंबे कापून हत्तीवरून उतरून दोन दिशांना टाकली, शाही मिरवणूक निघाली... चाळीस घोडेस्वारांचे एक पथक पुढे व एक मागे चालले होते. हत्तीच्या

मागे आणि पुढे दोन घोडे रुप्याच्या साजानं सजविले होते. घोडेस्वारांच्या हातातील रत्नजडित समशेरी खड्या होत्या. गावातली सर्व मानकरी मंडळी, बलुतेदार मंडळी मिरवणुकीत सामील झाली होती. सेनानायक अहिवळ्यांचा अबलख घोडा हत्तीच्या थेट पुढे होता, त्यांनी आपली संगीन म्यानातून बाहेर काढून आकाशाकडे केली... मिरवणूक थांबली... ब्राह्मण आळी, बाजारपेठेतून गवळवेशीजवळ मिरवणूक आली. गवळवेशीत परत लिंबे आणि नारळ ओवाळून टाकण्यात आले आणि सेनानायकांनी इशारा दिल्यावर मिरवणूक वेशीच्या बाहेर सरकली. बाणगंगा नदी ओलांडून बाहेर आल्यावर निंभोऱ्याच्या रानात मिरवणूक थांबली !

माहुतानं हत्तीला खाली बसवलं... सर्व बारगीर, सैनिक पुढच्या आदेशाची वाट पाहत होते. आज सगळ्यांनी मराठमोळ्या पगड्या, भरजरी अंगरखे आणि चोळणे परिधान केले होते. प्रत्येकाच्या कमरेला तलवार आणि पाठीला ढाल होती... शमीच्या झाडाजवळ सोनोपंत पेटकर भटजी बसले होते. त्यांनी पटकन पुढे येऊन महाराजांना मुजरा केला.

"महाराज, चलावं, पूजेची सर्व तयारी झाली आहे." महाराज हत्तीवरून पायउतार झाले व पेटकर भटजींच्या मागे चालू लागले. साबाजीराव, जगदेवराव, बजाजीराव मागे होते... महाराज शमीच्या जवळ आले. भटजींनी पूजा सांगण्यास सुरुवात केली. महाराजांनी हळदीकुंकू, अक्षता वाहिल्या, हात जोडले... आणि शमीची पाच पाने हातात घेतली आणि उभे राहिले... डंका झडला, नौबती आणि सनया वाजू लागल्या...!

सर्वांनी शमीची पाने आणि शेतातल्या कारळ्याची पानं, फुलं लुटायला सुरुवात केली,...

सेनानायकांनी सरकारांच्या पुढे येऊन त्यांना मुजरा केला. महाराजांनी त्यांना आलिंगन दिले... शमीपत्रे दिली, सर्व मानकऱ्यांनी, सरदार, दरकदार, बारगिरांनी येऊन सरकारांना मुजरा केला... सर्व बलुतेदार मंडळींनी महाराजांना मुजरे केले... सरकारांनी प्रत्येकाला शमीपत्रे दिली आणि "चलावं आता"... सेनानायकाना इशारा केला...

शिंग, तुताऱ्या, सनया, डंका यांचा जल्लोष चालू होता. ... सेनानायकांनी आपली संगीन वर उंचावल्याबरोबर सर्व शांत झाले... सरकार हत्तीवर अंबारीत विराजमान झाले आणि हत्तीने तोंड वळविले...

सुदामानं शिंग फुंकले... तुतुऽऽतुऽऽ... ... ...

डंका वाजू लागला, सनया, नौबती, ढोल चालू झाले आणि मिरवणूक परत निघाली...

मुधोजीरावांच्या गढीचे एकशे बावन्न भक्कम बुरूज ही मिरवणूक पाहत होते. पंधार वेस, संतोष वेस, विजापूर वेस यांना मिरवणूक पाहायची होती,... या वेशी

आपल्या राजाच्या दर्शनाला आतुर झाल्या होत्या... मिरवणूक दिमाखानं चालली होती. माळजाईदेवीचं देऊळ आल्यावर मिरवणूक थांबली, सरकार हत्तीवरून पायउतार झाले. माळजाईचं दर्शन घेतलं आणि हत्तीवर विराजमान झाले. मिरवणूक परत विजापूर वेशीकडं वळली. विजापूर वेशीजवळ प्रजाजनांनी राजाला अभिवादन केलं, सरकारांनी हात उंचावून साऱ्यांना प्रतिसाद दिला. लष्करवाड्याजवळच्या कोपऱ्यावर मिरवणूक आली आणि जठार मळ्यातले जठार, जाधव, दंडीले मळ्यातले दंडीले, भुजबळ, कोरडे, शिंदे, घनवट, कोळी, पखाले भराभर बाहेर आले, त्यांनी राजांना अभिवादन केले ! सरकारांनी हत्ती थांबविला, सरकार खाली उतरले... साऱ्या माळी मंडळींना दसऱ्याचे सोने दिले... सरकारांचा जयजयकार झाला... आणि सरकार परत हत्तीवर विराजमान झाले... मिरवणूक संतोष वेशीतून पुढं सरकली. वडार गल्ली, महारवाडा, मांगवाडा करून गवळ वेशीतून गढीच्या बाहेरच्या कोटातून अंदर कोटात आली, शिंपी गल्लीत म्हाले, माळवद्यांनी सरकारांना मुजरा केला. माणिकवाडी, रामुसवाड्यातून बाजारपेठेत मिरवणूक आली... कसबा, ब्राह्मण गल्लीतली मंडळी दुतर्फा उभी होती. सर्वांनी सरकारांना अभिवादन केले. जयजयकार केला. शिंगे, कर्णे, नौबती, डंके यांच्या आवाजानं वातावरणात उत्साहाला-आनंदाला उधाण आलं होतं. निंबाळकरांचा " बैराग ध्वज " दिमाखानं फडकत होता. ढालगज सर्वांच्या पुढे होता. अखेर मिरवणूक राजवाड्याच्या दारात येऊन थांबली. मुधोजीराव हत्तीवरून पायउतार झाले. बजाजीराव, साबाजीराव, जगदेवराव पाठोपाठ उतरले. वाड्यापुढे सर्व प्रजाजनांनी राजांना मुजरा केला.

मुधोजीरावांनी सर्वांचा हात वर करून निरोप घेतला. मिरवणूक विसर्जन पावली.

॥ ८ ॥

दुपारची वेळ होती. रखरखीत उन्हामुळे अंगाची लाही लाही होत होती. कमळीनं वाळ्याच्या पडद्यावर पाण्याचा शिडकावा केला. रेऊबाई घामाघूम झाल्या होत्या... झाडाची पाने अजिबात हालत नव्हती. कमळी रेऊबाईंना वारा घालीत बसली...

" राणीसरकार, थंड सरबत आणू का करून ? " कमळी म्हणाली...

" आण. "

कमळीनं सरबत करून आणलं... सरबत घेतल्यावर रेऊबाईंना जरा बरं वाटलं. सरकार इकडे येत असल्याची वर्दी सलमानं दिली... रेऊबाई मंचकावरून पटकन उठल्या.

त्यांनी डोक्यावरचा पदर व्यवस्थित सावरला, अंबाड्यावरील सकाळी माळलेला गजरा वाळलेला पाहिला आणि पुन्हा मोगऱ्याचा गजरा घातला... चाफ्याची दोन फुलं त्यांनी तशीच मंचकावर ठेवली. रेऊबाई गडबडीनं दाराजवळ गेल्या... म्हणाल्या.

" रागावणं झालं का ? "

" कशापायी ? "

" आम्ही खाली आलो नाही म्हणून ! "

" नाही रागावलो. खरंच "

रेऊबाईंनी मंचकावरची दोन चाफ्याची फुले उचलली आणि महाराजांच्या हातात दिली...

महाराजांनी फूल हुंगले आणि म्हणाले...

" राणीसरकार, आज तुमची तब्बेत बरी वाटत नाही मला... चेहरा किती, सुकलाय बघा... ज्वर तर नाही ना आला ?" म्हणून त्यांनी त्यांचा हात हातात घेतला; रेऊबाईंनी मुधोजीरावांच्या नजरेला नजर भिडवली आणि म्हणाल्या,

" आम्ही आजारी नाही, पण ! "

" पण काय ? "

" थकवा वाटतो, अन्नावर वासना होत नाही...! "

" मग दवा घ्यायचा नाही का ? "

" नाही ! अन्न जात नाही, उलट्या होतात... काय सांगू ?..." म्हणून त्यांनी तोंड फिरवलं... मुधोजीरावांनी पटकन त्यांना जवळ ओढलं आणि त्यांच्या हनुवटीला आपली बोटे लावली...

" राणीसरकार, बघा इकडं... मी सांगू तुम्हाला काय झालंय? "

" काय होणार आहे ते सांगा. "

" बरं बरं, सांगतो... तुम्हाला होणार आहे तुमच्यासारखीच रूपवती शीलवती, गुणवती कन्या ...! "

रेऊबाईंनी मुधोजीरावांच्या छातीवर डोकं टेकवलं...

बराच वेळ दोघेही शांत राहिले... दिवेलागण केव्हा झाली समजलेच नाही.

" राणीसरकार, आज मी देणार आहे तुम्हाला थाळा..."

महाराजांनी सलमाला मुदपाकखान्यातून गरम गरम वरणभात आणण्यास सांगितले. आज महाराजांनी स्वत: जातीने रेऊबाईंना वरणभाताची थाळी रेऊबाईंच्या हातात दिली. थाळीत लिंबाचे लोणचे होतेच. रेऊबाईंनी चार घास खाल्ले पण लगेच त्यांना उलटी झाली.

महाराज चिंताक्रांत झाले, रेऊबाईच्या पोटात अन्नाचा कण गेला नाही

याबद्दल त्यांना वाईट वाटले. त्यांनी रेऊबाईंच्या डोक्यावरून प्रेमाने हात फिरवला. त्यांचे मस्तक आपल्या मांडीवर घेतले आणि त्यांना ते थोपटत राहिले. रेऊबाई शांतपणे निद्रित झाल्या... त्यांनी त्यांचे डोके उशीवर ठेवले आणि सलमाला समया पाजळण्यास सांगितले... सलमानं पटकन शयनगृहातल्या समया लावल्या... महाराजांचा थाळा आणून दिला... महाराजांनी थाळा घेतला आणि ते रेऊबाईंच्या शेजारी पहुडले... रेऊबाईंच्या तोंडावरून हलकासा हात फिरवत असताना ते... समयांच्या मंद प्रकाशात रेऊबाईंचे मुखकमल न्याहाळीत होते. रेऊबाईंचा चेहरा केतकीसारखा गोरा, सरळ नाक, जिवणी लहान पण त्यावर नाजूक ओठांची गुलाबी किनार, काळेभोर डोळे, कमानीसारख्या भुवया आणि गुलाबी गोबऱ्या गालावर पडलेली खळी ! सुकुमार लावण्याची मूर्तिमंत खाण म्हणजे रेऊच ! महाराज मनाशीच हसले. रात्रीचे दोन प्रहर झाले, महाराज जागेच होते. रेऊबाईंची क्षीण तबियत पाहून त्यांना चैन पडेना... झोप येईना ! थोडासा डोळा लागला. पहाट झाली !... तोच महाराजांना जाग आली. पाहतात तो काय ? रेऊबाई राजांच्या पायथ्याशी बसलेल्या !

" दिवस उगवताच लक्ष्मीचे दर्शन झाले म्हणायचे ! "

राजांनी राणीसाहेबांची चेष्टा केली. इतक्यात थोरल्या राणी सरकार मैनाईबाई आल्या आणि महाराजांच्या पाया पडल्या. त्यांना उष्णोदक दिले. प्रातर्विधी आटोपून महाराजांनी दूध घेतले. ते देवघरात आले. देवदर्शन घेतले... रेऊबाई मागे उभ्या होत्या...

रेऊबाई म्हणाल्या...

" न्याहरी तयार आहे. न्याहरी करून जावे. "

" जी राणीसरकार, तुमचं मन मोडून कसं चालेल ? "

दोघेही भोजनकक्षात गेले.

अलीकडे रेऊबाईंना थोडा अशक्तपणा आला होता. आज मंगळवार असल्यामुळे त्या उत्सव दरबारात जाण्यास निघाल्या आणि तोच त्यांना एकाएकी गरगरल्यासारखे वाटले आणि क्षणार्धातच त्यांचा तोल जाऊन त्या गालिच्यावर पडल्या. मोठा आवाज झाल्यामुळे कमळा व सलमा धावतच आल्या. कुठे लागले तर नाही ना ? कशाचा धक्का तर लागला नाही ना? शालूच्या घोळात पाय नाही ना अडकला ? अशा अनेक शंका-कुशंका घेऊन पारू आणि गुणाबाई आल्या. सलमानं कांदा आणला आणि राणीसाहेबांच्या नाकाजवळ धरला. गुणाबाईने पेल्यातून गार पाणी आणून त्यांच्या डोक्यावर थप्‌थप् पाणी शिंपडले, इतक्यात गुणाबाई म्हणाली,

" ढेलजत दत्ताजी हाय का ? त्याला म्हनावं, राणीसाहेब खाली पडल्यात, त्यांना सुद न्हाय. "

इतक्यात रेऊबाई सावध झाल्या.

" अवोऽ गुनाबाई, भ्याचं काही कारण नाही. आवो आपल्या वाड्यात लई वर्सानं चिमुकला पावना येनार हाय ! " सोनाबाई म्हणाल्या.

हे ऐकताच सर्वांना खूप आनंद झाला आणि खो खो करीत सर्व हसत राहिल्या. कमळीने राणीसाहेबांना हात धरून मंचकावर बसविले. थोरल्या राणीसरकारांनी त्यांच्या पाठीवरून हात फिरवला आणि थोडेसे गमतीने चिडवले... ...

" गेल्या महिन्यात तुम्ही मला चिंचेची चटणी खावीशी वाटते म्हणालात तेव्हाच मी ओळखलं, डोहाळे लागलेत ! "

आता रेऊबाईंना दिवस गेले असावेत.

" मग काय म्हणते बाळ ? तब्बेतीची काळजी घ्या. "

रेऊबाई लाजून चूर झाल्या...

" आक्का,.... आपण असल्यावर मला कशाची चिंता ?"

" रेऊबाई, आज तुम्ही दुपारचा थाळा घेतला नाहीत. यामुळे अधिक अशक्तपणा येईल. गुणवंताबाई, आज रेऊबाईंसाठी गोड सांजा आणि खमंग धपाटी करा. " थोरल्या राणीसरकार म्हणाल्या.

" जी राणीसरकार, अशी मुदपाकखान्यात जाते आणि अशीच घेऊन येते सांजा अन् धपाटी. "

थोरल्या राणी सरकारांनी एका थाळीतून थोडा सांजा व धपाटी घेऊन रेऊबाईंना भरवले.

" आक्कासाहेब, किती माझी काळजी घेता आपण ? आणि जातीने आम्हाला खाऊ घालता ! आपली माया अशीच आमच्यावर राहू दे..."

" आता काही बोलू नका, चार घास खा. अहो, आता हे असेच व्हायचे. पहिला महिना उलटून गेला तरी अन्न आवडत नाही. मग मुखचंद्र कोमेजून जातो आणि महाराजांची स्वारी दिसली की तोच चंद्र हसतो..."

रेऊबाई खूप लाजल्या. थोरल्या राणीसरकार मैनाईंनी त्यांच्या पाठीवरून प्रेमाने हात फिरवला. त्यांना विश्रांती घेण्यास सांगितले. जाताना कमळीला व सलमाला त्यांना वारा घालायला सांगण्याचे त्या विसरल्या नाहीत.

दिवसामागून दिवस जात होते. रेऊबाईंना सहावा महिना लागला होता. त्यांची तबियत सुधारली होती. थोरल्या राणीसरकार त्यांचे डोहाळे पुरवीत होत्या. बन्याबा माळ्याने तर चिंचेच्या आकड्यांचा व कैरीचा रतीबच लावला होता. कमळी दररोज त्यांना आवडणारी फुले आणून फुलदाणीत ठेवीत होती.

" कमळे, बकुळीच्या फुलांचे दोनपदरी गजरे कर मला आणि थोरल्या

राणीसरकारांना मोगऱ्याचे गजरे कर ! त्यांना मोगऱ्याचा वास फार आवडतो. बकुळीच्या गजऱ्यात हिरवा चाफा आणि मोगऱ्याच्या गजऱ्यात सोनचाफा माळ बरं का." रेऊबाई म्हणाल्या.

"जी, राणीसरकार, आपण सांगण्यापूर्वीच या तबकात गजरे आणून ठेवलेत... पहा तर खर."

"अग कमळे, माझ्या मनातली गोष्ट कशी ओळखतेस गं ? किती आनंद झाला म्हणून सांगू ? आमच्यावर तुझं खरं प्रेम आहे." असं म्हणून त्या तबकातील गजऱ्यांकडे पहातच राहिल्या... आणि कमळीचे आपल्यावरील निर्मळ आणि निखळ प्रेम पाहून त्यांच्या डोळ्यांतील आनंदाश्रू तबकातील गजऱ्यांवर पडले, जणू दवाचे की प्रेमाचे थेंबच होते ते !...

महाराज दररोज सकाळी व दुपारी रेऊबाईंच्या प्रकृतीची विचारपूस करायचे. थोरल्या राणीसरकारसुद्धा रेऊबाईंशी अतिशय आपुलकीने व प्रेमाने वागत होत्या हे पाहिल्यावर महाराजांना आनंद वाटायचा. दोघी सवती नुसत्या म्हणायलाच ! पण खरे तर त्या सख्ख्या बहिणीच ! असे त्यांना वाटे. आज तर गुणवंताबाईकडून थोरल्या राणीसरकारांनी थाळ्यात लाडू, करंज्या आणि भजी आणवून घेतली. रेऊबाई चवीने खात होत्या. भोजनाचा भरपूर आस्वाद घेऊन त्यांनी मंचकावरच सुवर्णाच्या तांबूल-पानदानातून तांबूल सेवन केला आणि क्षणभर पहुडल्या... मंचकावरील तबकात आवळे होते आणि अर्धवट खाल्लेला पेरू होता. हिरव्या चाफ्याचा वास घेता घेता त्यांचा डोळा लागला आणि जरा वेळाने त्या जाग्या झाल्या. पहातात तो काय? महाराजांच्या हातात लाल भडक डाळिंब.

"काय राणीसरकार, डाळिंब आणलंय तुमच्यासाठी ! देऊ का ? डाळिंब तुम्हाला आवडते हे आम्हाला माहिती आहे. मला वाटते लहानपणी डाळिंबाचे लाल दाणे खाऊन तर ओठ लाल झालेत ना तुमचे ?..."

"आपले येणे केव्हा झाले ते समजलेच नाही मला ! किती थट्टा करायची ती ?"

रेऊबाईंनी डोईवरचा पदर सारखा केला आणि सावरून बसल्या ते लाजूनच...!

"खूप खूप आनंदात तुम्हाला भेटायला आम्ही आलो तर मंचकावरील आवळ्यांनी आणि पेरूनेच आम्हाला पाहिले आणि तुमच्या निद्रादेवीने आमचे स्वागत केले ते हातात हिरवा चाफा घेऊन !"

"बरं... बरं, आम्हाला आवडला बरं का त्याचा सुगंध !" मान खाली घालून अपराधी भावनेने त्या म्हणाल्या,

"आपण रागावलात ?... खरं तर आमची चूक झाली... क्षमा करावी..."

रेऊबाईंच्या डोळ्यांतून घळाघळा अश्रू वाहू लागले. त्यांच्या गोऱ्या गालांवर अश्रूंचे ओघळ आलेले पाहून महाराजांनी त्यांना लडिवाळपणे बाहुपाशात घेतले आणि रुमालाने त्यांचे डोळे पुसले.

"राणीसरकार, आमचा तुमच्यावर राग नाही. आपलं लग्न झाल्यापासून आम्ही तुमच्यावर कधी रागावलो का ?" असे म्हणून महाराजांनी त्यांना मंचकावर बसवून जवळ घेतले.

"महाराजांनी आता अमळ विश्रांती घ्यावी." असे म्हणताच मंचकावर महाराज पहुडले. मंचकावर मखमली निळी चादर घातली होती, तर तक्क्यावर पांढरे रेशमी अभ्रे घातले होते.

"राणीसरकार, आज तुम्ही फारच छान दिसता. महालातील रंगीत तावदानावर समयांच्या ज्योतींचा प्रकाश तुमच्या मुखावर इंद्रधनुष्याच्या रंगासारखा दिसतोय ! लाजून लाजून तुमचे गाल लाल झालेत खरे, पण नाकाचा शेंडा का बरे लाल व्हावा ? डोळ्यांतील आसवांमुळेच ना ?..."

बोलता बोलता दोघांनाही झोप लागली.

पहाटे साखरझोपेतून रेऊबाई जाग्या झाल्या... आणि पाहतात तो काय ? तबकात करवंदांचा ढीग ! आणि महाराज समोर उभे !

"राणीसरकार, हवी तेवढी करवंदे खावा... अगदी मनसोक्त बरं का !"

"महाराज, आपण केव्हा करवंदे आणली ?"

"मध्यरात्रीनंतर एका प्रहराने आम्ही जंगलात जाऊन आमच्या लाडक्या राणीसाठी करवंदे आणली."

महाराजांच्या देखण्या रूपाकडे रेऊबाई प्रेमळ नजरेने पाहतच राहिल्या... अगदी डोळे भरून पाहत राहिल्या. शुभ्र रेशमी अंगरखा, त्याच रंगाची सलवार, गळ्यात शुभ्र टपोऱ्या मोत्यांची माळ असे अपूर्व सौंदर्य त्या डोळ्यांत साठवीत होत्या. काय बोलावे हे त्यांना समजेना ! करवंदे आवडतात असे म्हटल्यावर रात्रीचीही पर्वा न करता महाराजांनी करवंदे आपल्यासमोर ठेवली... आपले डोहाळे पुरवले... कौतुक केले ! केवढे प्रेम ! महाराजांनी करवंदे धुऊन घेतली आणि रेऊबाईंच्या तोंडात त्यांनी दोन करवंदे घातली.

"वा ! फारच गोड आहेत हं ! अगदी आपल्यासारखीच !"

"काही कच्ची आहेत, ती आंबट असावीत."

"तीही आम्हाला आवडतील. महाराज !" रेऊबाईंच्या डोळ्यांतील आनंदाश्रू मुधोजीरावांच्या प्रेमाश्रूत मिसळून जात होते !

॥ ९ ॥

रेऊबाईंना नववा महिना लागला. शरीराला थोडा जडपणा आला. उठताना बसताना त्यांना जरा क्लेष होऊ लागले. तिन्हीसांजेची वेळ. कमळीने आणि पारूने वाड्यात सगळीकडे समया लावल्या. थोरल्या राणीसाहेबांनी तुळशीवृंदावनाजवळ दिवा लावला. देवघरात जाऊन सांजवात लावली. रेऊबाई देवघरात येताच त्यांच्या कानी थोरल्या राणीसरकारांचे शब्द पडले.

" शुभं करोति कल्याणम्... आई निमजाई, आमच्या रेऊबाईंचे बाळंतपण सुखरूप होऊ दे, भरल्या ओटीनं मी त्यांना घेऊन दर्शनाला येईन. "

दोघींनी एकमेकीना कुंकू लावले. देवाला नमस्कार केला. वाड्याच्या मागच्या बाजूलाच बाळंतिणीची खोली होती. चुन्याने खोलीच्या भिंती सारवल्या होत्या. त्यावर कावेने चारी बाजूंना स्वस्तिके काढली होती. खोलीच्या आत एक मोठा झरोका होता. त्याच्या खाली बाज ठेवली होती. बाजेजवळच्या ठाणवईवर मंगल दीप तेवत होता. दरवाजाच्या आतील भिंतीवर निमजाई आणि श्रीगणेशाच्या प्रतिमा रेखाटल्या होत्या. छताला मोत्यांच्या माळा झुलत होत्या. थोरल्या राणीसाहेबांनी व कमळीने रेऊबाईंना हाताशी धरून खोलीत आणले. रेऊबाईंना बराच त्रास होत होता. खरं तर आदल्या रात्री असह्य वेदनांनी त्यांनी सारी रात्र पाण्याबाहेर काढलेल्या मासळीसारखी तडफडून काढली. दर्याबाई सुईण त्यांना धीर देत होती,

" राणीसाहेब, थोड्या कळा द्या. थोड्या कळा द्या... " मैनाईबाईपण शेजारीच होत्या... अखेर रेऊबाई घामाघूम झाल्या आणि बाळाच्या रडण्याचा आवाज बाहेर गेला !

" आईसाहेब पोरगी झाली..." दर्याबाई म्हणाली... मैनाईबाईंनी रेऊबाईंच्या पाठीवरून हात फिरवला... रेऊबाईंनी आपल्या चिमण्या जीवाला हातानं स्पर्श केला... त्यांना आनंद झाला ! मैनाईबाई हळूच म्हणाल्या...

" सय येतीय का राजांची ?...! "

रेऊबाई गालातल्या गालात हसल्या...

" बाईसाहेब, आई निमजाई पावली माझ्या नवसाला ! "

रेऊबाईंना मुलगी झाल्याची वार्ता वाड्यात पसरली. सर्वांना खूप आनंद झाला. कमळीने सर्वांना साखर दिली. सुइणीने बाळ बाळंतिणीला चांदीच्या घंगाळ्यातील उष्णोदकाने न्हाऊ घातले आणि रेऊबाईंना बाजेवर झोपविले. त्यांच्या कुशीत बाळ निद्रित झाले. थोड्या वेळाने थोरल्या राणीसाहेबांनी रेऊबाईंना गरम गरम सांजा व दूध दिले !...

सोनाबाईने बाजेखाली गोवऱ्याचा शेक देण्याची व्यवस्था केली. बाळंतिणीच्या खोलीच्या दारावर आणि चौकात कडुलिंबाचे डहाळे बांधण्यात आले. दारावर सफेद रंगाचा पडदा लावण्यात आला. दाराबाहेर एक तपेले व घंगाळे होते. खोलीत जाण्यापूर्वी पाय धुऊनच जावे असे थोरल्या राणीसाहेबांनी सांगितले.

अचानक मुधोजीराव खोलीत डोकावत असल्याचे सलमानं पाहिलं... आणि पटकन ती बाहेर गेली... सरकार पाय धुऊन आत आले.

" राणीसाहेब...! "

" सरकार ! "

" अहो, तब्बेत बरी आहे ना तुमची ? फार त्रास झाला असं मला समजलं. "

" हो, थोडा झाला त्रास, पण आपल्या लेकीला बघाल का नाही ? "

मुधोजीरावांनी आपल्या लेकीकडं पाहिलं... " रेऊबाई, तुमच्या रूपात आणि हिच्या रूपात काहीच फरक नाही. आपलंच रुप आहे हे... दोघात वेगळं काय राहिलंय आता ? "

" कुठंही असलात तरी आमची सय होते तुम्हाला आणि आम्हालापण तुमची सय होते क्षणाक्षणाला !..."

" मग काय नाव ठेवायचं ह्यांचं... सांगावे ना ?...! "

" सांगीन... बारशाच्या वेळेला..."

मुधोजीरावांनी रेऊबाईंच्याकडं आणि नव्या " सईबाई" कडे पाहिलं आणि ते बाहेर पडले !

पंचमीला थोरल्या राणीसाहेबांनी पाटावर धनुर्बाण, खड्ग आणि इतर आयुधें ठेवली. श्रीगणेशाची स्थापना करून जिवती मातेची पूजा केली. दुसऱ्या पाटावर खारीक, खोबरे, बत्तासे, गूळ, नारळ व विड्याची पाने ठेवली. जवळच पाटा ठेवला. त्यावर कागद आणि मोरपिसाची लेखणी व दौत ठेवली. रेऊबाई बाळाला घेऊन गालिच्यावर बसल्या. त्यांनी गणेशाची व सटवाईची पूजा केली. डोळे मिटले. प्रार्थना केली.

पाचवी पुजूनी षष्ठीही केली
बाळंतविडा देवी घेऊन आली
दैवी लेखा भाळी लिहून गेली
अलौकिक वैभव दे शक्तिशाली...

थोरल्या राणीसाहेबांनी रुद्रभटेशास्त्रींना पाचारण करून बाळाचे रक्षण करण्यासाठी अष्टमी-नवमीसह प्रार्थना करण्यास सांगितले. अकरावे दिवशी सुइणीने बाळ बाळंतिणीला उष्णोदकाने न्हाऊ घातले. बाळाला केशरी रेशमी अंगडे, टोपडे घातले. लाल शेल्यात गुंडाळून बाजेवर ठेवले. रेऊबाईंनी रेशमी हिरवी साडी परिधान

केली होती. अंगावर शाल पांघरून त्या बसल्या होत्या. फलटणमधील काही स्त्रिया डोलीतून तर काही मेण्यातून येऊन बाळबाळंतीण पाहून गेल्या.

गंगू परटीण, बया कुंभारीण, म्हाळसा कैकाडीण... वेणू सुतारीण, सीता माळीण सर्वांनी बाळाला पाहिले. त्यांना खूप आनंद झाला. कमळीने सर्वांना साखर दिली. इतक्यात गणेशशास्त्री आले.

बालिकेचे भविष्य ऐकण्यास सर्व जण उत्सुक होते.

शास्त्री म्हणाले, ऐका... " श्रीगणेशायनम: ... शुभं भवतु " शास्त्रीबुवांनी मनातल्या मनात गणित करून, दोन्ही हातांच्या बोटांच्या हालचाली करून काही मंत्रोच्चार केला व म्हणाले, " कन्या मोठी भाग्याची ! नुसती भाग्याची नव्हे तर ही लक्ष्मी आहे. म्लेंच्छसंहारी विष्णू शिवरूपाने जन्म घेणाऱ्यासाठी, युगपुरुषाची ही राणी होणार ! फार भाग्यवान आहे मुलगी. दोन्ही कुळांचा उद्धार करणारी ही अलौकिक स्त्री आहे. "

सर्वांना आनंद झाला....

फलटण शहरातील बलुत्यांचे हेल घालून राजवाड्याच्या पायऱ्या धुणे प्रथेप्रमाणे चालू होते. बलुत्यांच्या बायका घागरींनी पायऱ्यांवर पाणी ओतून हेल घालीत होत्या.

|| १० ||

बारशाचा दिवस उजाडला. सर्व व्यवस्था अगदी चोख झाली होती. फलटण राजधानीतील आणि जहागिरीतील अनेक स्त्रिया येत होत्या. उत्सव महालात सर्वांची सोय केली होती. विविध प्रकारचे पडदे लावून महालातील खांब सुशोभित केले होते. अत्तराच्या बुधल्यातून अत्तरे शिंपली जात होती. भैरू सुताराने पाळणा आणला होता. त्याच्या चारही बाजूंना मोगऱ्याच्या फुलांच्या माळा बांधल्या होत्या. झेंडूच्या फुलांनी पाळण्याची दोरीसुद्धा सजविली होती. सोनचाफा आणि हिरव्या चाफ्याने दोरी गुंफली होती. कमळी दासी प्रत्येक सुवासिनीस बकुळफुलांचे गजरे देत होती. सुगंधाचा दरबार भरला होता... पुष्पगंधाचा घमघमाट मन उल्हसित करीत होता. महालाच्या कोपऱ्यात समयांच्या सात-सात पाकळ्या प्रज्वलित झाल्या होत्या. छतावरील हंड्या व झुंबरे पणत्यांच्या प्रकाशात मोहक दिसत होती. भोजनाच्या पंक्ती उठल्या. पंचपक्वांन्नांचा आस्वाद स्त्रियांनी घेतला आणि त्या तृप्त झाल्या.

थोरल्या राणीसरकारांनी चांदीच्या पाटावर मखमली रुमाल अंथरला. त्यावर गव्हाचा चौक काढला. रेऊबाई बाळाला घेऊन पाटावर बसल्या. त्यांच्या गळ्यातील मोत्यांचा आणि पाचूंचा हार हे कपाळावरील चंद्रकोरीला त्यांच्या लेकीच्या बारशाचा थाट दाखवीत होते.

तिन्ही सुनांसह रेऊबाईंनी बाळाला ओवाळले आणि पाळण्यात ठेवले. मुलीचं नाव काय ठेवायचं ? महालात एकच कुजबुज झाली. कमळीनं पाळण्याखाली कणकीचे चार दिवे लावले. दृष्टीच्या मण्यांची माळ घातलेलं बाळ मखमली दुपट्यात गुंडाळून आणले होते. सोनाबाईनं घुगऱ्या, साखर आणली. सलमानं किनखापी कुंचीत गुंडाळलेला गोपा आणला आणि पाळण्यात ठेवला. पाळण्याच्या बाजूला उभे राहून गोपा एकमेकींनी खेळविला. नंतर बाळाला गुंडाळून घेतले.

लक्ष्मी घ्या, सरस्वती द्या
सीता घ्या, द्वारका द्या
सुनेत्रा घ्या, शारदा द्या !

मैनाईबाईसाहेब म्हणाल्या, " आता बाळाला पाळण्यात ठेवा. नांव काय ? "

" हो नांव काय ? " एकच आवाज आला...

" सई हो सई. " रेऊबाई म्हणाल्या.

" दिवाणसाहेब तुमचं काय नांव ? "- मनुबाईसाहेब निगडे म्हणाल्या,

" आत्याबाईसाहेब, मान तुमचा... नांव ठेवायचा... बोला-बोला..."

आत्याबाईसाहेब उठल्या आणि त्यांनी बाळाच्या अंगावर लाल शेला टाकला आणि म्हणाल्या, -

" सई... सईबाई... "

सर्वांनी त्यांच्या पाठीवर बुक्क्या मारल्या. आत्याबाईसाहेबांनी रेऊबाईंना सांगितलं.

" आता नांव घ्यायचं ? "

" कुणाचं ? "

" तुमच्या सरकारांचं ! "

रेऊबाईंनी पदर सावरला, डोक्यावरचा पदर पुढं ओढला आणि म्हणाल्या

" राम बसले राज्यावर सीता बसली अंकावर
मुधोजीराव नाइकांचं तेज माझ्या कुंकवावर... "

" वा ऽऽ वाऽऽ फारच छान. "

आत्याबाईसाहेब म्हणाल्या... आणि नावे घेण्याची चढाओढ लागली.

" थांबा, शांत रहा. आता बाळाच्या कानात नांव सांगा. "

रेऊबाईंनी बाळाचा लाल शेला बाजूला केला आणि तिला हाक मारली.

लक्ष्मीला खेळायला न्या कुर्रऽकुर्रऽकुर्र
सीताबाईला खेळायला न्या कुर्रऽकुर्रऽकुर्र
सुनेत्राला खेळायला न्या कुर्रऽकुर्रऽकुर्र
निमजाईला खेळायला न्या कुर्रऽकुर्रऽकुर्र
सईला खेळायला न्या कुर्रऽकुर्रऽकुर्र

रेऊबाईंनी पाळण्याची दोरी ओढली आणि सर्व बायांना विचारलं, " पाळणा कोण म्हणणार ? "

" वेणू सुतारीण चांगली म्हनती पाळणा आईसाहेब ! "

राधाबाई म्हणाली,

" ये वेणू... ये... ये..."

वेणू सुतारीण पाळणा म्हणू लागली

वेणू सुतारणीने पाळणा म्हणण्यास सुरुवात केली...

" सुतार सुंदरसा तुजसाठी आणविला
पाळणा रंगीत बनविला...
चहूबाजूंनी राघू मोर बसविले
पाळण्यात बाळ निजविले...!

चंपा गुरविणीने मध्येच पाळणा म्हटला -

हलवा ग सयांनो ।
लाडक्या लाडीला ।
राजस बाळीला या ।
सुकुमार सईला ।।
लक्ष्मी कुणी म्हणा ।
अंबामाता कुणी म्हणा ।
निमजाई कुणी म्हणा ।
... ... पाळणा झुलू द्या ।।
सई बाळाला म्हणा ।
सई लाडीला म्हणा ।
सईचा पाळणा झुलू द्या...!
... पाळणा झुलू द्या... ।।

।। ११ ।।

आता सईबाई तीन महिन्यांच्या झाल्या. पालथ्या होऊन त्या पुढे सरकू लागल्या. मान वर करून त्या इकडे तिकडे पाहू लागल्या. कमळीने त्यांच्या हातात चांदीचा खुळखुळा दिला...

"राणीसाहेब, खुळखुळयाचा आवाज ऐकला की, सईबाई कशा नागिणीसारख्या इकडे तिकडे मान करून पहातात..."

"अग कमळे, त्यांनी तोंडात मनगटी घातलीय, पाहिलंस का ?"

"जी राणीसाहेब"

असे म्हणून तिने सईबाईंच्या तोंडातील मनगटी हळूच काढली... आणि त्यांना रेऊबाईंकडे दिली. दोन्ही हात समोर करून कमळीने हाक मारली

"आक्का... आक्का... या... या... या इकडं !"

रेऊबाईंकडून सईबाईने कमळीकडे झेप टाकली. कमळीने सईबाईंना मांडीवर घेतले. सईबाई मांडीवरून जमिनीवर घसरल्या.

"पहा कशा सारख्या पाण्यात पडलेल्या माशासारख्या वल्हे मारतात ! हातापायाला दम नाही. काय सोन्यासारखं लेकरू आहे... रडं नाही... कांही नाही."

इतक्यात मैनाईंनी त्यांना घेतले. त्यांचे मुके घेतले. अंगडे टोपडे बदलले. डोळयांत काजळ घातले. कोणाची दृष्ट लागू नये म्हणून पायाच्या तळव्यालाही काजळ लावले. त्यांचा थाटमाट करून त्यांना घेऊन त्या महाराजांकडे गेल्या. महाराज त्या वेळी न्याहरी करीत होते.

"कोण आले ? कोण आले... पाहिलंत का ? आपल्या आक्का आल्यात न्याहरी करायला... चिवचिव करायला...आक्का आल्यात... पहा तर..."

"अरे वा ! या... या... सईबाई, आमच्या मांडीवर बसताय की चिमणीसारखे खांबावर बसताय ?"

असे म्हणून महाराजांनी त्यांना घेतले. त्या "हूं हूं" करू लागल्या.

"महाराज, आक्का आता चांगल्याच हुंकार देतात. त्यांना हाक मारली कीं, त्या आपल्याकडे पाहतात. आम्हाला आणि रेऊबाईंना चांगल्याच ओळखतात." मैनाईबाई म्हणाल्या.

"राणीसरकार, सईबाई तुम्हाला ओळखतात ? काय करतात ? त्यांना ना बोलता येते... ना चालता."

" महाराज आम्ही त्यांच्याकडे पहातो आणि या... या... म्हणून हात पुढे करतो. तेव्हा त्या झेप घेऊन आमच्याकडे बघतात आणि हात पुढे करतात. येतात आणि हसतात... म्हणजेच त्या आम्हाला ओळखतात ! आता आपण त्यांना हाक मारावी... या... या म्हणावे. "

कडेवरच्या सईबाईंनी मान मागे वळविली...

" पाहिलंत, ओळखलं का आपल्याला ? "

" अरे हो, खरेच की, आम्ही ज्या वेळी सईबाईंकडे येतो त्या वेळी त्या झोपलेल्या असतात. ते बाळरूप म्हणजे ईश्वररूपच ! झोपेतून उठवले की त्या रडतील म्हणून आम्ही त्यांचे रूप झोपेतच पाहतो. अर्धोन्मीलित डोळे, काळेभोर जावळ, चिमुकले हात, चिमुकले पाय, हातापायांचे गुलाबी तळवे, गोबरे गोबरे गाल सगळं सगळं आम्ही पाहतो झोपेत. त्या कधी हसतात तर कधी रडतात..."

" आणि मग त्या आम्हाला कशा ओळखणार ? " महाराज म्हणाले...

तरीसुद्धा महाराजांना सईबाईंचा फार लळा लागला होता. जहागिरीच्या कामातून, मृगयेवरून परत आल्यावर त्यांना वेळ मिळाला की सईबाईंशिवाय त्यांना चैन पडत नसे. वाड्यात बरीच वर्षे लहान मूल नसल्यामुळे बाळाचे कौतुक कसे करावे हेही त्यांना जमत नसे.

सईबाई आता आठ महिन्यांच्या झाल्या. त्या थोड्या थोड्या रांगू लागल्या. रांगता रांगता त्यांचा पाय अडकायचा आणि पुन्हा त्या रडायच्या. त्या दिवशी त्या खूपच रडल्या. काही केल्या त्या शांत होईनात. मैनाईबाईंनी कमळीला हाक मारली.

" कमळे, सईबाईंच्या कपड्यात एखादी मुंगी आहे का पहा. किंवा पोटात दुखते का बघ. "

सईबाई रडायच्या थांबेनात...

" ताईसाहेब, वैद्यांना पाचारण करावे काय ? " रेऊबाई म्हणाल्या.

" थांबा रेऊबाई, मी त्यांची दृष्ट काढते. "

" कमळे मीठ-मोहऱ्या आण गं जरा. "

मैनाईबाईंनी सईबाईंची दृष्ट काढली... तरीही त्या रडू लागल्या.

रेऊबाई चिंताक्रांत झाल्या.

इतक्यात सोनाबाई आल्या. त्यांनी सईबाईंना जवळ घेतले. त्यांची टाळू भरली. त्यांचे हात, पाय दाबले. तळपायाला व तळहाताला थोडे तेल लावले. मऊ दुपट्यात गुंडाळून पाळण्यात अलगद ठेवले. पाळण्याची दोरी ओढून त्या ओव्या

म्हणू लागल्या,

“ये ग तू ग गाई...
चरूनी भरूनी...
सईबाईला म्हणूनी...
दूध देई...
अंथरुण केलं...
पांघरुण शेला...
निजविते तुला
राजस बाळा...”

दोन प्रहरी सईबाई उठल्या त्या हसतमुखानेच ! गळ्यातल्या दृष्टीच्या मण्यांच्या माळेला हात लावीत मान हालवत हालवत वरच्या खेळण्याकडे पाहू लागल्या. रेऊबाईंनी त्यांना उचलून गालिच्यावर ठेवले. सईबाई रेऊबाईंच्या महालातून रांगत रांगत बाहेर आल्या.

“या ऽ या ऽ, दिवाणसाब, कोण येतंय माझ्याकडं ?”

“साखरीबाई, आता पाय फुटलेत तुम्हाला... बाहेर जायचे का खेळायला ?”

“आमच्या चिमुकल्या नंदूबाईंना एवढा वाडा पुरेल का रांगायला ?”

रेऊबाईंच्या तिघी सुनांनी सईबाईंना खेळविले. खेळून खेळून सईबाई थोड्या कुरकुर करू लागल्या. रेऊबाई त्यांना घेऊन मंचकावर बसल्या... त्यांनी सईबाईंना पदराखाली धरले. तिन्हीसांज झाली तरी सईबाई झोपेना म्हणून त्यांनी सईबाईंना पाळण्यात ठेवले आणि त्या अंगाईगीत गाऊ लागल्या -

“मी जोजविते तुजला राजकुमारी
तू राजस आमुची प्यारी ।।
ही अंधारी भयाण रात्र जाहली
झोपली आमुची नगरी....
तू खेळूनी दमलीस बाळे...
करीसी जरी दिसभर चाळे...
सुकोमल तुझी काया, सुकूनी गेली
सईबाई राजकुमारी...

॥ १२ ॥

सईबाई आता झबले घालू लागल्या. हळूहळू चौकामध्ये येऊन कावळा, चिमणी पाहायच्या. देवाला " जयबाप्पा !" असे म्हटल्यावर हात जोडायच्या. थोडेसे बोबडे बोलायच्या. कमळी त्यांना गाय, पोपट, कावळा यांचा आवाजही शिकवायची... सईबाई तिच्याकडे पहात राहायच्या.

" कावळा कसा ओरडतो ? "

" काऽऽव काऽऽव... "

" चिमणी कशी ओरडते ? "

" चिऽऽव चिऽऽव... "

कधीतरी सलमा त्यांना मांडीवर घेऊन शिकवायची.

" सईबाई म्हणा.... माऽऽ माऽऽ मा मा... हऽऽम्माऽऽ हऽऽऽम्मा..."

सईबाई बरहुकूम म्हणायच्या. त्यांना खेळायला वाडा पुरेनासा झाला. आता त्या एकट्या चौकात, सदरेत, दिवाणखाण्यात तर कधी माडीवरही जायच्या. एक दिवस कमळीने त्यांना पुष्पवाटिकेत नेले.

" पाऽऽ पाऽऽ पाऽ पा ..." पाण्याकडे पाहून सईबाई म्हणाल्या. " जोऽऽ जोऽऽ जो "... झोपाळ्याकडे बोट दाखवून त्यावर बसण्याची खूण करायच्या. सईबाई फुले तोडायच्या... पाने तोडायच्या... पाण्यात टाकायच्या... सईबाई आता दोन वर्षांच्या झाल्या होत्या. रेऊबाईंनी दामू शिंप्याला बोलविण्याबद्दल कमळीला सांगितले.

" काय शिवायचे हैती कापडं ? "

" सईबाईंना छान हिरवा रेशमी झगा शिवून त्याच्या बाह्यांना व गळ्याच्या बाजूला चांगला कशिदा काढा. झग्याचा घोळ जरा जास्तच ठेवा. "... रेऊबाई म्हणाल्या.

नवा रेशमी झगा घालून सईबाई वाड्यात इकडून तिकडे ठुमकत ठुमकत जात असे. पैंजणांच्या आवाजावरून त्या कोठे आहेत हे समजत असे. त्यांना मांजर... मांजराची पिल्ले फार आवडत होती. दुपारीच त्यांना वरणभात आणि तूप-पोळी घालून रेऊबाईंनी थाळा दिला. सईबाई बाहेर खेळायला गेल्या. तिन्हीसांज झाली. रेऊबाईंनी समई लावली. रोजच्याप्रमाणे त्यांना हाक मारली.

" सईबाई, शुभंकरोति म्हणायला चला बाळा. " बराच वेळ वाट पाहिली. सईबाई आल्या नाहीत...

" कमळे.... कमळे... " रेऊबाईंनी हाक मारली.

" जी राणीसाहेब, काय झालं ? "

" अग, सईबाई कुठे आहेत ? बराच वेळ झाला आम्ही त्यांना पाहिलेही नाही. दुपारचा थाळा घेतल्यावर पुन्हा त्या माझ्याजवळ आल्या नाहीत. " रेऊबाई काळजी करू लागल्या. पारू, सलमा, सोनाबाई सगळ्यांनी शोधाशोध घेतली. पण सईबाई दिसल्या नाहीत.

" रेऊबाई, किती चिंता करता सईबाईंची ? लहान मूल त्या ! असतील इकडे तिकडे खेळत. थांबा मी पहाते. मैनाईबाई म्हणाल्या. "

" राणीसाहेब, सर्वांनी त्यांना शोधले... त्या कुठेच दिसल्या नाहीत... माझं बबडं... माझं सोनुलं... माझं चिमणं कुठं गेलं असेल ? "... रेऊबाईंच्या डोळ्यांत पाणी आले.

" रेऊबाई, शांत राहा...काळजी करू नको. ती बघ कमळी आलीय ..."

" मी शोधूनच काढते सईबाईंना... घेऊनच येते बघा. " कमळीने दिवाणखान्यात, चौकात, अंत:पुरात पाहिले. सलमाने माडीवर, उत्सव दरबारात, तुळशी वृंदावनाजवळ पाहिले. गुणाबाईने मुदपाकखान्यात व अंबारखान्यात पाहिले. साऱ्या दासी घाबरल्या. आता राणीसाहेबांना काय सांगायचं... कसं सांगायचं, असा मोठा प्रश्न पडला. मोठ्या धाडसाने कमळी काळजीच्या स्वरात म्हणाली...

" राणीसाहेब... सईबाई कुटंबी दिसल्या नाहीत. "

" कमळे, त्यांना आता पाय फुटलेत. सगळीकडे पाहिलेस का? "

" राणीसाहेब, आम्ही समद्यांनी सगळीकडं शोध केला पण...

इतक्यात पुष्पवाटिकेतून म्हाळसा सईबाईंना कडेवर घेऊन आली...

" राणीसाहेब, बगा तरी आपल्या सईबाईंचं खेळ ! अवो... सईबाई माझ्या पोरासंगं बागंत खेळत होत्या. फुलं तोडायच्या, पान्यात टाकायच्या... पानं तोडायच्या, पान्यात टाकायच्या... माज्या घरात आल्या आन् मांजराचं पिलू काखोटीत घेऊन फिराय लागल्या. त्याच्यासंगं लई येळ त्या खेळत होत्या. ह्ये बगा, सईबाईंनी पिल्लाला बकुटीत धरलंया... त्या सोडतच न्हायती. "

" सईबाई बाळा, इकडे या, त्या पिल्लाला त्याच्या आईकडे जाऊ द्या. "

रेऊबाईंनी सईबाईंच्या हातातील पिल्लू खाली ठेवले... सईबाई रडू लागल्या. पिल्लाकडे बोट दाखवून " माऊ... माऊ..." असे म्हणू लागल्या.

इतक्यात मांजरी आली... तिने तोंडातून पिल्लू नेले...

" सईबाई, कुठं होता इतका वेळ ? तुम्हाला भूक लागली नाही का ? माझं सोनुलं ते ! माझ्या लाडलीला पाहून किती वेळ झाला. " असे म्हणून त्यांनी कुरवाळले आणि पापा घेतला.

" कमळे, उशीर झालाय... सईबाईंना थाळा दे. "

" जी राणीसाहेब ! "

कमळीने तूप, भात, वरण आणले. सईबाईंनी काहीच खाल्ले नाही. दूधही घेतले नाही. रेऊबाईंनी त्यांना चांदोबा दाखविला आणि चिऊचा... काऊचा घास भरवून थाळा रिता केला.

" पारू, सईबाई आज बराच वेळ खेळल्या. त्यांच्या हाता-पायांना तेल लाव, टाळू भर. "

पारूने रेशमी शालीत त्यांना गुंडाळले व पाळण्यात ठेवले. सईबाई शांतपणे झोपी गेल्या...

दिवसेंदिवस सईबाईंचे खेळणे वाढू लागले. त्या आता सहा वर्षांच्या झाल्या. दररोज सकाळी पंतोजी त्यांना शिकविण्यासाठी येत होते.

" सईबाई, पाटी घ्या. मी " श्रीगणेशाय नम: " लिहिले आहे ते वाचा पाहू..."

" श्री ग णे शा य न म: "

" वा ! वा ! फारच छान ! " सईबाईंच्या बोटाला धरून ती अक्षरे पंतोजींनी गिरवून घेतली. तसेच बाराखड्या व पाढ्यांचे लेखन-वाचन घेतले.

कांही दिवसांनी सईबाई वाचू लागल्या... लिहू लागल्या. एकदा त्या घोड्याच्या पागेत गेल्या. नवीन घेतलेली काही घोडी चौकात उभी होती. जवळच त्यांना हरभऱ्याचा मोठा ढीग व लोणी दिसले.

" आबासाहेब, घोडे लोणी खातात का ? "

" होय सईबाई, लोणी आणि हरभरे हा तर त्यांचा खुराक असतो. "

मोतद्दाराने घोड्यांना हिरवा चारा व मक्याच्या पेंढ्या खावयास घातल्या. नवीन घोड्यावर मारलेले शिक्के दाखवीत मोतद्दार म्हणाला,

" महाराज, ही पांढरी घोडी लई चपळ हाय ! चाबूक न मारताच ती चौखूर उधळतीया. "

" छान, सर्व घोड्यांची निगराण चांगली केलीस. "

मोतद्दाराने राजांचे पाय शिवले.

मुधोजीराजे अश्वारूढ झाले. मोतद्दारांनी सईला पुढे बसविले. महाराज सईबाईंना घेऊन निमजाईला जाऊन आले.

मुधोजीराजांचे तिन्ही पुत्र फलटणच्या आसपास स्वार होऊन शेर शिकार करीत होते. त्यांनीच सईबाईंना घोड्यावर बसायला शिकविले, तलवारही चालवायला शिकविले. परकर पोलके घालून रपेट करणाऱ्या सईबाईंना पाहून महाराजांना व दोन्ही राण्यांना फार कौतुक वाटे.

सईबाई मैत्रिणींना जमवून कधी सागरगोटे तर कधी लंगडी खेळायच्या. भातुकलीचा खेळ त्यांना फारच आवडे.

" आईसाहेब, आम्ही बाहुला, बाहुलीच्या लग्नाचा खेळ खेळू का? "

" सईबाई, त्या खेळाला बऱ्याच मैत्रिणी जमवाव्या लागतील. कमळीला सांगा, मुलींना बोलवायला. "

" म्हाळसा, तुझ्या पोरांना आणि पारूच्या पोरींना वाड्यात पाठव दुपारी. " कमळी म्हणाली. त्या दिवशी कदमकाकींची इंदू, हिरा, मोरेकाकींची यमू, मंदा, गोदू, निगडेआत्यांची नमू, सीता इत्यादी बऱ्याच मुली आल्या.

" सईबाई, तुमचा बाहुला चांगला सजवा, बरं का ! "

दामू शिंप्याने बाहुल्याला जरीचा लाल अंगरखा व पांढरा चोळणा शिवून दिला. डोक्यावर छोटे पागोटे पण दिले.

" इंदू, तू पण तुझी बाहुली नटवून आण हं. "

" सईबाई, माझ्या बाहुलीला माझ्या आईने परकर-पोलके शिवलेय. शिवाय यमूने तिच्या गळ्यातील मोत्याच्या माळा घातल्या बरं का ... "

" असू दे... असू दे... बरं का... एवढं काही आम्हाला चिडवायला नको. आमच्या बाहुल्याच्या गळ्यातील टपोऱ्या मोत्याची माळ बघ कशी चकाकतेय. "

" ए आता कोणी भांडायचं नाही बरं का. " गोदू म्हणाली,

" मंदा, कमळीकडून दोन पाट आणि मुंडावळ्या आण. " सईबाईंनी पाटावर सजवलेले बाहुला-बाहुली उभे केले. उत्सव दरबारातील लग्नाची व्यवस्था सलमाने छान केली होती. सईबाईंनी सर्व मैत्रिणींना नटून थटून येण्यास सांगितले.

" नवरा-नवरीला आणा " हिरा म्हणाली. सर्वांनी टाळ्या वाजवल्या. थाळ्यावर काटकी वाजवून ताशा केला, तर बन्याबाच्या मुलाने निशिगंधाच्या देठाने पिपाणी वाजवली...

इंदूने बाहुलीच्या गळ्यात तर सईबाईंनी बाहुल्याच्या गळ्यात बकुळीची पुष्पमाला घातली.

" शुभ मंगल सावधान...
शुभ मंगल सावधान..."

असे गोदू पाच-सहा वेळा म्हणाली. मुलींनी नवरा-नवरीवर अक्षता टाकल्या. लग्न झाले.

" ये नमू, ये यमू हातात पाट धरा... वरात काढायची ना ? " हिरा म्हणाली. उत्सव मंडपात इकडून तिकडे वरात काढली.

कमळीने सर्वांना गोड सांजा आणि वरण-भाताचे भोजन दिले... मुली घरोघरी

गेल्या. उत्सवमंडपातील एका बाजूस बाहुला-बाहुली पाटावर उभे होते.

आषाढातील मुसळधार पावसाने जिकडे तिकडे पाणीच पाणी झाले होते. पुष्पवाटिकेतील सर्व फुलझाडे तरारली होती. सईबाईंच्या मैत्रिणीही फुले वेचण्यासाठी बागेत आल्या.

" ए इंदू, हिरव्या चाफ्याची फुले घेऊ नको हं ! आमच्या आईसाहेबांना दररोज द्यावी लागतात. "

सईबाईंनी मोगऱ्याची फुले तोडली आणि त्याचे गजरे केले.

" सईबाई, हा एवढा मोठा गजरा कोणासाठी केलात ? " यमू म्हणाली.

" आमच्या मोठ्या आईसाहेबांसाठी ! त्यांचा अंबाडा खूऽऽप मोठा आहे ना. "

जिवाजीने रानातील मोठ्या झाडांना झोके बांधले. जगू कासारणीने पंचमीसाठी वाड्यातील स्त्रियांना बांगड्या भरल्या. सईबाईंनी आपल्या मैत्रिणींना वाड्यात बोलावले.

सगळ्या मुली नटून थटून पूजेचे साहित्य घेऊन वारुळाकडे निघाल्या. वारुळाला हळदीकुंकू व लाह्या वाहिल्या... नमस्कार केला.

" ए हिरा, यमू, मंदा झोके घ्यायला चला..."

" थांबा सईबाई जरा..." परकर सावरत सावरत छोटी मंदा म्हणाली... "

" बरं...बरं... चला आता... सावकाश झोके घ्यायचे बरं का... एकमेकींचा झोका अडवायचा नाही. "

झोके घेतल्यावर मुलींनी फेर धरला... टाळ्यांच्या ठेक्यात नाचू लागल्या.

पुन्हा फेर धरून सर्वजणी नाचू लागल्या... दोघी-दोघींनी जोडी करून झिम्मा खेळू लागल्या... खेळता खेळता इंदूने गाणे म्हटले,

" आंबा पिकतो... रस गळतो
कोकणचा राजा बाई...
झिम्मा खेळतो..."

यमूने सूर धरला...

" झिम पोरी झिम...
कपाळाचं भिंग...
भिंग गेलं फुटून...
पोरी गेल्या पळून..."

पुन्हा फुगड्या सुरू झाल्या. पैंजणाच्या घागऱ्या वाजू लागल्या...

" अगं हिरा, मुक्याने फुगडी खेळतात का ? हुमाण घे की... " यमू म्हणाली.

" फुगडी खेळू दणादणा...
रुपये मोजू खणाखणा...
रुपये झाले पासरी...
आमची यमू हासरी. "...

सगळ्याजणी यमूकडे पाहून फिदीफिदी हसू लागल्या ! कमळीच्या सीतेने रमीला ओढले. दोघीजणी कमरेवर एक हात ठेवून दुसऱ्या हाताने तळवे उंचावत म्हणाल्या...

" कीस बाई कीस...
दोडका कीस...
दोडक्याची फोड...
लागली गोड...
आणिक तोड बाई आणिक तोड... "

अनेक प्रकारचे खेळ रंगले होते. खेळून खेळून मुली दमल्या. इतक्यात उमा आली. एक पाय वर ठेवून गुडघ्यावर दुसरा हात ठेवीत म्हणाली...

" सईबाईंचा कोंऽऽबडा...
आला माझ्या दारी...
कुकुच ऽऽ कू ऽ बाई कु ऽ कु च कू ऽऽऽ "

गाणे ऐकल्यावर सईबाईंना फार राग आला...

" उमे, माझं नाव का घेतलंस ग ?... "

" अहो वेडाबाई, ते खेळातलं गाणं आहे... आपलं खोटं खोटं... असं रागवायचं नसतं बरं का ? "...

" बरं... बरं... बरं बाई. " असे म्हणत सईबाईंनी पुन्हा फेर धरला...सर्व मुली हसत हसत घरी गेल्या...

नागपंचमीला नागेश्वराचे मंदिर दीपोत्सवाने प्रकाशमय झाले होते. जवळच गाईच्या मंदिरातील दीपमाळ प्रज्वलित झाली होती. रात्री नागेश्वराच्या देवळातून जनाबाईचा अभंग सुरू झाला होता.

" विठू माझा लेकुरवाळा...
संगे गोपाळांचा मेळा...
विठू माझा लेकुरवाळा... "

" आईसाहेब, विठू म्हणजे कोण हो ? "

" विठू म्हणजे पंढरपूरचा विठ्ठल... पांडुरंग. "

" त्याला किती मुले होती ? "

" सईबाई, विठ्ठलाची मुले म्हणजे सर्व संत! निवृत्ती, ज्ञानदेव, सोपान, मुक्ताबाई, गोरा कुंभार, नामदेव, चोखामेळा ही सगळी संत मंडळी विठ्ठलाची भक्ती करीत होती. संतांच्या शब्दाची चवच न्यारी. हा अभंग जनाबाईचा आहे. "

" मग हे सगळे संत पंढरपूरला राहतात का हो ? "

" सईबाई, हे सर्व वारकरी संतांच्या पालख्यांबरोबर आषाढी एकादशीला पंढरपूरला जातात. चंद्रभागेत स्नान करतात आणि ज्ञानबा... तुकाराम... विठ्ठल... विठ्ठल... असे भजन करतात. ज्ञानेश्वरांची पालखी इथूनच पंढरपूरला जाते. "...

" आईसाहेब, आपण जाऊ या का एकदा पंढरपूरला ? "

" हो... हो... पुढल्या वर्षी जाऊ बरं का. "...

सईबाईंच्या तोंडातून विठ्ठल...विठ्ठल... शब्द अस्पष्ट ऐकू आले. त्यांच्या चौकस बुद्धीचे रेऊबाईंना फार कौतुक वाटले. त्या त्यांच्याकडे पाहत राहिल्या. भक्तिरसात भिजलेली मुक्ता त्यांना दिसली... खरंच ती " मुक्ता " होती. तीन भावांनंतर जन्मलेली...

... आश्विन महिन्यातील घटस्थापनेचा दिवस. देवघरात घटस्थापनेची तयारी चालली होती. सईबाई थोरल्या राणीसाहेबांकडे आल्या. त्यांना काही हवे असेल तेव्हा त्या त्यांच्याकडेच यायच्या, त्यांच्या मांडीवर बसायच्या... गोड गोड बोलायच्या...

" थोरली आई, आज देव बसलेत ना ? "

" बरं... मग ? "

" आजपासून आम्ही भोंडला घालणार आहे... सोळा दिवस. "

" बरं... बरं... मग काय हवे आमच्या सोनुलीला ? "

" आम्हाला ना...? आम्हाला ना. सर्व प्रकारची फळं पाहिजेत आणि..."

" आणि काय ?... सांगा ना. "

" आम्हाला सोळा दिवस खिरापत हवी... कुणालाही न ओळखण्यासारखी. "

" एवढेच ना ? मग बन्याबाला सांगा. तो लगेच आणून देईल. "

" नाही... नाही. तुम्ही चला ना बागेत. "

" येते बाई... लाडक्या लेकीचे लाड पुरवायला हवेत ना? "

दोघी हसत हसत बागेत आल्या.

बन्याबाने एका टोपल्यात केळ, पेरू, डाळिंबं, सिताफळं, चिंच, कैरी, छोटा नारळ अशी फळे दिली.

" बन्याबा, झेंडूची फुलेपण दे बरं का ? "

" सईबाई, झेंडूचीबी देतो आन् मोगऱ्याचीबी. "

कमळीने फळांची व फुलांची माळ केली. तुळशी वृंदावनाजवळ मोठा चौक होता.

" कमळे, या भिंतीवर गजगौरीची तसबीर लाव. "

" जी राणीसाहेब. " असे म्हणून कमळीने तसबीर लावली व तिला फुलांची आणि फळांची माळ अडकवली. सईबाईंनी गजगौरीची पूजा केली.

संध्याकाळी सईबाईंच्या मैत्रिणी आल्या. अंगणात पाट ठेवला. त्यावर यमूने हत्तीचे चित्र काढले. मुलींनी फेर धरला.

सईबाईंनी सुरुवात केली....

" ऐलमा पैलमा गणेश देवा...
माझा खेळ मांडू दे...
करीन तुझी सेवा... "

सर्व मैत्रिणी तिच्यामागून गाणे म्हणत होत्या.

यादवांच्या शकूने गाणे म्हणण्यास सुरुवात केली.

" कुचुकुचु काटे... सासरच्या वाटे...
कोण पाव्हणं आलं ग बाई...
झिपऱ्या कुत्र्याला सोडा ग बाई... "

" ए शकू, हे गं काय तुझं गाणं ? आम्हाला कोणालाच आवडलं नाही..."

शेवटी मोऱ्यांची सगुणा म्हणाली...

" आड बाई आडवणी...
आडात पडला शिंपला...
आमचा भोंडला संपला... "

सईबाईंनी खिरापतीचा डबा आणला आणि सर्वांना म्हणाल्या, " ओळखा पाहू आमची खिरापत ? "

" केळ ! पेरू ? डाळिंब ? सिताफळ ? कैरी ? लाडू ... करंज्या... जिलेबी... उसळ... खीर... गुळखोबरे... साखरखोबरे... ? "

" नव्हे... नव्हे... ..."

" शेंगदाणे... फुटाणे... सांजा...

" नव्हेच मुळी, अजून ओळखा. " सईबाईंना आनंद झाला.

" आम्ही बाई हरलो..." एकच गलका झाला...

" अगं, आजची खिरापत आहे मोदकाची. "

" अगं बाई, आम्हाला कोणालाच ओळखता आली नाही. "

सईबाईंनी सर्वांना एक एक मोदक दिला. मुली घरोघरी गेल्या. खेळून खेळून दमलेल्या सईबाई गाढ झोपल्या.

" सईबाई, उठा आता, सकाळ झाली बघा ! दिवसभर खेळून खेळून दमलात... उठा बाळा, आता. " रेऊबाई म्हणाल्या.

" आईसाहेब, आमचे पाय फार दुखतायत हो... "

" बाळा, रात्री तुमच्या पायाला मी तेल लावलं... पाय दाबले... किती गाढ झोपला होता आणि झोपेत सारखी बडबडत होता, माझी खिरापत ओळखा... माझी खिरापत ओळखा. "

हे ऐकून त्या खुदुखुदु हसू लागल्या आणि रेऊबाईंच्या मांडीवर बसल्या... पुन्हा हसू लागल्या... जरा वेळाने सईबाई उठल्या... देवाला नमस्कार करून अभ्यासाला बसल्या. त्या दिवशी पंतोजी आजारी असल्यामुळे आले नाहीत. सईबाईंनी पाटीच्या एका बाजूवर अ पासून ज्ञ पर्यंतच्या सर्व बाराखड्या काढल्या व दुसऱ्या बाजूवर नाग, हत्ती व गाईचे चित्र काढले. ...इतक्यात देवघरातून महाराज देवदर्शन करून बाहेर आले... सईबाई त्यांच्याकडे पाटी घेऊन पळत पळत गेल्या...

" आबासाहेब... आबासाहेब, आमचा अभ्यास बघा. सगळ्या बाराखड्या काढल्यात मी...म्हणून दाखवू का आता ? " मुधोजीराजांनी त्यांची पाटी पाहिली... त्यांना त्यांचे कौतुक वाटले,

" अरे वा ! आमच्या सईबाई आता शहाण्या झाल्यात... बोलण्यात हुषार... खेळण्यात हुषार. आणि अभ्यासातही...परवा आम्ही ऐकलं की पागेत जाऊन तुम्ही शिंगरू फिरवत होता... आणि शस्त्रागारातील तलवार घेऊन फिरवत होता... खरंय ना ? "

" जी आबासाहेब... चुकलो आम्ही ! आपल्याला न विचारता... " असे म्हणून त्यांनी महाराजांचे पाय धरले. त्यांच्या पायांवर त्यांचे अश्रू ओघळले...

" उठा सईबाई, अहो, तुमची गंमत केलीय आम्ही ! तुम्ही एवढ्या धीट झालात हे पाहून आम्हाला अभिमान वाटला... बरं..."

सईबाई उठल्या. आबासाहेबांनी त्यांना जवळ घेतले. त्यांच्या पाठीवरून हात फिरवला. ते त्यांच्याकडे प्रेमाने पाहात राहिले...

त्या आईकडे निघाल्या. त्यांच्या पायातील पैंजणाचा छुम छुम आवाज महाराज ऐकत होते. पाठमोऱ्या सईबाईंकडे ते डोळे भरून पाहात होते... क्षणभर त्यांचेही डोळे पाणावले... " सईबाई... आमच्या सईबाई..." मनाशीच म्हणाले.

॥ १३ ॥

या वर्षी दुष्काळानं प्रजा गांजली. गेली दोन-तीन वर्षे बरी गेली होती. या वर्षी पाऊस पडला नाही. विहिरी, तलाव आटले. कोरड्या विहिरीत मातीच्या धुराळ्याचा खेळ चालला होता. मुकी बिचारी जनावरे तहानेच्या आशेने तलावाकडे धाव घेत आणि डोळे ताणून तलावात पाणी पिण्यास मिळते का पाहात. पुन्हा त्याच पावली निराशा पदरी घेऊन नदीकडे धाव घेत होती. तिथेही तोच प्रकार... गुरं वाळूत पाय रोवून रोवून शिंगाने पाण्याचा शोध घेत होती. वर आभाळातून उन्हाच्या झळी येत होत्या आणि जमिनीवर उष्ण वाऱ्याचे झोत येत होते. नदीत पाणी नसल्याचे दु:ख जाणवत होते, पण दोन अश्रू ढाळण्याएवढेसुद्धा पाणी नव्हते. नदीसुद्धा कोरडे अश्रू ढाळीत होती. शेतातील जमीन तडकल्यामुळे आपोआपच तिचे हजारो तुकडे झाले होते. जमिनीच्या काही घळींमध्ये मेलेल्या जनावरांचे, पक्ष्यांचे अवशेष दिसत होते. झाडांनी फक्त आपले फांद्यांचे हात-पाय काड्यांसारखे उभे केले होते. निष्पर्ण झाडावर फक्त आता सुगरिणीची रिकामी घरटी लोंबकळत होती. शेतात कोठे कुसळही दिसत नव्हते. घरात पाणी नव्हते, शेतात पाणी नव्हते. पशू-पक्षी-मानव आणि झाडेही पाणी पाणी करीत होती. नाही म्हणायला गावात नारळाची तीस-चाळीस झाडे होती. नारळात तेवढे पाणी पाहायला मिळत होते. प्रत्येकाला वाटे, कुठल्या तरी देवळापुढे असलेल्या सतीच्या वृंदावनातून एखादे कारंजे उसळावे आणि त्या पाण्याने मुलूख भरून जावा. सर्वांना मनसोक्त पाणी मिळावे. गुरे पाण्यात डुंबावीत, पक्ष्यांच्या चोचींतूनही पाणी गळावे. शेतीभाती सुजलाम् सुफलाम् व्हावी. माणसांनाही भरपूर पाणी मिळावे आणि पाण्याला पाण्याचा आनंद मिळावा ! पण हे सारे स्वप्नच होते नाही का ? कारण दुष्काळाने सर्वांना घेरले होते; अगदी डोंगरापासून कृमिकीटकांपर्यंत ! अशा परिस्थितीत लोक पेरणी कशी करणार ? आणि शेतसारा कोठून भरणार ?

राजवाड्यावर लोक रोज धडका मारू लागले. एक दिवस सारी बलुतेदार मंडळी शेतकरी, ब्राह्मण सारे वाड्याच्या दारात उभे राहिले, जठार, दंडीले, शिंदे, घनवट, पेटकर, जोशी, गिरवीकर, देशपांडे, म्हेत्रे, माळवदे, शिरतोडे, दगडे, चोरमले, गायकवाड सगळी मंडळी केविलवाणी उभी होती. "सरकार... सरकार" म्हणून माणसे ओरडू लागली. दिवाणजी बाहेर आले...

"थांबा... थांबा, सरकार येतील आता. दुष्काळ पडलाय याची जाणीव आहे सरकारांना... ते त्याच तरतुदीत आहेत... थोडा दम धरा... सरकार यातून मार्ग शोधतील."

मंडळी शांत झाली... मुधोजीराव बाहेर आले... त्यांना सर्वांनी मुजरा केला...

त्यांनी हात जोडले आणि म्हणाले -

" प्रजाजन हो माफ करा... प्रसंग कठीण आहे. आपल्याला धान्याची, पैशाची फार गरज आहे. व्यवस्था करणे गरजेचे आहे. आता आपणाला यातून निभायचे तर आपल्याला कुठूनतरी ऐवज उभा करायला हवाय... आम्ही उद्या स्वारीवर निघतोय... आठ पंधरादिवस दम धरा...! कृपा करून सहकार्य करा... तुमचा सांभाळ करणं हे आमचं कर्तव्य आहे याची जाणीव नाही का आम्हाला ? "

" आठ-पंधरा दिवसांची व्यवस्था खाजगीतून केली जाईल... उद्याच आम्ही मोहिमेवर कूच करतो !..."

सर्व जण शांत झाले आणि " नाईक-निंबाळकर की जय ! " हा जयघोष करून सर्व मंडळी परतली...

मुधोजीराव परत वाड्यावर गेले. एक ज्योतिषी येऊन बसला होता. मुधोजीराव येताच त्याने मुजरा केला. राजे आत जाणार तोच शंकर म्हणाला,

" सरकार, हे ज्योतिषी आलेती भागानगरकडनं... लगी जायाचं म्हनत्यात. आपल्याला काही इचरायचे असेल तर..."

" काय विचारणार ? हा दुष्काळ कायमचाच या आमच्या जहागिरीच्या पाचवीला पुजलाय ! काय विचारणार ? "

ज्योतिषी पुढे सरसावला...

" सरकार, आपल्या जहागिरीला शाप आहे काही मृतात्म्यांचा ! " ज्योतिषी म्हणाला.

" का म्हणून ? " मुधोजीराव भुवया उंच करून म्हणाले...

" पूर्वी पाच निरपराध लोकांची हत्या झालीय आपल्या पूर्वजांकडून... त्यामुळे पाण्याचे हाल कायम राहणार इथं ! "

" कायम ?... " मुधोजीरावांचा चेहरा चिंताक्रांत झाला.

" तुमच्या घराण्यातील २७ व्या पिढीतल्या वारसदाराकडून दुष्काळाचे निवारण होईल... पाण्याची चांगली व्यवस्था होईल... "

" पुढचं कुणी बघितलंय? आताच सांगा... "

" सध्या साडेसाती आहे तुम्हाला, पण मार्ग निघेल. " असे म्हणून ज्योतिषी निघाले.

" शंकर, दिवाणजींना त्यांची बिदागी द्यायला सांगा. " असं म्हणून मुधोजीराव अंत:पुरात गेले.

॥ १४ ॥

मुधोजीराव निजामशाही मुलुखात लूट करीत होते आणि फलटणला धान्य पाठवीत होते... विजापूरला साऱ्या बातम्या जात होत्या. शहाजहान बादशहानं निजामशाही ताब्यात घेऊन आपला अंमल सुरू केला होता. त्यामुळे मोगली सैन्यापुढे निभाव लागणे कठीण होते... तरीसुद्धा मुधोजीरावांना आपल्या जहागिरीतील प्रजेचे हाल थांबविण्यासाठी धाडस करावे लागत होतेच... मराठे सरदार आता निजामशाहीतून आदिलशाहीत येऊन दाखल झाले होते... भोसले होते, घाटगे होते ! निजामशाही हातात घेऊन आपली सत्ता स्थापन करण्याचा शहाजीराजांचा डाव उधळला गेला होता. चाकण ते इंदापूरपर्यंतचा प्रदेश त्यांच्या जहागिरीत होता. फलटणच्या जहागिरीनजीकचे बारामती हे ठाणेसुद्धा त्यांच्या ताब्यात होते.

शहाजीराजांनी आपल्या जहागिरीची व्यवस्था केली आणि त्यांनी निजामशाही सोडली. त्यांनी विजापूर गाठले. आदिलशाहीत प्रवेश केला. आपला कुटुंबकबिला त्यांनी तिकडे हलविला. थोरले पुत्र संभाजीराजे १४ वर्षांचे झाले होते. आता त्यांच्या कर्तबगारीचा शुभारंभ होणार होता. शिवबा ६ वर्षांचे होते. शहाजीराजांच्या राण्या जिजाऊसाहेब व तुकाबाईसाहेब ह्या त्यांच्या बरोबर होत्या... पुणे जहागिरीचा कारभार दादोजी कोंडदेव मलठणकर हे पाहत होते.

शहाजीराजांच्या पुणे जहागिरीची दुर्दशा झाली होती. आदिलशहाने त्यांच्या भूमीवर गाढवाचा नांगर फिरविला होता. लुटारूंच्या झुंडीमुळे पुणे पूर्णपणे पोळले होते... मोठमोठे वाडे बेचिराख झाले होते...

शहाजीराजे आदिलशाहीत आल्यावर मुधोजीरावांना बरं वाटलं. ते त्यांचे आत्तेभाऊ होते... त्यामुळे मुधोजीरावांना आधार वाटला !... पण मुधोजीरावांचे ग्रह फिरले... कोणीतरी विजापूर दरबारला बातमी दिली... कोणती बातमी ? कोणती बातमी ?

पारूबाई, सलमा, सोनाबाई, कमळी या वाड्यातील खोल्यांतच राहत होत्या. नेहमीप्रमाणे पारूने तुळशीवृंदावनाजवळचा केर काढला, सडा घातला. सूर्योदय होईपर्यंत सडा वाळायचा.

" राणीसाहेब, सडा घालून झाला जी. "

" बरं... बरं... आलोच आम्ही रांगोळी काढायला. " असे म्हणून थोरल्या राणीसाहेब व रेऊबाई बाहेर आल्या. पारूने त्यांच्या हातात रांगोळीचा डबा व रंगाच्या पुड्या दिल्या.

" रेऊबाई, आज तुम्ही रांगोळी काढा. तुमची रांगोळी अगदी चित्रासारखी दिसते ! रंगसंगतीही छान ! "

" राणीसाहेब, आमच्या आईसाहेबपण अगदी असेच म्हणायच्या. "

रेऊबाईंना आईची याद आली. थोड्या वेळाने रेऊबाईंनी तुळशीवृंदावनापुढे ' श्रीराधाकृष्ण प्रसन्न ' असे लिहिले. तिथेच नेहमीप्रमाणे त्यानी ॐ, गौरीची पावले, चंद्र, सूर्य, शंख, चक्र, गदा, पद्म, कासव, नाग, हत्ती आणि गाईची पावले काढली. त्या रांगोळीत हिरवा, लाल, केशरी, पिवळा असे रंग भरलेले असल्यामुळे रांगोळी रेखीव व मनोहर दिसत होती.

" रेऊबाई, बरेच दिवस विचारीन विचारीन म्हणते, तुम्ही या रांगोळीत हत्ती का काढता ? " थोरल्या राणीसाहेब म्हणाल्या,

" आमच्या आईसाहेब म्हणायच्या, हत्ती म्हणजे ' गजान्तलक्ष्मी. ' लक्ष्मी आपल्या घरी हत्तीच्या पायाने येऊ दे. हीच त्यामागे भावना असणार ! आमच्या शिरकाणात आईसाहेब जशी रांगोळी काढीत होत्या तशीच आम्हीपण काढतो. "

" रेऊबाई, तुमची रांगोळी म्हणजे रंगीत गालिचाच ! किती छान भरलेत रंग ! पानाफुलांची नक्षीही सुरेख काढलीत. तुमची रांगोळी कधीच पुसू नये असे मला वाटते. रांगोळीतील बारीक ठिपके, रेघ, रेघेची कमनीयता आणि योग्य रंग भरण्याचे कौशल्य तुमच्या हातात आहे. रेऊ बाळा, सासरी अशी रांगोळी रेखाटलीस ना की सर्वजण पाहतच राहतील. तुळशीपुढे रांगोळी हे गृहलक्ष्मीच्या प्रसन्नतेचे व घराच्या आनंदाचे प्रतीक आहे " असे आईसाहेब म्हणायच्या.

" आईसाहेब, तुम्ही आमचे फारच कौतुक करता ! तुमच्याकडूनच आम्ही शिकलो ", असे आम्ही म्हटल्यावर त्या मला जवळ घ्यायच्या व प्रेमाने पाठीवरून हात फिरवायच्या. रेऊबाईंचे डोळे पाणावले. दोन महिन्यांपूर्वीच त्या मातृप्रेमाला पारख्या झाल्या होत्या. त्यांनी थोरल्या राणीसाहेबांना आपल्या आईसाहेबांच्या अनेक आठवणी सांगितल्या. दोघींच्या डोळ्यांतून अश्रू वाहू लागले. त्यांनी रेऊबाईंचे डोळे पुसले.

दोघींनी तुळशीची पूजा केली. बन्याबाने देवपूजेसाठी मोगरा, गुलाब, चाफा अशा फुलांची करंडी आणून दिली. दोघी देवघरात गेल्या. देवघराचा कमरा मोठा होता. तिन्ही बाजूंना लाकडी जाळी होती. देवघराच्या छतावर काचेची रंगीत हंड्याझुंबरे होती. शिसवीचा मोठा देव्हारा होता. देव्हाऱ्याच्या दोन्ही बाजूंस पुरुषभर उंचीच्या चांदीच्या समया होत्या. चांदीच्या उंच चौरंगावर देव्हारा होता.

देव्हाऱ्यात सोन्याची अष्टभुजा देवी, सोन्याचा श्रीकृष्ण, सर्व कुलदेवतांचे

टाक सोन्याचे होते. महादेवाची पिंड स्फटिकाची आणि पांढराशुभ्र शंख, याशिवाय चांदीची घंटा होती. डाव्या बाजूला मोठी सहाण व चंदनाचे खोड ! चांदीच्या तबकात चांदीची दोन निरांजने, गंधाची तबकडी, हळदी-कुंकवाची कोयरी, चांदीचा मोठा द्रोण प्रसादासाठी ठेवलेला होता; तर तांब्या-भांडे, पळी-पंचपात्र, ताम्हणही चांदीचेच होते. रामू निकम रोज देवपूजा करीत होते.

देवघरात दोघी पाटावर बसल्या शास्त्रीबुवांसाठी पाट मांडला इतक्यात पेटकर शास्त्री आले.

" आपण पाटावर स्थानापन्न व्हावे. "

" जी, राणीसाहेब ! बरे... आज रामायण वाचावे असे म्हणतो. "

" बरं... बरं... आम्हालाही श्रीरामकथा फार आवडते. "

" ही अक्षता घ्यावी आणि फुलेही. "

असे म्हणून शास्त्रीबुवांनी एक अध्याय वाचला. दररोज एक अध्याय वाचून झाल्यावर समाप्तीच्या वेळी राणीसाहेबांनी पोथीवर अक्षता व फुले वाहावी व दोघींनी शास्त्रीबुवांना नमस्कार करावा.

" अष्टपुत्रा सौभाग्यवती भव ! " असा आशीर्वाद देऊन गुरुजी घरी गेले. दोघींनी देवीला हे निंबाळकरांचं घर असंच नांदत राहू दे अशी प्रार्थना केली. हा नित्यपाठ झाल्यावर त्यांची न्याहरी व्हायची.

" राणीसाहेब, आज न्याहरीला चवळीची उसळ आणि भाजणीची धपाटी आहेत. "

" रेऊबाई, मला आवडणारे पदार्थ अगदी आठवणीने करायला सांगितलेत ! माझ्या मनातलं ओळखणाऱ्या तुम्ही तर मनकवड्याच आहात ! " राणीसाहेब लडिवाळपणाने रेऊबाईंना म्हणाल्या.

" अहो, त्यात काय विशेष केलं आम्ही ? बहिणीची आवड बहिणीला माहीत असायलाच हवी. "

" खरंच की ! आपण दोघी बहिणी-बहिणींसारख्याच राहतो ! एकीला काटा टोचला तर दुसरीच्या डोळ्यांत पाणी ! "

दोघींच्या गप्पांना ऊत येत होता. सलमा आणि कमळा दोघींच्या आवडत्या दासी ! त्यांच्या दिमतीला नेहमी हसतमुखाने तयार होत्या. कमळा रेऊबाईंच्या खास मर्जीतली तर सलमा थोरल्या राणीसाहेबांच्या ! सणावारी किंवा निमजाईला जाताना कोणाला कोणत्या रंगाची पैठणी द्यावी, कोणाला कोणता शालू आवडतो, इकडे दोघींचे बारीक लक्ष असे. इतकेच नव्हे, तर रेऊबाईंच्या अंबाड्यात सोन्याच्या गुलाबाच्यावर हिरव्या चाफ्याचे फूल द्यायला सलमा कधी विसरत नव्हती; तर थोरल्या राणीसाहेबांच्या

अंबाड्यावर सोन्याच्या गुलाबाभोवती कमळी बकुळीचा हार करून माळायची !

दोघींचे प्रेम पाहून मुधोजीराजांना समाधान वाटत होते. वाड्यात जगदेवराव, साबाजी, बजाजीसह राहण्यात त्यांना आनंद वाटत होता. हळूहळू त्यांनी आपल्या मुलांना जहागिरीची माहिती दिली. राजकारणातील डावपेचही समजावून सांगितले. याशिवाय त्यांच्या व्यायामाकडे, मृगयेकडे, घोड्यावरून रपेट करण्याकडे आणि तलवार चालविण्याकडेही महाराजांचे बारकाईने लक्ष होते. हे सर्व करताना प्रजेकडे दुर्लक्ष न करण्याबद्दलचे मार्गदर्शनही ते करीत असत.

श्रावण महिना सुरू झाला. क्षणात ऊन तर क्षणात पाऊस असा ऊनपावसाचा खेळ सुरू झाला. वाड्यात श्रीकृष्णजन्माची गडबड सुरू झाली. उत्सव दरबारात तयारी करण्यात आली. दिवाणखान्यात बसूनच महाराजांनी कृष्णजन्माच्या उत्सवाची योजना केली. इतक्यात खिदमतगार आला...

" सरकार, विजापूरहून खलिता घेऊन एक जासूद आला आहे. "

" आम्ही येतोच कचेरीत. " असे म्हणून महाराज कचेरीत गेले.

" मुधोजीराजे, विजापूरच्या बादशहाने आपल्याला खलिता दिला आहे. खलिता समक्ष देण्याची बादशहाने आज्ञा केली आहे. आपण त्याचा स्वीकार करावा. " जासूद म्हणाला.

खलिता वाचता वाचता महाराज एकदम चिंतातुर झाले आणि थोरल्या राणीसाहेबांकडे जाऊन म्हणाले...

" आम्हास आता विजापुरी जाणे महत्त्वाचे आहे. आता टाकोटाक आमच्या प्रयाणाची व्यवस्था करा. "

" दुपारची वेळ झालीय. भोजन तयार आहे. भोजन करूनच आपण जावे. "

इतक्यात रेऊबाईंनी सरकारांना थाळा आणला. " आपण भोजन करावे. " रेऊबाई म्हणाल्या.

" हो ! हो ! हो ! या रिद्धी-सिद्धी शेजारी असताना मुधोजीराजे यथास्थित भोजन करूनच जाणार. " असे म्हणताच तिघेही हसू लागले. अंमळशाने, जगदेवराव, साबाजीराव आणि बजाजींचे भोजन झाले. त्यानंतर तिघी सुनांसह सासूबाईंचीही भोजने झाली.

विजापूरला जाण्यापूर्वी देवदर्शन घेण्याची महाराजांची रीत होती. ते देवघरात प्रवेश करते झाले. त्यांच्याबरोबर दोन्ही राण्याही होत्या. रेऊबाईंनी समया प्रज्वलित केल्या. महाराजांनी आपली तलवार म्यानातून काढली आणि देवीच्या पायाशी तलवारीचे टोक ठेवून नमस्कार केला. राजेसाहेब सुखरूप परत येवोत अशी दोघींनी प्रार्थना केली.

महाराज देवघरातून दिवाणखान्यात आले... पंतांना, सरदारांना आणि कारकुनांना त्यांनी योग्य सूचना दिल्या. विजापूरहून इकडे येण्यास किती दिवस लागतील हे आताच सांगता येणार नाही, असे ते म्हणाले. सर्वांनी महाराजांना नमस्कार केला...

महाराज वाड्याबाहेर पडले. घोडा तयार होताच शंभर स्वारांनिशी महाराज विजापुरी रवाना झाले.

मुधोजीरावांनी सर्वांना विजापूरला जातो म्हणून सांगितले असले तरी ते दुष्काळाची चिंता दूर करण्यासाठी शेजारच्या प्रदेशात लूट करीत होते, हे कोणास माहीत असावे ?

।। १५ ।।

मुधोजीरावांनी आणलेल्या लुटीच्या सामानाचे वाटप राजवाड्याच्या समोरच्या मैदानात चालू होते. धान्याची रास लावली होती. डाव्या बाजूस कापडाचोपडाचे गठ्ठे, घोंगड्या, जीन पडले होते. लढाईचे सामान, भांडी, सोन्याचांदीचे दागिने आणि रोख रकमा यांचे ढीग पडले होते. वैरणीच्या गंजी लावल्या होत्या. जहागिरीतील गावांतून आलेली पाटील, कुलकर्णी मंडळी सामान घेत होती. कारकून नोंदी करीत होते. धान्याच्या आणि सामानाच्या गाड्या भरून जात होत्या. पैशाच्या थैल्या भरल्या जात होत्या. जवळ जवळ ४०-५० कारकून आणि गडी हे काम करीत होते.

फलटण येथील वाटपाचे काम संपल्यावर जहागिरीतील अनेक गावांचे गट करून मध्यवर्ती असलेल्या गांवी माल पोहोचविला जात होता. लोकांना फार मोठा दिलासा मिळत होता. ज्या गावात पिण्याचे पाणी मिळत नव्हते, तेथे रेड्याच्या गाड्यांतून मोठमोठ्या पखालीतून पाणी पोहोचविले जात होते. या वर्षी शेतकऱ्यांना शेतसारा माफ केला होता. गुरांना वैरण पोहोच होत होती.

आज मुधोजीराव काळज या गावी वाटपाचे काम कसे चालले आहे हे पाहण्यासाठी गेले. त्यांच्याबरोबर गुंडोपंत, मल्हारराव सिदोबा गावडे, भोइटे, कदम ही मंडळी होती. काळजला वाटपाचे काम चालू होते. धान्य, कपडा, किराणा वाटला जात होता. काळजच्या चावडीत, काळजचे भिकोबा गाढवे पाटील आणि कुलकर्णी समोर उभे होते. मुधोजीराव त्यांना वाटपाची आकडेवारी विचारीत होते. लोकांच्या अडचणींची नोंद करून घेण्याच्या सूचना देत होते...! अचानक घोडेस्वारांचे एक पथक इकडे येत

असल्याची बातमी चंद्रोजीनं येऊन सांगितली... मुधोजीरावांना वाटले, आपल्या मदतीला आपल्याच सेनाधिकाऱ्यांनी आणखी माणसे पाठविली असतील...

घोडेस्वार चावडीसमोर थांबले. चावडीला हशमांचा गराडा पडला, जलालखान ओरडला, "मुधोजीराजे, हिलना मत ..."

मुधोजीरावांनी तलवार बाहेर काढली... तसे चार हशमांनी त्यांच्यावर झडप घातली आणि त्यांना पकडले. त्यांची तलवार हातातून काढून घेतली...

"मुधोजीराजे, कैदी आहात तुम्ही !" मानाजीराव म्हणाला

"आम्ही कैदी ? कशापायी ? कुणाचा कैदी ?" त्यांना क्षणभर काही सुचेना. "काय केलं आम्ही ?"

"मुधोजीराजे, आम्ही हुकुमाचे बंदे आहोत, तुम्हांला आमच्या बरोबर सातारच्या किल्ल्यावर यावे लागेल. तिथं तुम्हाला नजरबंद ठेवण्याचा हुकूम आहे आम्हांला... पातशाही मुलुके पैगामी करते है आप ऐसी खबर मिली है बादशाही दरबार में ।

"आमचा आब काय ? चुगलखोरी... आणि त्यासाठी आमच्या कामाची पायमल्ली ? ही दरबारची कसली रीत ?"

"ते बादशहा सलामतना विचारा राजे."

"असू द्या ! घरातली फूट या भरास नौबत पोहोचली आहे आम्ही निखालस निष्ठावंत आहोत, तऱ्हा तऱ्हा होऊन निखालशीचा प्रकार घडेल या अन्देशावर आम्ही निर्धास्त राहतो."

"सारी पीळपेचाची कामं ! सारी पेळाची कामं !"

मुधोजीरावांनी फलटणच्या दिशेकडं तोंड फिरवलं... आणि हात जोडले. डोळे मिटले. देवीचं स्मरण केलं... निमजाईआई चलतो आम्ही ! तुझ्यावर सारं सोपवून ! आता तूच सर्वांची रक्षणकर्ता व अन्नदाती आहेस !

मुधोजीरावांनी फलटणकडे पाठ फिरवली आणि आपल्या घोड्यावर मांड ठोकली... "चला !" बंदोबस्तात मुधोजीराव साताऱ्याकडे निघाले.

शिवपत्नी सईबाई
भाग : २

महाराणी सईबाईंचे वडील

श्रीमंत मुधोजीराजे नाईक निंबाळकर

॥ १८ ॥

बजाजीराव आणि सर्व कारभारी मंडळी काळजवरून फलटणला परतली. फलटणच्या कोटात हां हां म्हणता मुधोजीरावांच्या कैदेची बातमी वाऱ्यासारखी सगळीकडे पसरली.

बजाजीराव गवळवेशीतून आत आले. वाड्यावर जाण्यापूर्वी त्यांनी केरूपंतांना जवळ बोलावले.

" पंत, तुम्ही थांबा, भोइट्यांना थांबायला सांगा, बाकीच्यांना जाऊ द्या. "

केरूपंत म्हणाले - " वाड्याकडं चलायचं महाराज ? "

" हो, चला, पण आईसाहेबांना बातमी कशी सांगायची ? " बजाजीराव म्हणाले.

" केरूपंत, आईसाहेबांना सांगायलाच हवं. त्यांच्यापासून आपण किती दिवस लपवून ठेवू शकतो... त्यांना सांगायलाच हवं. सईबाईंनं विचारलं आबा कुठे गेले ?... कधी येणार ? काय सांगणार...? चला वाड्यावर... "

सर्वांनी आपले अश्व वाड्याच्या दिशेने वळविले... वाटेत रखमाजी गाडवे भेटले...

" गाडवे, चला आमच्याबरोबर. " गाडवे बरोबर निघाले...

वाड्यात गेल्यावर बजाजीराव राणीसाहेबांच्या महालात गेले... रेऊबाई महालात नव्हत्या, कमळी म्हणाली,

" महाराज, आईसाहेब देवघरात हायती. "

तिन्हीसांजेची वेळ होती. राणीसाहेब देवघरात होत्या. देवघरातील उंच समईपुढे त्या उभ्या होत्या. देवाला हळदीकुंकू वाहून त्यांनी हात जोडले. तेवढ्यात बजाजीरावांनी देवघरात डोकावले. त्यांनीपण देवापुढे हात जोडले... थोड्या वेळाने डोळे उघडले आणि म्हणाले,

" आईसाहेब "

" बजाजीराव, आईला भेटायला आलात की देवाची आठवण झाली? "

" तसं नाही, जरा बाहेर दिवाणखान्यात या, काही मंडळी आलीत भेटायला... "

" चला पुढं आम्ही येतोच. "

रेऊबाईंनी प्रसादाचं भांडं घेतलं आणि त्या बाहेर आल्या... सर्वांनी मुजरे केले. कमळीनं राणीसाहेबांच्या हातून प्रसादाचं भांडं घेतलं आणि सर्वांना प्रसाद दिला.

" का आलाय भोइटे, गाडवे, काय विशेष ? "

" आईसाहेब, एक गोष्ट कानावर घालायचीय आपल्या..." केरूपंत म्हणाले.

" थांबा, मला प्रथम हे सांगा, सामानवाटपाचं काम चाललंय व्यवस्थित ? "

" आईसाहेब, सामानवाटपाचं काम चांगलं चाललंय, आम्ही काळजला होतो आज ! महाराजपण होते आमच्या बरोबर ! "

" मग महाराज आले नाहीत का ? का पुढे गेली स्वारी ? "

" आईसाहेब, एक वाईट गोष्ट झालीय - राजमंदिराला बादशहानं बंदोबस्त लावलाय, बाहेर पहारा लागलाय -किल्ल्याला..."

" का पण ? बजाजीराव, महाराज कुठं आहेत ? तुम्ही कसे एकटे आलात इकडं ? "

" आईसाहेब, आबा सुखरूप आहेत, पण... "

" पण काय ? बोला बजाजी, बोला. काही दगा तर नाही ना ? पण काय ? गाडवे, केरूपंत, भोईटे, काय झालं सरकारांना ? बोला..."

" आईसाहेब, महाराजांना "... "

" काय ? काय झालं ? बोला, माझं काळीज फाटतंय पोरांनो बोला. "

" आईसाहेब, बादशाही सैन्यानं महाराजांना काळजवरून जेरबंद करून नेलं... सातारच्या किल्ल्यावर नजरबंदीचा हुकूम आहे त्यांना... काळजवर अचानक छापा घातला आणि पकडलं... "

" तुम्ही काय करीत होता बजाजीराव ? "

" आईसाहेब, त्या वेळी प्रतिकार करण्यासारखी परिस्थिती नव्हती. विनाकारण रक्तपात झाला असता... असू द्या... मार्ग निघेल, काळजी करू नका. "

" आई निमजाई, आई निमजाई, काय चुकलं आमचं ? काय चुकलं? काय चुकलं आमचं आई... " असे म्हणत असतानाच त्यांना भोवळ आली.

कमळा, सलमा धावत आल्या आणि " आईसाहेब काय झालं तुम्हाला?

काय झालं हो तुम्हाला ? " असं म्हणत असतानाच कमळा म्हणाली.

" सलमा वैद्यांना बोलावून आण ! पळ. "

सलमा वैद्याकडं पळत गेली... वैद्य येण्यापूर्वीच रेऊबाईंनी डोळ्याची पापणी हालवली...

" आईसाहेब, आईसाहेब डोळे उघडा. " कमळा म्हणाली.

बजाजीरावांनी त्यांना उठवून बसविलं. वैद्य आले, त्यांनी नाडी पाहिली, चाटण तयार केलं, कमळीनं त्यांच्या जिभेवर चाटण चाटविल्यावर त्या शुद्धीवर आल्या. त्यांनी डोळे उघडले, म्हणाल्या,

" सईबाई उठल्या का सलमा ? "

" आईसाहेब, सईबाई अजून झोपल्यात. तुम्ही काळजी करू नका, शांत राहा बघू..." ती त्यांच्या पाठीवर हात फिरवीत राहिली.

बजाजीरावांनी आपल्या आईसाहेबांचा हात हातात घेतला आणि म्हणाले... " काळजी कशाला करता तुम्ही ? जोपर्यंत तुमचा मुलगा बजाजी जिवंत आहे तोपर्यंत जिवाचं रान करील आबांसाठी. आबांचा काहीच दोष नसताना हे घडलंय...! शंभू महादेव आमच्या पाठीशी असल्यावर त्यांनी वाईट इच्छा केली तरी काय होणार आहे ? वरकड्यांची पाचपेच करून होणे काय ? झक मारतात चुगलखोर. आपल्या आपण फजीत पावतील. आम्ही पूसपास करून पारिपत्य करू आईसाहेब. जिकडं वाजवी तिकडं परमेश्वर आहे. काळजी करू नका. " म्हणून बजाजीरावांनी आपली तलवार बाहेर काढली...

" आईसाहेब... ही समशेर साक्षीला राहील या गोष्टीला ! "

रेऊबाई शांत झाल्या. त्यांनी पाण्याचे दोन घोट घेतले आणि म्हणाल्या,

" सरकारांना सोडविण्याच्या प्रयत्नाला लागू आपण... उद्या सर्वांना बोलवून घ्या... जहागिरीत सर्वांना कळवा... शहाजीराजे विजापुरात आहेत, जिजाऊसाहेब पुण्यात आहेत... लक्षात ठेवा, त्यांना भेटावे लागेल ! "

" आईसाहेब हे काम सोपं आहे... त्यांना निश्चित सोडवून आणू आम्ही पण आमच्या घरभेद्या बंधूंची घातकी मिठी सोडवू कशी आम्ही ? कशी सोडवू...? कुऱ्हाडीचे दांडे गोतास काळ... "

" काळच ठरवील पुढचं " असं म्हणून बजाजीरावांनी डोळ्यावर हात ठेवला, क्षणभर थांबले आणि गर्रकन् पाठ फिरवून ताड्ताड् निघून गेले...

॥ १७ ॥

सातारच्या किल्ल्यावर आदिलशाहीचे हिरवे निशाण फडकत होते. मुधोजीराव त्या निशाणाकडं गेले चार महिने पाहत होते.

पावसाला सुरुवात झाली होती. संततधार पाऊस पडत होता, मुधोजीराव सातारच्या किल्ल्यावरच्या वाड्याच्या पुढच्या सज्जाजवळ उभे होते. त्यांचं सारं लक्ष होतं पूर्वेकडे, फलटणकडे ! पश्चिम-दक्षिण दिशा त्यांना दिसत नव्हत्या का ? पश्चिमेस उरमोडी नदी भरून वाहत असल्याचं नवरसतारा पाहत होता. कृष्णा, कोयना, वेण्णा नद्यांचे काठ तुडुंब भरले होते. त्यांचा खळखळाट सातारच्या सप्ततार्‍यावर ऐकू येत नसला तरी माहुलीला संगमावर कृष्णा आणि वेण्णा एकमेकांत मिसळून गेल्याचं दृश्य नक्कीच दिसत होतं... नागमोडी वळणानं वाहणारी कृष्णा वेण्णेला घेऊन पुढं भरधाव धावत कर्‍हाडजवळ कोयनेला मिळण्यासाठी आतुर झाल्याचे दृश्य नक्कीच दिसत होतं... चार वर्षांच्या दुष्काळामुळे वैराण झालेला मुलुख आता हिरवागार दिसू लागला होता... खिल्लारं अधाशीपणानं चरत होती, डोंगरावर मेंढ्यांची रांग चढत होती, चरत होती. पक्ष्यांची किलबिल आणि संगीत आकाशात सप्तसूर निर्माण करीत होते आणि सप्तरंगी धनुष्यात ते मिसळून जात होते. पण या कशावरच मुधोजीराव नाईक निंबाळकरांचं लक्ष नव्हतं !... ते पूर्वेकडे फलटणकडं एकसारखे चित्त ठेवून होते...

" आमचा फलटणचा किल्ला, आमची रयत, आमच्या रेऊबाई, आमचे बजाजीराव आणि आमच्या चिमुकल्या सईबाई. इकडं सारं लक्ष होतं... मुधोजीराव चित्त हरवून बसले होते... रेऊबाईंच्या गालावरची आसवं त्यांच्या डोळ्यापुढे दिसत होती... रेऊबाई आम्हाला तुमची आसवं दिसतात ! रेऊबाई, ही अचानक झालेली कैद तुम्हांला समजल्यावर तुमची काय अवस्था झाली असेल याची कल्पना आमच्या डोळ्यांसमोर उभी राहते रेऊबाई! स्वत:ला सांभाळा रेऊबाई, आमची सुटका नक्की होईल... आमची सुटका नक्की होईल रेऊ... सईबाईंना सांभाळा रेऊबाई !... फार खोडकर आहेत ! आमची याद काढत असतील त्या... सईबाई, बेटा... आबा येतील तुम्हांला भेटायला... बेटा, रडू नका... सईबाई आमच्या गुणाच्या हाय... राजाची राणी होणार आहात, सईबाई तुम्ही... तुमचं भविष्य तसं हाय सईबाई... पण राजाला काटेरी वाटेने जावं लागतं बरं का पोरी... रयतेच्या राजाला राजेपण कसलं ? प्रजेची मालकी असते त्याच्यावर... फक्त प्रजेची मालकी... पण आमचे मालक विजापूरला आहेत... विजापूरला आहेत... ते सोडतील तेव्हा आम्ही बडे सुटणार ?... सईबाई, आम्ही नक्की सुटू... आईसाहेबांना रडू

देऊ नका. सईबाई... आईसाहेब तुमच्या हळव्या हाय ...! त्या जेवायच्या नाहीत, उपासतापास करतील... त्यांचं मन आभाळ हाय आभाळ !... सईबाई बेटा, आईसाहेबांना जपा... बजाजीराव, आता कारभार तुमच्यावर आहे... पण तोसुद्धा कधी जाईल याचा नेम नाही... आपलं सावध राहा... सांभाळा बजाजीराव... सांभाळा बजाजीराव... ''

मुधोजीरावांच्या मनातलं हे चित्र हा त्यांचा हळवेपणा होता. अंगात हत्तीचं बळ असलं तरी माणसाचं मन हे मुंगीच्या स्वरूपातच असतं, पण इतकं लहानपण असूनही त्यात प्रचंड सामर्थ्य साठवलेलं असतं ! पण आज मुधोजीराव फारच व्याकुळ झाले होते...

त्यांना कल्पनाही नव्हती की आपल्यामागे आपले पुत्र येऊन उभे राहिले आहेत. बजाजीरावांनी त्यांना हाक मारली

'' आबा, आबा आम्ही आलोय...'' ते भानावर आले.

'' बजाजीराव, तुमची सर्वांची याद आली होती. ''

असं म्हणून त्यांनी बजाजीरावांना मिठी मारली...

'' आबा, काही काळजी करू नका, मार्ग निघेलच. आम्ही घाटग्यांना, शहाजीराजांना, मोऱ्यांना भेटून खरी परिस्थिती सांगणार आहोत. पुढं...''

'' बजाजीराव, तुमच्या मातोश्रींना आणि सईबाईंना इकडं धाडलं तर बरं होईल...''

'' कसं शक्य आहे ते ? ''

'' विजापूर दरबारला विचारून बघा... ''

'' आबा, तुम्हाला सोडवून घरी कसं नेता येईल हे प्रथम पाहणार आहोत आम्ही. काळजी करू नका ! ''

॥ १८ ॥

मुधोजीरावांच्या कैदेमुळे फलटणच्या किल्ल्याला अवकळा आली होती. जिकडे तिकडे संशयाचे आणि भीतीचे वातावरण दिसत होते. अंत:पुरात रेऊबाई, त्यांच्या सूनबाई सावित्रीबाई आणि लहान सईबाई, कमळा आणि सलमा दासी यांचे चेहरे निस्तेज झाले होते. छोट्या सईबाईंना पूर्ण कळत नसले तरी आईसाहेबांचे सारखे रडणे समजत होते. त्यासुद्धा सारख्या आपल्या आबांची आठवण काढीत होत्या. बजाजीरावांवर सर्व जबाबदारी पडली होती.

बजाजीरावांनी विजापूरला जायची तयारी केली. निवडक माणसे बरोबर घेतली. किल्ल्यावर अदिलशाही पहारा होता, तरी बजाजीरावांना तसे बादशाही फर्मान नव्हते, जहागिरीची व्यवस्था तेच पाहत होते. तरीपण मुधोजीरावांबद्दलची बादशाहाची इतराजी दूर करून त्यांची सातारच्या किल्ल्यावरची नजरकैद रद्द करून त्यांना परत आणणे महत्त्वाचे होते.

बजाजीरावांनी कुटुंबीयांच्या संरक्षणाची व्यवस्था केली.

ते रेऊबाईंच्या महालात आले. रेऊबाई नुकत्याच नागेश्वराच्या दर्शनास जाऊन आल्या होत्या. हातात जपमाळ होती. जप चालू होता. बजाजीराव आल्याची खबर कमळीनं दिली... त्या चटकन उठल्या आणि म्हणाल्या, " बजाजीराव, या या... तीर्थ घ्या... विजापूरला जाण्याची तयारी झाली ? "

बजाजीरावांनी आईसाहेबांच्या पायावर डोकं ठेवलं... " आईसाहेब विजापूरला निघालो आम्ही आत्ता ! "

" बरं, शहाजीराजांना भेटा, मोऱ्यांना भेटा... सांगा सगळ्या आतल्या भानगडी, कारस्थानं ! "

" आईसाहेब, शहाजीदादासाहेब काम करतील नक्की. रणदुल्लाखानसाहेबांची आणि त्यांची मैत्री आहे. शिवाय मोरे, घाटगेपण बोलणार आहेत..."

" बजाजीराव, मी जिजाऊसाहेबांकडं पत्र देऊन माणूस पाठविला होता, जिजाऊसाहेबांनी शहाजीराजांना पत्र धाडले असेल... त्यांनासुद्धा फार वाईट वाटलं... "

" आईसाहेब, काळजी करू नका ! आम्ही काम झाल्याशिवाय परत फिरणार नाही ! "

" जिजाऊसाहेबांच्या पत्रामुळं आम्ही निश्चिंत झालो आहोत... सांभाळून या... "

" बरं, येतो आईसाहेब " असं म्हणून बजाजीराव बाहेर पडले.

बजाजीराव विजापूरच्या आर किल्ल्याच्याजवळ पोहोचले. फरुक महालापासून जवळच शहाजीराजांचा वाडा होता, चौकशी करून मुरादखान बाजाराच्या बाजूने त्यांनी वाड्याचा रस्ता शोधला आणि वाड्याच्या दारात आले. दारात घोडा उभा केला आणि त्यांनी आपला स्वार दरवाजाच्या पहारेकऱ्याकडे पाठविला... पहारेकऱ्याने त्याला विचारले,

" क्या चाहिए ? "

" शहाजीराजा साब को मिलना है । "

" कहाँ के रहिनेवाले ? "

" फलटण ! "

" अरे फलटणचा होय, मग मराठीत बोलता येतं का नाय ? "

" फलटणचे बजाजीराव निंबाळकरांबरोबर आलोय, बजाजीरावांच्या वडिलांचे आत्येभाऊच हायत ना शहाजीराजे... ? "

" मग वर्दी देऊन येतो आतनं... "

शिरपती आत गेला आणि शहाजीराजांना फलटणकडनं बजाजीराव निंबाळकर आल्याची वर्दी दिली, आत घेऊन येण्यास शहाजीराजांनी सांगितले.

" चला आत, महाराजांनी बोलवलंय. "

बजाजीराव दिवडीतून शहाजीराजांच्या महालात शिरले... शहाजीराजे पलंगावर पहुडले होते. बजाजीरावांनी त्यांना मुजरा केला... आणि " काकासाहेब " .... म्हणून त्यांना घट्ट मिठी मारली... शहाजीराजांनी त्यांच्या पाठीवरून हात फिरवला आणि म्हणाले....

" बजाजीराव, आम्हाला सारं माहीत आहे. काळजी करू नका, काम होऊन जाईल, थोडा दम धरा, जिजाऊकडून पुण्याहूनपण मला खत आलंय...! "

" काकासाहेब - आबांचा काय गुन्हा ? कशापायी त्यांना कैद ? "

" बजाजीराव, इथं गुन्हा करावाच लागतो असं नाही ! जाधवरावांचा काय गुन्हा होता ? जिजाऊचं माहेर कापलं ना सारं ? मुरादरपंतांचं काय झालं ? त्यांनी काय गुन्हा केला होता ? धिंड काढून कातडी सोलली ना त्यांची ? निजामशाही काय अदिलशाही काय, मोगल काय ? सगळे सारखेच. इथं गुन्हा करावाच लागतो असं नाही. सुळावरची पोळी मुकाट्यानं खायची ! "

बजाजीराव शहाजीराजांच्या मिठीत रडत होते... शहाजीराजांनी त्यांची मिठी सोडवली.

" बजाजीराव, विश्रांती घ्या तुम्ही. तुमच्या बरोबरच्या लोकांची व्यवस्था होईल...! तुम्ही माझ्या संगेच असा. उद्या दरबारात आपली सर्व मंडळी भेटतील. धुमाळ, जाधव, रणदिवे, थोरात, मोहिते, घाटगे, मोरे पण आहेत. रणदुल्लासाहेबांना आम्ही सांगतो सर्व ! बादशहांची भेट घेऊन नक्की काम होईल. तुम्ही काम झाल्याशिवाय इथून जायचं नाही. आधी डोळे पुसा. क्षत्रियाच्या डोळ्यात अश्रू शोभत नाहीत बजाजीराव, राजकारणात अशा ठेचा खाव्या लागतात. जोपर्यंत आपल्या पंखात त्राण आहे तोवर उडण्याचं का सोडायचं ? थोडा धक्का लागला तर सहन करायला पाहिजे बजाजीराव, मुधोजीराव तसे धैर्याचे आहेत... तुम्हीच असा का धीर सोडता ? "

बजाजीराव शांत झाले.

" उद्या नवरोझचा उत्सव, बादशहाचा वाढदिवस आहे, चला बघायला आमच्याबरोबर ! "

।। १९ ।।

आज किल्ल्यावर आदिलशाही ध्वज फडकत होता. किल्ल्याच्या अदालत महालात रेशमी आणि किनखापी पडद्यांमुळे जरी थोडा अंधार वाटत होता, तरी मखमली बैठकांवरील अत्तराच्या समयांमुळे आणि चिरागदानांमुळे मंद प्रकाश सगळीकडं पसरला होता आणि या प्रकाशात बादशहाची तुला होणार होती...

येणाऱ्या मनसबदारांवर गुलाबपाण्याचा फवारा मारला जात होता आणि अत्तरांचा फाया लावला जात होता. शहाजीराजेपण या कार्यक्रमात सहभागी झाले होते.

सोन्याच्या तराजूला सजविले होते - सुवासिक गुलाबपुष्पांची तोरणं बांधली होती ! तराजूच्या उजव्या बाजूस बादशहाचा बुरखाधारी जनाना पडद्यात बसला होता. डाव्या बाजूस बादशहाचे इतर रिश्तेदार उभे होते. समोर सर्व सरदार मंडळी उभी होती...

चोपदारांनी अलकाब दिली.

बादशहा लवाजम्यासह तुळेच्या तराजूजवळ आले, सर्वांनी बादशहाला मुजरे केले. बादशहाला रणदुल्लाखानानं तराजूच्या पारड्यात बसण्याची विनंती केली. बादशहा तराजूत बसल्यावर काजीने कुराणातल्या आयता म्हणावयास सुरुवात केली... आणि तुलेस प्रारंभ केला. पहिला सुवर्णालंकार काजीनं टाकल्यावर इतर सुवर्णतबके पुढे आली आणि प्रत्येक सरदारांनी मुठी भरून सुवर्णमोहरा तराजूत टाकल्या, बादशहाच्या स्त्रिया पडद्यातून बाहेर आल्यावर सर्व सरदार बाहेर गेले. बादशहाच्या जनान्याने सुवर्णमोहरा पारड्यात टाकल्या आणि त्या परत गेल्या...

शहाजीराजांनी आपलं सुवर्णाचं तबक पुढं केलं. शहाजीराजांनी ओंजळीनं मोहरा पारड्यात टाकल्या...

बादशहाची तुला झाली...

काजीनं परत आयता पढल्या....

बादशहाचा सकाळचा नमाज झाला. आर किल्ल्यातल्या सोळाखांबी महालातून बादशहा सुलतान महंमद आदिलशहा बाहेर पडले. बाहेर माणकांनी व पाचूंनी जडित पिंपळवणे बांधविलेले हत्ती उभे होते. त्यांच्या मागून मोत्यांच्या कलग्या लावलेले घोडे व त्यावर भरगच्ची पोषाख घातलेले घोडेस्वार रांगेत उभे होते...

बादशहा हत्तीवर विराजमान झाले. त्यांच्या मागे रत्नखचित शिरपेच लावलेले मानकरी सरदार धुमाळ, शहाजीराजे भोसले, चंद्रराव मोरे, जाधवराव, सरदार रणदिवे,

सरदार थोरात, सरदार जगदाळे, सरदार मोहिते हे मराठा सरदार तर आसदखान, शिकंदरखान, मोहिबखान, इब्राहिमखान, खवासखान, किशवरखान, हुसेनखान, दामाजीराव हे वजीर चालले होते.

बादशहाच्या तुलेचे द्रव्य बादशहा आपल्या मुठी भरभरून गरिबांवर उधळीत होते. सोन्यारुप्याचे बदाम आणि इतर फळांची खैरात बादशहा स्वत: करीत होते...

कर्णे, नगारे, नौबती झडत होत्या ! बादशहाच्या नावाचा जयजयकार होत होता. फरुक महल ऊर्फ चिमी महालाजवळ मिरवणूक थांबली. दारूची आतिषबाजी विलक्षण प्रेक्षणीय दिसत होती ! डोळे दिपून जाईल असे दारुकाम होते. समोर नर्तिका नाचत होत्या...

बजाजीरावांनी ही शाही मिरवणूक पाहिली, मिरवणूक राजवाड्यात आली. दरबारात सगळे सरदार भराभरा जाऊन मखमली बैठकांवर आपापल्या जागेवर उभे राहिले. दरबारात शांतता पसरली. सुलतान महंमद आदिलशहाने दरबारात प्रवेश केला... प्रत्येकजन पुढे जाऊन कुर्निसात करून आपल्या जागेवर उभा राहिला. शहाजीराजांच्या शेजारी बजाजीराव उभे होते... बादशहाने रणदुल्लाखानांना विचारले...

"जवान कौन है शहाजीराजां के पास ?"

"वे मुधोजी नाईक निंबाळकर के बेटे हैं ।"

"अच्छा..." रणदुल्लाखानानी शहाजीराजांकडं तोंड फिरवलं आणि डोळ्यानं इशारा दिला. त्यांनी बजाजीरावांना बादशहासमोर नेले. बजाजीरावांनी बादशहाना तीन वेळा मुजरा केला... आणि मागे सरत जाग्यावर उभे राहिले.

नर्तकीचे नृत्य झाल्यावर बादशहाने सर्वांना नजराणे पेश केले...

वाढदिवसामुळे बादशहा खूष होते...! दरबार बरखास्त झाला.

॥ २० ॥

दोन दिवस झाले. बजाजीरावांनी शहाजीराजांना काहीच विचारले नाही ! आज शहाजीराजे त्यांना म्हणाले,

"बजाजीराव, आज संध्याकाळी रणदुल्लाखानसाहेबांच्याकडं मेजवानी - बडा खाना आहे. खानसाहेबांनी आम्हाला बोलाविले आहे, आमच्याबरोबर तुम्हाला पण खानसाहेबांनी निमंत्रण दिलंय...!"

संध्याकाळी शहाजीराजांच्या संगे बजाजीराव रणदुल्लाखानसाहेबांच्या

वाड्यात जाण्यास सिद्ध झाले. शहाजीराजे पालखीतून, तर बजाजीराव त्यांच्या सोबत घोड्यावरून निघाले.

शहाजीराजांच्या बरोबरच बजाजीरावांनी रणदुल्लाखानांच्या " चमेली " वाड्यात प्रवेश केला. शहाजीराजांना पाहाताच रणदुल्लाखान स्वत: उठून दाराजवळ आले.

त्यांना " शहाजीराजासाब आईये... आईये..." म्हणून शहाजीराजांना आलिंगन देऊन हाताला धरून आपल्या शेजारच्या आसनावर बसवले... बजाजीरावांच्या पाठीवर थाप टाकून " बेटे बैठ राजासाबके पिछे... बैठ... कोई हरकत नही...! " रणदुल्लाखान म्हणाले. बजाजीराव शहाजीराजांच्या मागच्या बाजूस बसले...

आसदखान, शिकंदरखान, मोहीनखान, दामाजीराव, हुसेनखान, धुमाळराव जाधवराव, रावमाने, घोरपडे, चव्हाण, डफळे, शिर्के, बहादर सावंत ही सर्व मंडळी विराजमान झाली.

बाबूलाल आणि रेहाना सुरया घेऊन सगळीकडे फिरत होते... मदिरेचे चषक हातात घेऊन सर्व मंडळी मदिरेचे घोट घेत होती. एवढ्यात छुम... छुम... छुम... छननन छुम हा पैंजणांचा आवाज आला आणि आपल्या साथीदारासह रुक्सानाने प्रवेश केला... अदबीनं आपल्या डोक्यावरची तिरपी टोपी मागं सारली - आणि आपली लांबसडक केसांची वेणी पुढे टाकली... कपाळावरच्या कुरळ्या बटा हाताने मागे सारल्या... हिरवी ओढणी बाजूला केली... दोन भुवयांतील पापण्यांची मंद हालचाल केली. आपल्या चाफेकळी नाकाला हातातल्या बांगड्यांचा स्पर्श केला... त्या वेळी तिच्या तळहातावरील मेहंदीची नक्षी सहज दिसली. उजव्या हातातल्या अंगठ्यातील खड्यांकडं तिनं बघितलं आणि आपल्या कमनीय बांध्याला नाजूक झटका दिला आणि कमान केली... आणि आपल्या ठसठशीत आणि रसरशीत शरीराचे दर्शन सर्वांना करून दिलं, आपले हरिणाक्ष चौफेर फिरविले आणि रणदुल्लाखान आणि शहाजीराजांच्या पायाचे चुंबन घेतले... सारंगीचे सूर वाड्यात घुमू लागले. तबल्याच्या तालावर रुक्सानाचा नाच सुरू झाला. तिच्या गोड गळ्यातून गाण्याचे सूर बाहेर पडले आणि तिच्या पैंजणांच्या झंकारात ते मिसळले - साऱ्यांचं चित्त तिच्याकडे लागलं... रुक्सानाचे नृत्य चालू झाले...

" दिल्लगी नहीं करना प्यारे...
दिल्लगी नहीं करना प्यारे -
अधरोंकी प्यास बुझादो मेरे... अधरोंकी प्यास...
ल ऽ ल ऽऽ ला ऽऽ
रंगीन रात की रंगीन रानी...ऽऽऽ...

दिलके रात की खडी जवानी...
सौंप दियी सब हातमें तुम्हारे...
अधरोंकी प्यास... बुझा दो मेरे ।
ल ऽ ल ऽऽ ला ऽऽ
तेरे आंखोंके घरमें बैठा मन ये
तेरे हाथों के फुलो में बैठा तन ये
दिल तन आरजू के साथ चला दे तेरे... चला दे तेरे...
अधरों की प्यास बुझावो मेरे...
ल ऽ ल ऽऽ ला ऽऽ
दिल्लगी नही करना प्यारे... प्यारे... प्यारे...

रुक्सानानं सगळ्यांचे श्वास रोखून धरले. तिच्या आदाकारीवर सगळी मंडळी बेहद्द खूष झाली !

" वाहवाऽऽ... वाऽऽहऽवाऽऽ... "

" बहोत अच्छा ! बहोत अच्छा...! "

शहाजीराजे आणि रणदुल्लाखान उठले. बिदागीच्या ताटाला हस्तस्पर्श करून रुक्सानाला बिदागी देण्यात आली.

आत मेजवानीची तयारी पूर्ण झाली होती.

उठता उठता शहाजीराजे खानसाहेबांच्या कानाशी लागले व म्हणाले,

" उद्या बादशहाना भेटायचं ठरलंय ! मुधोजीराजांचं...ऽऽऽ"

" बादशहासे मै बोला हूँ । मुधोजीराव की बेकुसुरी बादशहा को मालूम हो गयी है... दो दिनों में रिहा करनेका हुक्म मिलेगा... और कल फिर हम आपके साथ आयेंगे, और फिर बात करेंगे. "

बजाजीरावांनी हा संवाद पुसटसा ऐकला आणि त्यांचं मन शांत झालं... आणि आजच्या मेजवानीत ते खरखुरं जेवले...!

शहाजीराजे आणि रणदुल्लाखान बादशहाला भेटले आणि त्यांनी मुधोजीरावांच्या सुटकेचा हुकूम मिळविला... बादशहाचं शिक्कामोर्तब झालं...! आणि शहाजीराजे वाड्यावर आले. बजाजीराव झोपले होते...! शहाजीराजांची चाहूल लागताच ते उठले आणि खाली आले ...!

" बजाजीराव काम फत्ते झालं तुमचं ! उद्या फर्मान घेऊन माणूस साताऱ्यास जाईल... तुम्हीपण गेलात तरी चालेल...! "

" काकामहाराज... काकामहाराज... केवढी मदत केलीत आपण !... कशी फेड करणार आम्ही काकामहाराज या उपकाराची "

" बजाजीराव, अहो आम्ही तुमच्या वडिलांचे आत्तेभाऊ. तुमचे आजोबा वणंगपाळ आमच्यासाठी निजामाशी लढताना धारातीर्थी पडले !... बजाजीराव, अहो, आमचे ते मामा. आमच्या आईसाहेबांचे भाऊ ते... किती जवळची आपली ही नाती !... "

" काकासाहेब, या नात्यापेक्षा आपलं प्रेम वेगळंच आहे ! सत्याच्या मागे उभे राहिलात आपण !..."

" ह्यालाच राजधर्म म्हणतात बजाजीराव ! "

" सत्यधर्मेण चरति राजा । सत्यधर्मः इति राजधर्मः ।
नृपस्य नाम इति सत्यम् । नृपः सत्यम् सत्यं नृपः ।। "

बजाजीरावांनी दुसरे दिवशी आर किल्ल्यातल्या पडकोटातल्या नरसिंह मंदिरात जाऊन नरसिंहाचं दर्शन घेतलं... आणि विजापूर उर्फ विद्यापूर सोडलं... आणि साताऱ्याकडे कूच केलं...!

।। २१ ।।

बजाजीराव साताराच्या किल्ल्यावर आले...! मुधोजीरावांचं दुपारचं जेवण उरकलं होतं आणि ते नेहमीप्रमाणे पूर्वेकडच्या सज्जात उभे होते...! बजाजीरावांना येताना त्यांनी पाहिलं आणि वायुवेगाने वाड्याच्या बाहेर आले...

बजाजीराव पायऱ्या चढून वर आले आणि...

" आबा... आबा... काम फत्ते झालं... आबा, आपण सुटलात...." म्हणून त्यांनी वडिलांना प्रेमाने मिठी मारली... " आबा फर्मान घेऊन स्वार आला असेल जवळपास... येईल आज किंवा उद्यापर्यंत... आबा...! "

मुधोजीरावांना बोलायचं सुचेना !... केवढी पितृभक्ती ! " बजाजीराव, पोरा... केवढा जीव आहे आमच्यावर तुमचा !... अन् ती दोन पोरं... वैऱ्यासारखी वागतायत आमच्याशी ! बजाजीराव... पोरा काय बोलावं सुचत नाही आम्हाला..." असं म्हणून मुधोजीरावांनी बजाजीरावांना घट्ट मिठीत घेतलं... त्यांच्या पाठीवरून हात फिरवीत ते हुंदके देऊ लागले...

" आबा... शांत व्हा आता... आम्ही फलटणला जातो... आईसाहेबांनी तिकडं उपोषण चालू केलं असेल ! देवापुढे बसून राहिल्या असतील त्या... आम्हाला आज्ञा द्यावी, आम्ही फलटणला निघतो... जासूद किल्लेदाराकडं हुकूम घेऊन येईल... दोन

दिवसात आपली मुक्तता होईल...! आम्ही फलटणात आपली वाट बघतो आबा...''

बजाजीरावांनी वडिलांना मुजरा केला आणि ते फलटणकडे वळले... तसे मुधोजीराव म्हणाले,

'' थांबा बजाजीराव, मैनाईबाईंना, तुमच्या थोरल्या आईसाहेबांना भाळवणीला कळवा, त्यांना जगदेवरावांनी डांबलय ना तिथं ? ''

'' आबा, त्यांना काहीच माहीत नसावं... त्या आजारी आहेत आबा ! त्यांची तब्बेत फार ढासळली आहे, आम्हाला परवा समजलं... जावं लागेल आपल्याला तिकडं एकदा. आपण फलटणला आल्यावर ठरवू आबा. ''

बजाजीरावांचा घोडा फलटणकडं उधळला...!

|| २२ ||

बजाजीराव फलटणला पोहोचले... त्यांनी वाड्यात प्रवेश केला आणि तडक ते रेऊबाईंच्या महालात गेले... रेऊबाई हातात जपमाळ घेऊन देवापुढं बसल्या होत्या. त्यांचं शरीर कृश झालं होतं. तोंडावर काजळी आल्यासारखी जाणवत होतं... रडून रडून डोळे निस्तेज झाले होते...!

'' आईसाहेब, आईसाहेब...! ''

'' या बजाजीराव, काय खबरबात ? ''...

'' आईसाहेब आबा सुटले ! बादशहाकडून हुकूम मिळाला आईसाहेब... शहाजीकाकांनी काम केलं आईसाहेब... ''

रेऊबाईंना बोलायचं सुचेना !... त्या पटकन देवघरात गेल्या... त्यांनी हात जोडले आणि पाण्यात ठेवलेली देवीची मूर्ती देव्हाऱ्यात ठेवली... फुले वाहिली आणि नमस्कार केला !

'' परमेश्वरा, हाक ऐकलीस आमची !... जगदंबे निमजाई... तुझा कडकपणा सोडलास आमच्यासाठी !... सत्याची, रक्षणकर्ती ! निमजाई... आमची आई...! ''

रेऊबाई बाहेर आल्या, '' बजाजीराव, सत्याचा विजय शेवटी होतोच ना ! ''

'' आईसाहेब त्यासाठी हाल किती सोसावे लागतात ! ''

''ज्ञानेश्वर माउलींनी किती हाल सोसले !...'' रेऊबाईंचा चेहरा एकदम आनंदानं खुलला होता ! त्या म्हणाल्या...

'' बजाजीराव, ज्ञानेश्वरमाउलींचे वडील विठ्ठलपंत आपल्या वाड्यात आले

होते असं सगळेजण सांगतात. मंदिरापलिकडच्या ओवरीतल्या खोलीत ते उतरले होते... ''

'' बरं, वारी जवळ आलीय !... फलटणच्या मुक्कामाची तयारी करा... सरकार येणार असल्याचा डंका पिटवा दवंडी द्या सगळीकडं...!'' रेऊबाईंच्या अंगात उत्साह संचारला.

'' कमळे... साखर वाट साऱ्यांना... चला चला... मेणा काढायला सांग... निंबजाईचं दर्शन घ्यायला जाऊ या निंबळकला !... कमळे, आक्कासाहेब कुठायत बघ ! बोलव त्यांना... निंबजाईच्या दर्शनाला जायचंय...! ''

'' आईसाहेब, सईबाईसाहेब बागत गेल्याती... आणते बोलवून त्यांना...'' कमळी बागेकडं गेली आणि तिनं सईबाईंना हाताला धरून आणले...!

'' सईबाई... सईबाई... आबा येणार तुमचे उद्या... आबा येणार...'' असं म्हणून सईबाईंना त्यांनी जवळ ओढलं आणि त्यांचे पापे घेतले...

'' आईसाहेब, आबा खंरच येणार का ? तुम्ही रोजच सांगता आम्हाला, आबा उद्या येणार म्हणून ? ''

'' खंरच हो सईबाई खंरच ! आबा येणार आहेत उद्या. सुटका झाली त्यांची... बजाजीदादा आलेत विजापूरासनं...''

'' थांबा, आम्ही बघतोच देवघरात जाऊन...''

म्हणून सईबाई पळत देवघरात गेल्या आणि पाण्यात ठेवलेली देवीची मूर्ती देव्हाऱ्यात ठेवलेली पाहून पळत बाहेर आल्या...

'' आईसाहेब आता आम्हाला खात्री पटली... पाण्यातली देवीची मूर्ती देव्हाऱ्यात जाऊन आपल्या जागेवर बसली ! आपण म्हणाला होता, '' देवी निंबजाई तुमचे आबा येईपर्यंत पाण्यातच उभी राहणार आहे म्हणून !... ''

'' किती हुषार आहात सईबाई ! आमच्या लाडक्या... ''

'' किती हुषार आहात... '' असं म्हणून रेऊबाईंनी त्यांना मिठीत घेतले आणि त्यांचे मुके घेतले...

'' बरं, चला कपडे बदला बघू... आपल्याला निंबळकला देवीला जायचंय...! ''

'' आम्ही मेण्यात नाही बसणार... आम्ही घोड्यावर बसणार एकट्या... आम्हाला घोडा आवरता येतो आता... ''

'' बरं बरं, तुम्ही घोड्यावरून या....

'' उरका ! कपड्यांचं बघा...! ''

मुधोजीरावांच्या सुटकेची बातमी डंका पिटवून सगळीकडं जाहीर झाली... जहागिरीतल्या सर्व गावांत बातमी पोहोचली आणि मुधोजीरावांच्या आगमनाच्या

वाटेकडे सर्वांचे डोळे लागले.

मुधोजीरावांच्या स्वागताची जय्यत तयारी झाली. सगळीकडे गुढ्या उभारल्या. तोरणे लावली... फुलांच्या शेजी आंथरल्या, रांगोळ्या काढण्यात आल्या...

बाणगंगेच्या काठावर सजविलेला हत्ती उभा होता. रुप्याच्या साजानं सजविलेले आठ घोडेस्वार उभे होते... बजाजीराव घोड्यावरून इकडे तिकडे सूचना देत फिरत होते...

"महाराज आले... मुधोजीमहाराज आले..."

महाराजांचा जयजयकार झाला... बजाजीराव महाराजांच्या घोड्याजवळ गेले, त्यांनी मुधोजीरावांना हात दिला, मुधोजीराव घोड्यावरून पायउतार झाले... बाजाजीरावांनी त्यांना मुजरा केला. शिंगाचा आवाज झाला. डंका, नौबती झडू लागल्या...

छोट्या सईबाई पळत पळत मुधोजीरावांना बिलगल्या...

'आबा... आबा... आबा...' करत सईबाई त्यांच्या अंगावर केव्हा झेपावल्या ते समजलेच नाही... त्यांनी त्यांच्या अंगावरून हात फिरवला... चिमुकल्या बोटाने त्यांनी वडिलांची बोटे पकडली आणि ओढत ओढत हत्तीकडे चालू लागल्या...

मुधोजीराव आणि छोट्या परकर, पोलक्यातल्या सईबाई अंबारीत बसले... हत्ती उठला आणि वाड्याच्या दिशेने चालू लागला... गावात महाराजांचे स्वागत होत होते... सुवासिनी ठिकठिकाणी त्यांना ओवाळत होत्या... फुलांचा वर्षाव होत होता...

जल्लोष चालू होता - मिरवणूक पुढे सरकत होती. मिरवणूक वाड्याच्या दारात पोहोचली. महाराज हत्तीवरून खाली उतरले आणि वाड्याच्या दाराच्या चौथऱ्यावर उभे राहिले आणि म्हणाले,

"प्रजाजनहो... असंच प्रेम ठेवा आमच्यावर, असंच प्रेम ठेवा आमच्यावर... आम्ही बलुत्याचे राजे आहोत..."

बजाजीरावांना काही बोलता येईना, त्यांनी खाली वाकून नमस्कार केला... 'असंच प्रेम ठेवा...' असं भरल्या अंत:करणानं ते बोलले आणि त्यांनी वाड्यात प्रवेश केला... सईबाई धावत धावत रेऊबाईंच्या महालाकडं पळाल्या...

"आईसाहेब, आईसाहेब, आबा आले, आबा आले..."

रेऊबाईंनी औक्षणाची तयारी केली होती आणि त्या महाराजांची वाट पाहत होत्या...

बजाजीराव आणि मुधोजीराव हे दिवाणखान्यात जाऊन आले... कचेरीत

काही सूचना दिल्या आणि रेऊबाईंच्या महालाकडे ते वळले...

मुधोजीरावांनी रेऊबाईंच्या महालात प्रवेश केला. " आईसाहेब... आबा... आबा..." असं म्हणून सईबाईंनी त्यांच्या हाताला धरून दारातून ओढत आत आणलं...

" सईबाई, दारात थांबू दे त्यांना !... ओवाळायचं आहे ना ? "

" हो हो " म्हणत त्यांनी परत त्यांना दाराजवळ नेलं.

" आबा उभं राहा इथंच... आईसाहेब, ओवाळा ना आबांना... ओवाळा ना. "

रेऊबाई औक्षणाचं तबक घेऊन पुढे आल्या आणि त्यांनी महाराजांना कुंकू लावलं... निरांजनाच्या ज्योतीकडं पाहिलं... ती शांतपणानं तेवत होती. त्यांनी महाराजांना ओवाळलं... आणि त्यांच्या नजरेला नजर दिली आणि क्षणार्धात तबकात एकाच वेळी दोघांच्याही डोळ्यांतून दोन दोन अश्रू पडले... रेऊबाई म्हणाल्या...

" किती अशक्त झालात आपण ?... "

" रेऊबाई, तुमच्याकडं पहावत नाही ! किती कृश झालात तुम्ही? "

" आबा आईसाहेब उपास करत होत्या ! जेवायच्याच नाहीत, आम्ही दिलेला घाससुद्धा खायच्या नाहीत...! सारखं देवाजवळ बसायच्या...! जेवण नाही... खाणं नाही. "

" अहो, अहो, किती चहाड्या कराल सईबाई ! "

" महाराज, आज अमचा जीव शांत झाला ! आज निरांजनातील वात बघा किती शांतपणाने तेवते आहे ! अगदी तसाच आमचा जीव शांत झालाय...! "

रेऊबाईंना पुढे बोलायचे सुचेना...! त्या शांत झाल्या...! मुधोजीराव पण गंभीर झाले... " रेऊबाई रेऊबाई " यापेक्षा पुढचा शब्द त्यांच्या तोंडातून बाहेर पडेना ! बराच वेळ अगदी शांततेत गेला... सईबाई दोघांच्या तोंडाकडे आळीपाळीनं बघत होत्या...

" आबा... आईसाहेब... तुम्ही बोलत का नाही ? भांडण झालं वाटतं तुमचं ?... आबा बोला ना ? आईसाहेब, बोला की !..." म्हणून सईबाईंनी हट्ट धरला...

...सईबाईंना मुधोजीरावांनी जवळ ओढलं आणि त्यांचे मुके घेण्यास सुरुवात केली... तसे रेऊबाईंनी सईबाईंना ओढले... " आक्का, आबांनाच फक्त पापा काय ?... चला या इकडं ", म्हणून त्यांनी त्यांचे मुके घेतले... आणि मुधोजीराव आणि रेऊबाई दोघही खळखळून हसले... त्यांच्या तोंडाकडं आळीपाळीनं सईबाई बघत राहिल्या...!

॥ २३ ॥

मुधोजीराव, जगदेवराव आणि बजाजीराव भाळवणीस पोहोचले. वाड्यात खबर गेली. मैनाईबाई आपल्या महालात होत्या ! त्यांच्या दासीने मुधोजीराजे आल्याची खबर दिली.

मुधोजीराव आणि जगदेवराव आत दारात दिसल्याबरोबर मैनाईबाई पलंगावरून खाली उतरतायत हे पाहून बजाजीराव, जगदेवराव पटकन पुढं गेले,...

'' मैनाई, थांबा थांबा, बरं नाही ना तुम्हाला...! आम्ही येतोय ना तिकडं...! ''

मुधोजीरावांनी त्यांना धरून मंचकावर बसवलं. जगदेवराव शेजारी बसले.

'' आईसाहेब, आडव्या व्हा तुम्ही... तुमच्या अंगात ज्वर आहे...! पडा तुम्ही... सावकाश हं... ''

मुधोजीरावांनी मैनाईबाईंच्या पाठीवरून हात फिरवला... मैनाईबाईंनी मुधोजीरावांचा हात हातात घेतला आणि म्हणाल्या...

'' किती दिवसानं भेटणं झालं ! कैदेत खितपत पडावं लागलं आपल्याला ! फार उशिरा समजलं मला... किती अशक्त झालात तुम्ही ? ''

'' स्वत:ची काळजी करायची प्रथम ! आम्ही सुखरूप होतो... आता तर पूर्ण सुखरूप आहोत... फलटणला घेऊन जाणार आहोत तुम्हाला ! '' हे ऐकल्यावर मैनाईबाईंना खूप आनंद झाला.

'' कधी जायचं ? उद्या सकाळी ? रेऊबाई कशा आहेत ? सईबाई आता चांगल्याच दंगा करीत असतील ? बोबड्या बोलत होत्या आम्ही इकडं आलो तेव्हा ! कशा आहेत सईबाई ? बजाजीराव कसे आहेत ? चला, मला तयारी करायला पाहिजे... आम्ही उठतो... आम्ही उठतो...'' असं म्हणून त्या उठू लागल्या...!

'' आईसाहेब, किती ज्वर आहे तुमच्या अंगात... तुम्हाला वैद्यांचं औषध चालू आहे. बरं वाटलं की फलटणला जायचंय तुम्हाला ! पडा तुम्ही...''

'' अहो, उद्या निघायचं ना ? '' असं म्हणून त्यांनी मुधोजीरावांना हलवलं... '' बोला ना... बोला... सांगा की... आम्हाला तयारी करायला... सांगा की...''

'' मैनाईबाई, जगदेवराव सांगतात तसंच करू या आपण... तुम्हाला बरं वाटलं की तुम्ही फलटणला या...! एक दिवससुद्धा इथं राहू नका...''

'' मग आपण राहणार ना तोपर्यंत ? ''

'' आम्हाला कसं राहाता येईल इथं ? तिकडची कामं पडलीत आमच्यापुढं ! ''

'' आम्हाला बरं वाटेल, चार-पाच दिवसांत... तोपर्यंत तरी रहावा तोपर्यंत

तरी रहावा...'' असं म्हणत असताना त्यांना भोवळ आली आणि त्या निपचित पडल्या... चिंगी दासी वैद्यांकडं पळत गेली. वैद्य आले... त्यांनी चाटण दिलं...!

"सरकार, त्यांना आता दोन प्रहर झोप लागेल... नंतर त्यांच्याशी बोलावे... आता त्यांना विश्रांती मिळायला पाहिजे!"

"वैद्यबुवा त्यांनी फलटणला जाण्याचा हट्ट धरलाय!"

"त्यांना अशा परिस्थितीत प्रवास नाही झेपणार!"

"कधी बरं वाटणार त्यांना?"

"त्यांचा आता सर्व भरवंसा परमेश्वरावरच!"

हे ऐकल्यावर मुधोजीरावांनी आपले दोन्ही हात आपल्या डोळ्यांवर घट्ट दाबून धरले आणि आवंढा गिळला... जगदेवरावच्या डोळ्यांतून अश्रूंची धार लागली आणि त्यांनी वडिलांच्या मांडीवर डोके घुसमटले... आणि आवंढा गिळला!

...सूर्योदय झाला... आणि मैनाईबाई जाग्या झाल्या... त्यांनी डोळे उघडले... मुधोजीराव त्यांच्या उशाशी आणि जगदेवराव पायथ्याशी बसून होते...

"रात्रभर बसून होता इथं?"

"होय. बरं वाटतंय ना तुम्हाला?"

"हो बरं वाटतयं! बरं आपण जावे फलटणला... आम्हाला बरं वाटल्यावर यावे न्यायला...!"

"बरं... बरं... नक्की येतो..."

"रेऊबाईंना सांगा आम्ही लवकरच येऊ... लाडक्या आक्कांना सांगा... तुम्हाला खाऊ आणणार आहे आम्ही! त्यांना गोड उसळ आवडती ना? आणतो आम्ही... आता परकर-पोलकं घालतात त्या, खरं ना? मग आणतो म्हणावं आम्ही..."

"मैनाईबाई, आम्ही दोन प्रहरांनी निघतो... तुम्हाला नेण्यास परत येतो नक्की!" असं म्हणून मैनाईकडं मुधोजीरावांनी पाहिलं... आणि चटकन पाठ फिरवली... पायऱ्या उतरताना त्यांचे अश्रू त्यांच्या अंगरख्यावर पडल्याचे त्यांनी पाहिलं...!

जगदेवराव भाळवणीला थांबले. मुधोजीराव फलटणला अतिशय जड अंत:करणाने परतले. मैनाईबाईंच्या प्रकृतीचे वर्तमान रेऊबाईंना सांगितल्यावर त्यांना फारच दु:ख झाले. दोघी सवती एकमेकींशी सख्ख्या बहिणीसारख्या राहत असत! आज मुधोजीरावांचे लक्ष कशावरच लागत नव्हते...

आठ दिवस होऊन गेले तरी भाळवणीकडचे काहीच वर्तमान समजले नाही; म्हणून मुधोजीरावांनी बजाजीरावांना सांगितले...

" बजाजीराव, भाळवणीला माणूस पाठवा... तिकडचा काहीच निरोप नाही..."

" ठीक आहे आबा... पण आम्हीच जाऊन यावं म्हणतोय, आम्हालाही थोरल्या आईंना भेटावेसे वाटतेय... उद्याचा दिवस वाट पाहूया. काही समजतंय का ते... नाहीतर आम्ही जाऊन येतो... "

रात्रीचं भोजन झाल्यावर मुधोजीराव बाहेरच्या सोप्यात येरझारा घालीत होते... मनात मैनाईबाईंचं चित्र उभं होतं !... दौलतराव मोरे ऊर्फ चंद्ररावांच्या त्या कन्या... या घरात आल्या आणि आपल्या प्रेमळ स्वभावानं त्यांनी सगळ्यांचं मन जिंकलं. आमचे किती किती अपराध त्यांनी पोटात घातले... नेहमी समजुतीच बोलणं... कधी रागावल्या नाहीत, रुसल्या नाहीत, वैतागल्या नाहीत... अगदी अदबीनं बोलणं... अगदी मऊ मऊ लोण्यासारख्या... बोलण्यात मार्दव, वागण्यात शालीनता, नम्रता, आमच्या आईसाहेब नेहमी म्हणायच्या .... किती मऊ आहात ?... तुम्हाला राग कसा येत नाही ?... मैनाईबाई... मुधोजीरावांचे भान हरपले होते. महाराज शयनगृहाकडं अजून कसे आले नाहीत म्हणून रेऊबाईंनी कमळीला विचारले... " बघून ये सरकार कुठं बसलेत ते ? "

कमळी बाहेर आली, पाहाती तो काय राजे येरझारा घालतायत्! कमळी पुढं आली.

" महाराज, राणीसाहेब याद काढतायत... चलावं ! "

हे ऐकल्याबरोबर मुधोजीराव भानावर आले... आणि झपाझपा पावले टाकीत शयनगृहाकडे निघाले...

" स्वारीचं लक्ष कशावरच नाही ? उद्या बजाजीराव जाणार आहेत ना भाळवणीला ?... बरं वाटत असेल बाईसाहेबांना... आई निमजाईला नवस बोललाय आम्ही !... "

" तुमचं सदाच नवससायास...! अहो मला तर काही खरं वाटत नाही आता मैनाईबाईंचं... नाही खरं..."

असं म्हणून - मुधोजीरावांनी मंचकावर डोकं टेकवलं... आणि डोळे मिटले...

रेऊबाई बराच वेळ त्यांच्या डोक्यावर हात फिरवत होत्या. त्यांना तशीच झोप लागली... रेऊबाई पण झोपल्या.

मधेच त्यांना स्वप्न पडलं...

रेऊबाई ऊठ... आमचा मळवट भरा आमचा... मळवट भरा ! हिरवा चुडा घाला आमच्या हातात... रेऊ पैठणी कुठाय आमची... बघा-बघा... वऱ्हाड यायची वेळ झाली.. तुमचं उरका... नवरी कुठाय... या सईबाई... सईबाई... पळा-पळा लग्न

आहे तुमचं... शहाजीराजांचे पुत्र शिवाजी... किती गोड आहे नवरा... कसं देखणं... रूप हाय... रेऊ स्वारी कुठाय ?... बोलावा त्यांना.... वऱ्हाड आलं... रेऊबाई वऱ्हाड आलं बघा-बघा... सज्जातनं बघा... चला पुढे तुम्ही - चला पुढे तुम्ही, आम्ही येतो... रेऊबाई....

रेऊबाई दचकून उठल्या... आणि त्या मुधोजीरावांना म्हणाल्या,

" महाराज... मैनाईबाईसाहेब आमच्या स्वप्नात आल्या होत्या. आत्ता... लग्नाचं वऱ्हाड आलंय... रेऊबाई चला पुढं... चला पुढं... " म्हणाल्या... " मैनाईबाईसाहेब कशा आहात तुम्ही..." कशा आहात तुम्ही.... म्हणून रेऊबाईंना हुंदका फुटला आणि त्यानी मुधोजीरावांच्या मांडीवर डोकं टेकवलं... अश्रूंचा पूर वाहू लागला...

॥ २४ ॥

बजाजीराव दुसरे दिवशी सकाळी भाळवणीकडे रवाना झाले आणि दुपारी तिकडून एक स्वार आला. वाड्यात तो आल्याची राजेसाहेबांना वर्दी मिळाली, ताबडतोब त्याला आत बोलाविले...

" काय खबरबात ? "

" राजेसाहेब, मन घट्ट करून ऐका, थोरल्या आईसाहेब..."

मुधोजीरावांनी डोळ्यांवर घट्ट हात धरले आणि ते आत गेले आणि पलंगावर कोसळले... रेहाना दासी पळत सुटली आणि तिनं रेऊबाईंचा महल गाठला...

" आईसाहेब... आईसाहेब... चलावं तिकडच्या वाड्यात... चलावं..."

" अगं पण काय झालं सांगशील की नाही ? "

" आईसाहेब... बातमी जरा वाईट..."

असं म्हटल्याबरोबर रेऊबाईंनी जाणलं..." मैनाईबाई... गेलात सोडून आम्हाला मागं... सईबाईंच्या वऱ्हाडाची वाट बघायला लावली तुम्ही आम्हाला... मैनाईबाई... " असं म्हणून रेऊबाईंनी हंबरडा फोडला...

महाराजांना घेऊन केरूपंत मैनाईबाईंच्या महालात आले... मुधोजीरावाना हुंदका फुटत नव्हता पण... रेऊबाईंना बघितल्याबरोबर त्यांना हुंदका फुटला...

" मैनाई... मैनाई...! "

दोघांनाही शोक अनावर झाला...!

रडून रडून... शेवटी दोघही शांत झाले...

"केरूपंत... आमची भाळवणीला जायची तयारी करा....!" मुधोजीराव म्हणाले.

या वर्षी दसरा-दिवाळी साजरी झाली नाही. कार्तिक, मार्गशीर्ष, पौष महिना संपला. संक्रांतीससुद्धा या वर्षी रेऊबाईंनी हळदीकुंकू अगदी घरच्याघरी केलं. मैनाईबाईंची आठवण त्यांच्या मनातून जात नव्हती...

माघ महिना उजाडला... रेऊबाई आपल्या महालात विचार करीत बसल्या होत्या... अचानक मुधोजीमहाराज आल्याची कमळीनं वर्दी दिली... त्याबरोबर त्या भानावर आल्या... महाराज मंचकावर येऊन बसले... म्हणाले,

" रेऊबाई, आज जरा तुमच्याशी बोलायचंय आम्हांला ! "

" आम्हांलासुद्धा एक गोष्ट विचारायचीय ! "

" मग विचारा ना ? "

तेवढ्यात पळत पळत सईबाई आल्या...

" आईसाहेब-आईसाहेब... आबा-आबा .... आम्ही खेळ मांडलाय... बाहुला -बाहुलीचं लग्न हाय आज... तुम्ही थांबा, जाऊ नका... लग्न लागलं की... मी जेवणाचे थाळे घेऊन येते... जाऊ नका आबा..." म्हणून लडिवाळपणानं त्यांनी त्यांचा हात घट्ट धरला !...

" बरं... बरं... आम्ही जेवून जाऊ नक्की... "

" लग्नाला नाही बोलावलं आम्हाला ? फक्त जेवायचं का ? "

" आईसाहेब, आम्ही सांगायचेच विसरलो. लग्नालापण आणि जेवायला-पण... या बर का ? " असं म्हणून त्या बाहेर गेल्या.

" राणीसाहेब, सईबाईंच्या लग्नाचचं बोलायचंय ना ?

" हो... हो... कसं मनातलं ओळखलं तुम्ही ! अहो, आज तोच विषय बोलण्यासाठी आलोय आत्ता !..."

" बरं मग लक्षात येतंय का एखादं स्थळ ? "

" तेच तर सांगायचंय रेऊबाई तुम्हाला. "

" सांगा ना मग. "

" भोसल्यांचं आपलं जुनं नातं. तर आहेच ! "

" हो... हो... कसं विसरू आपण ? "

" रेऊबाई, त्यांचं जुनं नातं आता नवं करायचा डोक्यात सारखा विचार आहे ! "

"त्यांचे धाकटे चिरंजीव आहेत लग्नाचे... शिवाजी नाव आहे त्याचं !... देखणा... राजबिंडा. आहे बरं का... अश्वपरीक्षा, गजपरीक्षा, शस्त्रपरीक्षा, शूर, उदार,

सखोल, धीर, डोळ्यांत जरब पण तितकीच स्वाभिमानी, विवेकवृत्ती, धार्मिकता अशा गुणांनी युक्त आहेत शहाजीराजांचे चिरंजीव... ''

'' मग शहाजीराजांना बेंगळूरला भेटायला पाहिजे ! ''

'' खेडेबाऱ्याला जिजाऊसाहेब राहतात, चिरंजीव तिथंच आहेत... तिथं जाऊन येतो... त्यांना विचारतो...''

'' बरं मग कधी जायचं ते ठरवावे... ''

॥ २५ ॥

मुधोजीरावांना विजापूरला बादशहाच्या भेटीला जायचे होतेच, त्यामुळे शहाजीराजांची भेट विजापूरला होण्याची शक्यता होती. मुधोजीरावांनी विजापूरला जाण्याची तयारी करण्याचा हुकूम दिला. पंधरा दिवस यात जाणार होते. बजाजीरावांना त्यांनी बोलावून घेतले.

'' बजाजीराव, आम्ही उद्या विजापूरला कूच करतोय, शहाजीराजांना भेटावे म्हणतोय ! ''

'' आपण परवा म्हणाला होतात शहाजीराजांना भेटायचंय, काही हरकत नाही. तुम्ही निर्धास्त असा. इकडची काळजी करू नका. ''

'' सकाळी सूर्योदयाला आम्ही निघतो...''

बजाजीरावांनी महाराजांच्या जाण्याची सिद्धता करून ठेवली. सकाळी सूर्योदयाला महाराजांनी निमजाईचं दर्शन घेतलं आणि ते विजापूरकडं निघाले.

वाटेत शिंगणापूरच्या शंभू महादेवाचं दर्शन घेऊन मध्ये वेळापूरजवळ मुक्काम केला... पुढं पंढरपूरला श्री विठ्ठलाचे दर्शन घेतले. तिथं मुक्काम झाला व नंतर टाकोटाक त्यांनी विजापूर गाठलं...!

शहाजीराजे विजापुरात असल्याचे त्यांना समजले. त्यामुळे त्यांना आनंद झाला...

मुधोजीराव शहाजीराजांच्या वाड्यात गेले. योगायोगाने शहाजीराजे वाड्यात नुकतेच आले होते. मुधोजीराव आल्याची वर्दी त्यांना मिळाली, त्यांनी मुधोजीरावांना हाताला धरून चौकातून आत आणले. प्रेमालिंगन झाले...

'' बसा, मुधोजीराव !... ''

'' दादाराजे, आपली गाठ पडली, फार आनंद झाला. योग चांगला आहे.

आपली गाठ पडण्याची खात्री नव्हती; पण आम्ही नशिबवान !...''

''मुधोजीराव, काही महत्त्वाचं काम ? बोला... अहो, मामासाहेबांनी आमच्यासाठी मोगलांशी लढताना प्राण दिले...! ही सामान्य बाब नाही, मुधोजीराव... तुमचे तीर्थरूप वणंगपाळ... बारा वजिराचे काळ... धारातीर्थी पडले आमच्या मदतीला येऊन ! आम्हाला त्यांची सदैव याद येते. बरं, आपण नंतर बोलू. आधी जरा बाहेर जाऊ.''

शहाजीराजे मुधोजीरावांना आपल्या नृत्यशाळेत घेऊन आले. नृत्यशाळा म्हणजे आरसेमहालच होता ! सर्व भिंतींवर चित्रकाराने नटेश्वर, रंभा, उर्वशी... इंद्राचा दरबार... विश्वामित्र-मेनका, दुष्यंत-शकुंतला, श्रीकृष्ण-गोपिकांची रासक्रीडा चित्रे चितारली होती. प्रत्येक चित्राभोवती पानाफुलांची नक्षी, कमळांच्या फुलांची आणि मत्स्याकृतीची वेलबुटीही चितारली होती. नृत्यशाळेत चारी बाजूंना कमानी असून त्यावर गुलाबी रेशमी पडदे सोडले होते आणि पडद्याखाली घुंगरू बांधले होते. छताच्या गोलाकार नक्षीवर पानाफुलांचे चिटाचे कापड लावले होते.

मुधोजीराव व शहाजीराजे आल्याबरोबर दोन रूपवान लावण्यवती नृत्यांगनांनी येऊन कुर्निसात केला. दोघींनी हिरवा घोळदार रेशमी कुडता आणि पिवळ्या रंगाची सलवार घातली होती. कुडत्यावर जांभळ्या रंगाचे बुट्टेदार जाकीट घातले होते. डोक्यास जांभळ्या रंगाची तिरकी टोपी होती, असा त्यांचा पोशाख सुदंर व मोहक होता, गळ्यात टपोऱ्या मोत्यांच्या माळा रुळत होत्या. केतकीसारख्या गोऱ्यापान नृत्यांगनांचे तळहात मेहंदीने लाल दिसत होते. चाफेकळीसारखे नाक, काळ्याभोर कमनीय भुवयांखाली पापण्यांतून उमळणारी दोन नयनफुले, नाजूक जिवणी, गुलाबी गाल, कमनीय बांधा असणाऱ्या त्या नृत्यांगना पाहिल्याबरोबर शहाजीराजे खूष झाले. सारंगी वाजू लागली... तबल्याच्या तालावर त्यांचे पाय ठेक्यात पडू लागले आणि घुंगरांचा झंकार बाहेर पडला. शहाजीराजांनी आपल्या शेजारी मुधोजीराजांना आसनावर स्थानापन्न होण्यास सांगितले. शहाजीराजांसमोर सुरई आणि चांदीचे पेले घेऊन सोकाजीराव आला... खळखळ...खळखळ... आवाजानं पेले भरले गेले... आणि शहाजीराजे मुधोजीरावांना म्हणाले...

''मुधोजीराजे नाईक निंबाळकर, थोडी नशा...''

दोघांनी चषक हाती घेतले... आणि तोंडाला लावले... बाजूच्या कमानीवरचे पडदे वाऱ्यानं हालत होते... चषकात वरच्या झुंबरांचे प्रतिबिंब दिसत होते... धूपदाण्यातून सुगंधाची बरसात होत होती... चौकातल्या कारंजाच्या तुषारांच्या आवाजात वातावरण धुंद झाले होते... आणि एकेक घोट राजे घेत होते...

झननन् झुम् झननन् झुम्... झुम् झुम्... झुम्... आवाजात दोन्ही नर्तिका आल्या आणि त्यांनी राजांचे पाय शिवून मुजरा केला आणि मागे सरल्या... शहाजीराजांनी हात उंचावला... तसे त्यांनी हात जोडले आणि नटेश्वराच्या भूमिकेत त्या उभ्या राहिल्या... नटेश्वराला नमन केले आणि सुरू झाला त्यांचा नृत्यरंग! मृदंगावर बोल उठू लागले... आणि नर्तिकांच्या पदन्यासात ते गुंफले गेले... एक लयबद्ध नृत्याची रंगावली दिसू लागली... सारंगीवरून सुरांचा लय सुरू झाला. नृत्यांगनेनं आपला सुंदर नाजूक चेहरा वर केला... आपल्या सरळ नासिकेला... आपला गजरा लावला. सुगंध घेतला आणि तिने आपला देह कमरेवरून मागे झुकविला... आणि एकदम तिच्या गळ्यातून सूर बाहेर पडले...

कुर्बान कर दो कुर्बान कर दो
कुर्बान से कुर्बान कुर्बान जी दो...
यें नशा न्यारी नशा है
यें नशा प्यारी नशा है
यें नशा शेरी नशा है
नशा कुर्बान कर दो... नशा कुर्बान कर दो
इष्क नही हैं प्यार नही
कुर्बान... कुर्बान... कुर्बान
प्यास भरी हैं, प्यास भरी हैं
इश्क भरी हैं, जीत भरी हैं
ये नशा नशा ही नशा हैं
ये नशा कुर्बान करो, कुर्बान कर दो
ये नशा कुर्बान कर दो...
कुर्बान... कुर्बान... कुर्बान... कुर्बान...
मेरी नही मैं, तेरा नहीं तू
सूर नहीं तू, ताल नहीं तू
कुछ भी नहीं तू कुछ भी नहीं मैं
कुर्बान ही सिर्फ कुर्बान ही हैं सिर्फ कुर्बान हैं ये
कुर्बान... कुर्बान.... कुर्बान...
द्वैत कहा हैं तन में हमारा
द्वैत कहा हैं मन में हमारा
मैं हूँ मैं हूँ तुही तुही पुकारा...

मैं तू- तू मैं ... मैं - तू ... तू मैं ... अद्वैत हमारा...
मालीक के मन में मन में हैं तन
कुर्बान... कुर्बान.... कुर्बान...

नर्तिका नाचून नाचून थकल्या... आणि त्या एकमेकींच्या मिठीत स्थिरावल्या... भक्त आणि ईश्वराचं मीलन झाले... '' त्वं तत्त्वमसि '' हे तत्त्वज्ञान शिकवून त्यांचे नृत्य थांबलं... शहाजीराजांनी नर्तिकांचा सन्मान केला आणि म्हणाले, '' भक्त आणि ईश्वर यांचं हे मीलन घडविलं तुम्ही तुमच्या कलेतून ! धन्य झालो आम्ही...! ''

'' मुधोजीराजे... आम्ही या नृत्यातून शृंगार पाहिला नाही; तर या नृत्यातून आम्ही भक्तिरस पाहिला... नवरसांची बरसात पाहातो आम्ही अशा कलेतून... राजे ! शंकर आणि पार्वती यांच्या नृत्यातून केवढं तत्त्वज्ञान निर्माण केलंय आमच्या पूर्वजांनी... शिवशक्तीचं मीलन... अर्धनारीनटेश्वराच्या नृत्यातून पाहातो आम्ही !... ''

'' शहाजीराजे केवढा अभ्यास आहे तुमचा ! ''

'' राजे, त्यासाठी संस्कृत भाषा यावी लागते... आपलं सारं तत्त्वज्ञान त्याच भाषेत दडलय !... राजे, आम्ही रमतो त्या देवबोलीत.... राजे, आम्ही हा क्षत्रियांचा पेशा पत्करला नसता तर आम्ही रमलो असतो त्या देवबोलीत, गीर्वाण भाषेत... ''

'' बरं चला, बराच उशीर झालाय ! पुन्हा बोलू कधी तरी. ''

मुधोजीराव मुग्ध झाले आणि आश्चर्यचकित नशेत त्यांना झोप लागली...!

।। २८ ।।

फाल्गुन महिना लागला... जिजाबाईसाहेब पुण्याच्या लाल महालात होत्या... शिवाजीराजांचं शिक्षण चालू होतं. सकाळी रोज व्यायाम, अध्ययन सुरू होते. संध्याकाळी तलवार, भाला, धनुष्यबाण, विटा, पट्टा ह्यांच्याशी त्यांची मैत्री असे. सवंगडी वाड्यावर जमत, मग लुटूपुटूची लढाई चाले. '' शिवाजीमहाराज की जय '' असा जयजयकार होई... जिजाऊसाहेबांना कौतुक वाटे...

संध्याकाळी '' शुभंकरोति '' झाल्यावर जिजाऊसाहेब आपल्याबरोबर कधी रामायण तर कधी महाभारत ऐकण्यासाठी शिवबाला बसवीत... शिवबा रामाच्या, भीमाच्या, कृष्णाच्या, अर्जुनाच्या, अभिमन्यूच्या पराक्रमाच्या कथा ऐकताना रमून जात असे...

" आऊसाहेब कौरवांसारखेच आहेत का हे यवन ? "

होय, शिवबा कौरव पांडवांचे भाऊच होते... पण हे राक्षस परके आहेत,... हे महाभयंकर आहेत त्यांच्यापेक्षा ! "

" मग आबा कसे त्यांची सेवा चाकरी करतात ? "

" अरे, त्यांना वाटत नाही का आपण विजयनगरसारखं राज्य निर्माण करावं ? "

" मग का नाही करत ते ? "

" शिवबा, तशी वेळ यावी लागते. पाठबळ निर्माण व्हावं लागतं... तशी ईर्ष्या निर्माण व्हावी लागते... तशी जिवाला जीव देणारी माणसं जपावी लागतात, वाढवावी लागतात, नवी निर्माण करावी लागतात ! "

" आऊसाहेब, आम्ही करू हे सारं ! आम्ही करू हे सारं... आम्हाला संधी मिळायला हवी ! "

" शिवबा, त्यासाठी तर ही जहागिरी तुमच्या आबासाहेबांनी तुमच्या हातात दिली आहे... तुम्ही मोठे व्हा... माणसं घडवा, वाढवा, निर्माण करा... बघा काय चमत्कार घडतोय तो !..."

" आऊसाहेब तुमच्या देखत आम्ही हे करू... आणि मग हे स्वतंत्र राज्य आपलं राज्य... रामराज्य निर्माण करू..."

" बरं बरं... उद्या वाढदिवस आहे म्हटलं तुमचा फाल्गुन वद्य तृतीयेचा ! "

" आबासाहेब कधी येणार आहेत ? "

" त्यांचा काही तसा भरवंसा नाही, ते म्हणजे एक वारं आहे वारं... कधी कसं वाहील याचा नेम नाही ! येतील तुमच्या लग्नाला... "

" आऊसाहेब, आमचं लग्न ! "

" हो, लग्न करायचंय तुमचं ! उद्या १० वर्षे पूर्ण होतील तुम्हाला. आता लग्नाचे वय झाले तुमचे. लग्न करावंच लागणार आहे..."

" पण... नंतर नाही का करता येणार ?..."

" नंतर कधी ? "

" स्वराज्य निर्माण झाल्यावर ! "

" अहो, छत्रपती शिवाजी महाराज ! तुमच्या वडिलांनी तुमची सोयरीक जमवली आहे तिकडं विजापुरातच !..."

" विजापुरात ? "

" अहो शिवबा, फलटणचे आपले आप्त तुमच्या वडिलांचे मामेभाऊ मुधोजीराव नाईक निंबाळकर गेले होते विजापुरात त्यांच्या मुलीबद्दल विचारायला ! "

"मग आबासाहेबांनी काय सांगितलं त्यांना ?"

"त्यांनी सांगितलं मुलाच्या आईला आणि मुलाला मुलगी बघायला हवी ! ते पसंत करतील तर आम्हाला पसंत असेल... सोयरीक ठरवा..."

शिवाजीराजे एकदम जोरात हसायला लागले "हॅ...हॅ...हॅ...! आऊसाहेब बघा तुम्हीच आणि ठरवा तुम्हीच", म्हणून पटकन बाहेर पडले.

॥ २७ ॥

मुधोजीरावांची पूजा आटोपली... आणि त्यांनी सईबाईंना हाक मारली.

"सईबाई... सईबाई..."

"आले आबा... आले."

"चला लवकर"

"आबा, किती घाई करता हो, मी आईला जरा मदत करतेय ना !"

"हे तीर्थ घ्या... आणि आईसाहेबांनापण द्या... मी पोषाख करतो... तोपर्यंत तुमचं उरका... मेणा येऊन बाहेर थांबला असेल..."

"आमचं उरकलंय सगळं... तुम्हीच उरका तुमचं !"

"बरं बरं बाई... तुम्ही काय आता राजाच्या राणी होणार आहात ना ?"

"आबा... आबा... आत्ता चेष्टा बंद बरं का !" असं म्हणून त्यांनी आपल्या तोंडावर दोन बोटे धरली...

मुधोजीराव पोषाख घालून परस्पर वाड्याच्या बाहेर गेले आणि सर्जाला आत पाठवून रेऊबाईंना आणि सईबाईंना बोलावून घेतले...

मायलेकी मेण्यात बसल्या...! मेणा फलटण किल्ल्याच्या वेशीतून बाहेर पडला... मुधोजीराव घोड्यावर होते. २०-२५ माणसांचा सरंजाम बरोबर होता. रस्त्यात मुक्कामासाठी तंबू, राहुट्या होत्या.

बाणगंगा ओलांडून पुण्याच्या रस्त्याला सरंजाम चालू लागला... मधे तरडगांवला जेवणासाठी सर्व जण थांबले... तरडगांवला रामजी गायकवाड पाटलांनी सर्वांची जेवणाची व्यवस्था केली होती...

पहिला मुक्काम पडला वाल्ह्याला... वाल्ह्याला तिथल्या पाटलांनी त्यांच्या चौसोपी वाड्यात मुक्कामाची उत्तम सोय केली होती. दुसरे दिवशी सूर्योदयाला मुक्काम हलला.

" आबा आम्ही मेण्यात नाही बसणार ! आम्हाला घोड्यावर बसायचंय " सईबाई म्हणाल्या.

" मग या आमच्या घोड्यावर ! "

" मला वेगळा घोडा पाहिजे, मला घोड्यावर बसता येतं आबा... तुम्हाला माहीत नाही का ? "

" बरं बरं... देतो तुम्हाला घोडा... "

सदाशिवनं एका घोड्यावर सईबाईंना बसवलं...

सईबाईंनी घोड्याला टाच मारली आणि घोडा भरधाव धावू लागला - मुधोजीराव त्यांच्या बरोबर होते... मुधोजीरावांना आश्चर्य वाटलं... पोरगी किती धीट झाली !

तिसरा मुक्काम जेजुरीला झाला. अजून सूर्यास्ताला वेळ होता. दरेकर सरकारांच्या वाड्यात सर्व जण पोहोचले... रेऊबाई सईबाईंना म्हणाल्या...

"सईबाई, खंडेरायाचं दर्शन घ्यायचं म्हणून सांगा आबांना ! "

" आबा आबा... आईसाहेब काय म्हणतात बघा... "

" ऐकलं आम्ही !... आम्ही तोच विचार करत होतो ! "

" आबा, दोघांच्या मनात एकच विचार कसा येतो ? "

" कळल तुम्हाला नंतर...! "

" बरं उरका, पुढं गडावर आपली माणसं गेलीत... मेणा वाड्याच्या बाहेर तयार आहे...! "

रेऊबाईंनी, सईबाईंनी, मुधोजीरावांनी खंडेरायाचं दर्शन घेतलं.

" खंडेराया, तुझा आशीर्वाद घ्यायला आलोय. यश दे, बळ दे..." म्हणून रेऊबाईंनी प्रार्थना केली.

मुधोजीराव आणि सईबाई बाहेर वाट पाहत होते.

" ... सईबाई हाक मारा आईसाहेबांना, नेहमी देवाजवळ किती बसू आणि किती मागू असं होतं त्यांना. "

सईबाईंनी आईसाहेबांना हाताला धरून बाहेर आणलं !

" झालं बाई मनासारखं माझ्या... दर्शन झालं खंडेरायाचं. "

रात्री जेजुरीस मुक्काम झाला. सकाळी सूर्योदयाला मेणा सासवडच्या दिशेला लागला...! सईबाईंना रेऊबाईंनी मेण्यात घेतले...

" आईसाहेब, आम्हाला घोड्यावर बरं वाटतं ! "

" माझ्याशी बोलायला कोण आहे ? " रेऊबाई म्हणाल्या...

" बरं तुम्ही म्हणाल तसं ! "

सूर्यास्ताच्या सुमारास सासवड आलं... सोपानदेवाच्या समाधीचं दर्शन

घेण्यासाठी रेऊबाईंनी हट्ट धरला... आणि मुधोजीरावांनी तो पुरवलापण !

सोपानदेवाच्या समाधीचं दर्शन घेऊन मगच जगताप पाटलांच्या वाड्याकडं सारी वळली... वाड्याच्या दुसऱ्या मजल्यावर राहण्याची सोय केली होती. जगतापांनी रात्री खास शिकारीचे भोजन केले होते...!

सकाळी सूर्योदयाला सारे पुण्याकडे निघाले... दिवेघाटातून पुण्यातले वाडे दिसत होते...! दुपारपर्यंत लाल महालाजवळ सारे पोहोचले... पुढे स्वार गेले होते. त्यामुळे जिजाबाईसाहेब वाटच बघत होत्या...

रेऊबाई व सईबाई मेण्यातून खाली उतरल्या. वाड्याच्या पहिल्या चौकात जिजाऊसाहेबांनी बघितले आणि " या, या, रेऊबाई या... सईबाई या... " म्हणत त्या त्यांच्याजवळ आल्या... रेऊबाईंचा हात धरून त्यांनी त्यांना आत नेलं... मुधोजीराव बाहेर सदरेत थांबले... दादोजीपंतांनी त्यांची व्यवस्था केली... विचारपूस केली... कधी निघाला ? कुठे कुठे मुक्काम झाले ? काही त्रास झाला का ? सर्व चौकशी केली...

जिजाऊसाहेब बाहेर आल्या.

" नाईक निंबाळकर, अहो लेकीला दाखवायला आणायची काही जरूर होती का ? आपल्यात तशी रीत नाही...! किती त्रास मायलेकींना ? अहो तुमची लेक बघायची कशाला ? सुंदर असणारच याची खात्री होती आम्हाला... आमच्या महाराजांनी तुम्हाला सांगितलं आणि तुम्ही ऐकलं. एकटे आला असता तरी चाललं असतं... आता राहा चार दिवस पुण्यात... दादोजीपंत तुम्हाला पुणं नवं कसं झालय ते दाखवतील ...! "

" वहिनीसाहेब, आमच्यावर दादाराजांनी केवढं प्रेमाचे ओझं करून ठेवलंय !" म्हणून त्यांनी सईबाईंना हाक मारली...!

सईबाईंचा हात हातात घेऊन ते म्हणाले,

" वहिनीसाहेब, हा " अर्ज " स्वीकारणार ना ? "

" मुधोजीराव, हे विचारणं झालं का ? रूपगुणानं उज्ज्वल अशी आपली कन्या कोण नाकारील ? अहो त्यांना लाल महालात येताना पाहिलं आणि लगेचच त्या माझ्या सूनबाई झाल्या..."

" शिवाजीराजांचा विचार ? "

" माझा विचार तोच त्यांचा विचार ! आपल्या आईवर ज्याचा विश्वास त्याचा जगावर विश्वास ! हे तत्त्व त्यांनीच आम्हाला सांगितलं परवा ! अहो असं बोलतात ऐकल्यावर आश्चर्यानं तोंडात बोट जातं !..."

" कुठं गेलेत शिवाजीराजे ? "

" असतील कुठं तरी खेळत... किल्ले बांधायचे... कुणी बादशहा व्हायचं, कुणी सैनिक व्हायचं, कुणी सेनापती - कुणी प्रधान, स्वत: राजा व्हायचं !... हे श्रींचं

राज्य आहे असं काहीसं बोलतात... ' आम्ही हिंदवी स्वराज्य निर्माण करणार ! ' असं म्हणतात... विलक्षण आहे सारं ! ''

तेवढ्यात शिवाजीराजांचा आवाज ऐकू आला. ते वाड्याच्या पहिल्या चौकात आले होते... '' या उद्या आपण मावळात जायचं बरं का ? या सगळे आम्ही वाट पाहतो... '' असं शिवाजीराजे म्हणाले आणि पळत आत आले. '' आऊसाहेब, आऊसाहेब कुठाय तुम्ही...? '' म्हणून चक्क मोठ्यानं ओरडले.

'' शिवबा... हळू जरा, पाहुणे आलेत... ''

'' होय का ?... म्हणूनच ओ द्यायला विसरलात आम्हाला...! मग आम्हाला लग्न नकोच !...''

'' बरं, या, आत या...! ''

शिवबा आतल्या दालनात आले आणि त्यांनी सईबाईंना बघितले आणि एकदम '' आऊसाहेब... आऊसाहेब '' म्हणत आत गेले...

॥ २८ ॥

रेऊबाईंना जिजाऊसाहेब कसबा गणपतीला घेऊन गेल्या...

'' या गजाननाची कृपा... पुन्हा पुणं वसलं... राखरांगोळी झाली होती पुण्याची ! केवढे वाडे होते इथं ! झांबरे पाटलांचा वाडा साफ झाला ! आमच्या दोन वाड्यांची राख झाली !... गाढवाचा नांगर फिरवला...! ''

'' आम्ही आलो आणि हा लाल महाल बांधला. पुन्हा सोन्याच्या नांगराच्या फाळानं भूमी नांगरून घेतली. ''

जिजाऊसाहेबांनी, रेऊबाईंनी गणपतीचं दर्शन घेतलं... पुजाऱ्यांना अभिषेक करण्यास सांगितला.

'' आऊसाहेब, गणपतीचं देऊळ पुन्हा बांधलं तुम्ही ? ''

'' हो, हो, आम्हीच उभं केलं देऊळ ! ''

सईबाई गणपतीपुढे मांडी घालून बसल्या, हात जोडले आणि म्हणू लागल्या...

ॐ नमस्ते गणपतये, त्वमेव प्रत्यक्षं तत्त्वमसि ।
त्वमेव सर्वं खल्विदं ब्रह्मासि ।
त्वं साक्षाद् आत्मासि नित्यम् ।
ऋतं वच्मि, सत्यम् वच्मि । अव त्वं माम्...

जिजाऊसाहेबांनी सईबाईंचे गणपति अथर्वशीर्ष कान देऊन ऐकले; आणि त्यांचे स्पष्ट शब्दोच्चार ऐकून त्या थक्क झाल्या...

त्यांनी गजाननापुढं हात जोडले आणि मनात म्हणाल्या,

'' गजानना, शिवबाला तूच आणलीस जोडीदारीण तुझी भक्त ! धन्य झाले मी ! ''

'' चला सईबाई, तिकडं आबा वाट पहात असतील. ''

रेऊबाई म्हणाल्या, जिजाऊसाहेबांनी त्यांना जवळ घेतले... आणि त्यांच्या तोंडावरून हात फिरवला... त्या पटकन पळत सुटल्या आणि त्यांनी लाल महाल गाठला !

मुधोजीराव, दादोजी आणि शिवबा सईबाईंची वाट पाहत होते. सईबाई आल्यावर त्यांनी गोशाळा, दप्तरखाना, शिलेखाना, कचेरी, बाग, सदर, कोठी, महाल, कारंजी, विहिरी, सर्व दाखविलं, नंतर पुण्यातल्या अनेक वास्तू, अंबिल ओढ्याला बांधलेलं धरण, मुळा मुठा नद्या संगम, जुन्या कोटाच्या पडक्या भिंती,... सईबाईंनी सगळं पुणं पाहिलं आणि त्या लाल महालात आल्या.

रात्री मेजवानी झाली आणि मुधोजीरावांनी जिजाऊ साहेबांना विचारले,

'' वहिनीसाहेब मुख्य गोष्ट बोलायचीच राहिली ? आपली पसंती ? ''

'' हे काय विचारणं झालं का ? सईबाई आता आमच्या झाल्या, समजा. ''

'' आम्हीच फलटणला वास्तविक सोयरिकीसाठी येणं योग्य आहे. ''

'' वहिनीसाहेब, आम्हाला आपली भेट घ्यायचीच होती, आलो रेऊबाईंना आणि सईला बरोबर घेऊन. ''

'' टिळ्यासाठी आम्ही येऊ फलटणास, शिखर शिंगणापूरचं महादेवाचं दर्शन घ्यायचंय, आम्हाला आणि सासूबाईंना ! त्यांना परत माहेरीपण येता येईल... आत्याबाई आता थकल्यात फार. डोळ्यांनी दिसत पण नाही ''... जिजाऊसाहेब म्हणाल्या.

मुधोजीराव, रेऊबाई, सईबाई यांनी दीपाबाईंची भेट घेतली... त्यांना दिसत नव्हतं - सर्वांनी त्यांना नमस्कार केला... '' आत्यासाहेब, मी मुधोजी, माझी पत्नी रेऊ आणि कन्या सईबाई... ''

'' तुम्ही आला, भेटलात काल, पण मला नाही समजलं. काहीच... दिसत नाही... म्हातारपण आलं...''

'' का आला होतात ? ''

'' जुनं नातं नवं करावं म्हटलं... आपल्या नातवाला आमची लेक द्यायची म्हणतोय...''

'' चांगल केलं, जुन्याचं नवं नातं केलं. ''

दीपाबाईंनी सईबाईंना जवळ बोलावले - त्यांच्या पाठीवरून हात फिरवला...

" शिवबाची राणी होणार तुम्ही... नांव काय ? "

" सई ...! " सईबाई म्हणाल्या.

सकाळी सूर्योदयाला रेऊबाई, मुधोजीराव गणपती मंदिरात गेले.

आज गणपती शेंदूराची उटी, दुर्वांच्या एकवीस जुडी, शमीचा हार, मांदाराची पत्री आणि मुकुटात हिऱ्याचा खडा, पीतांबर, शेल्यानिशी दिव्यत्वाची आभा जणू प्रकट करीत होता. त्याच्याभोवती नंदादीपाच्या प्रकाशात धूपाचा वास आणि रक्तवर्णी पुष्पांच्या सुगंधामुळं त्याचं जे प्रसन्न रूप दिसत होतं ती आभा, ती शोभा वर्णन करावी ती एखाद्या प्रतिभाशाली प्रज्ञेच्या प्रबुद्ध कवीनेच !...

ठकारांच्या घरातल्या कोनाड्यातील हा गजानन एका चिरेबंदी मंदिरात जिजाऊसाहेबांनी स्थापला होता. गजाननापुढे नंदादीप तेवत होता. ठकार भटजी गणपती अथर्वशीर्षाचा अभिषेक करीत होते. मंदिरात " अव् पुरस्तात - अवत्तरातात अव दक्षिणास्तात... " हे शब्द मंदिराच्या कानाकोपऱ्यांत घुमत होते. गजाननाच्या प्रसन्न मूर्तीवरून अभिषेक धारा पडत होत्या. सर्वांनी गजाननाची मनोभावे प्रार्थना केली, प्रसाद घेतला. कसब्यापासून थोड्याच अंतरावर एका वावरात तांबडी जोगेश्वरी मंदिर होते. समोर छोटेखानी दीपमाळ होती... ती रोज पाजळली जात असे. जाताना सर्वजण जोगेश्वरी दर्शनास गेले.

रेऊबाईंनी जोगेश्वरीची खणानारळानं ओटी भरली. रेऊबाईंनी देवीला प्रार्थना केली-

" जगदंबे, तुझ्या छायेत माझी लेक येतीय, आता रक्षण कर त्यांचं. "

जिजाऊसाहेबांनी रेऊबाईंची ओटी भरली... आणि लाल महालात परत आल्या.

" आता विहिणबाई झालात आमच्या...! " सईबाईंनी आऊसाहेबांच्या पायांवर डोकं ठेवलं... शिवबांनी मुधोजीराव आणि रेऊबाईंना नमस्कार केला... मंडळी फलटणच्या मार्गाला लागली.

॥ २९ ॥

जिजाऊसाहेबांना सईबाई पसंत पडल्या; रूपानं आणि गुणानं मुलगी खरंच चांगली वाटली... दीपाबाईआईसाहेब फारच थकल्या होत्या... त्यांना आता दिसत नव्हते... पण त्या ही बातमी समजल्यापासून खूपच आनंदित झाल्या होत्या.

" जिजाऊ, तुमची आई म्हाळसा पण निंबाळकरांची, मी निंबाळकरांची अन् आता तुमच्या सूनबाई पण निंबाळकरांच्याच...! "

" आत्याआईसाहेब, अहो, आपल्या नातसून पण निंबाळकरांच्याच ! " जिजाऊसाहेब म्हणाल्या...

" जिजाऊ, ही सगळी शंभूमहादेवाची कृपा बरं बाई... शिखर शिंगणापूरच्या त्या शंभूची कृपा बाई..."

" खरच आत्यासाहेब... त्याचीच कृपा..."

" मला दर्शन घ्यावं वाटतंय गं त्याचं ! "

" मग जाऊ या आपण शिखर शिंगणापुरी... येताना फलटणला नाईक निंबाळकरांच्याकडं जाऊ...! टिळा लावायचा ना ? लग्न मुहूर्त काढायचाय...! "

" बरं झालं... जिजाऊ... आम्हाला पण माहेर बघायला मिळेल... बघतो कशाची ? डोळे कुठं धड आहेत ?... पण बरं वाटंल आम्हाला..."

" जाऊ आपण... आम्ही तयारी करायला सांगतो... तुम्ही झोपा बघू आता... हे लग्न ठरल्यापासून आपण सारख्या बडबड करताय... आराम करा... चला आत... "

जिजाऊसाहेबांनी दीपाबाईंना धरून त्यांच्या कमऱ्यात नेले.

दोन दिवसांनी जिजाऊसाहेबांनी पंतांना शिखर शिंगणापूर आणि फलटणला जायची तयारी करण्यास सांगितली...

रखमाजी आणि सुभानराव यांना त्या कामावर नेमले... मानाबाई आणि शेवंती ह्या दोन दासींना बरोबर घेण्यास सांगितले.

सासवडला, जेजुरीला, वाल्ह्याला... पाटील आणि देशाधिकाऱ्यांना निरोप धाडण्यास सांगितले. पाच पाच कोसांवर पेशूरवेमा पाठविण्याची व्यवस्था करण्याचा हुकूम दिला...

शिवाजीराजांनी आईसाहेब आणि आजींना नमस्कार केला...

" शिवबा, येतो आम्ही ! "

" आऊसाहेब, जपून जा... लवकर या परत..."

शिवबाच्या पाठीवरून आऊसाहेबांनी हात फिरवला.

सर्व तयारी झाली... मुहूर्त काढून जिजाऊसाहेब, दीपाबाईं साहेब निघाल्या. २५-३० लोकांचा सरंजाम होता... जिजाबाईसाहेबांबरोबर चार खास माणसे दिली होती.

सूर्योदयाला जिजाऊसाहेबांनी कसब्यात गणपतीचं दर्शन घेतलं... आणि त्या आणि दीपाबाईसाहेब मेण्यात बसल्या... मेणा दिवेघाटाच्या दिशेला लागला...

जिजाऊसाहेबांच्या प्रवासाची चोख व्यवस्था झाली होती. सर्व ठिकाणी

मुक्कामाची व्यवस्था चांगली झाली. नाईक निंबाळकरांनी ठिकठिकाणी आपली माणसे ठेवली होती. कोठेही कसलीही अडचण, उणीव पडली नाही.

मेणे फलटणकर नाईक निंबाळकरांच्या किल्ल्याच्या वेशीत आले... मुधोजीराव स्वागताला सिद्ध होते...!

मुधोजीरावांनी जिजाऊसाहेबांची भेट घेतली आणि मेणे वेशीतून आत वाड्याकडं नेण्याच्या सूचना दिल्या...

जिजाऊसाहेब मेण्यातून पायउतार झाल्या... दीपाबाईंना जिजाऊबाईंनी, रेऊबाईंनी हात दिला...

" चला आत्यासाहेब... सावकाश या... सावकाश या. " म्हणून वाड्यात सगळ्यांनी प्रवेश केला...

दीपाबाईंना रेऊबाईंनी पाटावर बसविले. त्यांना कमळीनं गूळपाणी दिलं...

" सुनबाई... बरं वाटलं आज माहेरी आल्यावर. किती वर्ष झाली... ! स्वारी लढाईत गेली त्याच्या आधी आलो होतो आम्ही...! शिखर शिंगणापूरचं तळं बांधलं स्वारीनी, सूनबाई, गोदडस्वामींचा मठपण आम्हीच बांधला... यात्रेला किमान पाच यात्रेकरूंना पुरेल एवढ्या शिध्या आट्याची मोईन करून दिली होती. "

" जिजाऊ, शिंगणापूरची ही वेवस्था चालू हाय ना अजून ? "

" अहो, कसं बंद होईल ते ? मामासाहेब किती धार्मिक होते आम्हाला माहीत नाही का ? जनार्दनस्वामींचे गुरुबंधू शेखमहंमद हे त्यांचे गुरु, हो ना ? "

" तुम्हाला सारं माहीत आहे की ! घृष्णेश्वराचा जीर्णोद्धार आम्हीच केला... शिखर बांधलं. " - दीपाबाई म्हणाल्या.

" सासूबाई, अहो मंदिरात शिलालेखावर नावं आहेत त्यांची...! "

" कधी जायचं महादेवाला शिंगणापुरी ? "

" रेऊबाई, नातसून कुठं आहेत आमच्या ? "

सई, सई,,, म्हणून रेऊबाईंनी हाक मारली...

सईबाई बाहेर सागरगोटे खेळत होत्या; त्यांच्याकडं त्यांच्या मैत्रिणी आल्या होत्या... " थांबा आईसाहेब... आम्ही फुगडी खेळतोय... "

तेवढ्यात कमळी आली...

" सईबाई, चला पाहुणे आलेत बरं का... चला...

" आम्ही नाही येत जा... पाहुण्यांना सांग आम्ही खेळतोय... जा,... "

" अवो चला... पुण्याचं पावणं आल्यात...! अवो, तुम्हाला बोलावले... जिजाऊसाहेबांनी... "

सईबाईंनी एकदम मैत्रिणीचा हात सोडला आणि त्या म्हणाल्या... " मी

जाते, अगं पुण्याचे पाहुणे आलेत... आऊसाहेब आल्यात. मी जाते... ''

सईबाई आत आल्या... तशा पटकन दीपाबाईंच्या मांडीवर बसल्या... दीपाबाईंनी त्यांचे पापे घेतले...

'' ... सईबाई नमस्कार कुणी करायचा ? ''

सईबाई पटकन उठल्या... त्यांनी दीपाबाई आणि जिजाऊसाहेबांना नमस्कार केला.

'' चला आता सगळ्यांची जेवणाची तयारी करा...''

'' आत्ता तर दिवेलागण झाली... समया लावायला सांगते...''

चंद्रीनं समयांच्या वाती नीट केल्या. समयांत तेल ओतलं आणि समया पाजळल्या... समईच्या मंद प्रकाशात सईबाई मोठ्या गोड दिसत होत्या. पाय धुवून त्या पटकन देवघरात गेल्या. देवापुढं नंदादीप तेवत होता... सईबाईंनी मांडी घातली हात जोडले आणि म्हणायला सुरुवात केली...

शुभं करोति कल्याणम्
आरोग्यं धनसंपदाम्
शत्रुबुद्धिविनाशाय
दीपज्योति नमोस्तुते...

शुभंकरोति झाल्यावर त्यांनी श्री दुर्गास्तोत्र म्हटलं आणि त्या देवघरातून बाहेर आल्या. सर्वांना नमस्कार केला... आणि

'' आईसाहेब, आता जेवायची तयारी करा... मी आबा आलेत का बघून येते '' म्हणून बाहेर पळाल्या...

'' रेऊबाई, पोरीला किती चांगलं वळण लावलंय तुम्ही ? '' जिजाऊसाहेब म्हणाल्या...

'' अहो शिवाजीराजांनापण तुम्ही किती चांगलं वळण लावलंय ! किती शहाणं केलंय तुम्ही !... किती चाणाक्ष बुद्धी आहे त्यांची !...''

'' वडील, आजोबा, आजी यांचा वाटा आहे त्यात ! त्यात निंबाळकर घराण्याचापण वाटा आहे सूनबाई '' - दीपाबाई म्हणाल्या.

रात्रीची जेवणं गप्पा मारत मारत झाली.

'' उद्या कधी निघायचं शिंगणापूरला... ? ''

'' सकाळी सूर्योदयाला निघूया !...'' जिजाऊसाहेब म्हणाल्या.

|| ३० ||

दुसरे दिवशी सूर्योदयाला देवदर्शन आटोपून मुधोजीराजे, बजाजीराव, बजाजीरावांच्या पत्नी रत्नाबाई, रेऊबाई, जिजाऊसाहेब, दीपाबाईसाहेब, सईबाई शिंगणापूरला आले... पन्नास माणसांचा सरंजाम बरोबर होता... तंबू-राहुट्यांसह सर्व सामान बरोबर होते...

शिंगणापूरला आल्यावर दीपाबाईंनी मेण्याच्या बाहेर पाय टाकल्याबरोबर त्यांनी मुधोजीरावांना हाक मारली...

" मुधोजीराव ", मुधोजीराव जवळच होते. त्यांनी त्यांना हात दिला...

" मुधोजीराव, आम्हाला प्रथम तुम्ही तळ्याजवळ घेऊन चला... पाणी प्यायचंय तळ्याचं...! मग जाऊ आपण देवळात..."

" बरं, आत्याबाई, तुमच्या मनासारखं होईल सारं... तुम्ही चला सावलीला बसा..." त्यांनी त्यांना तंबूत बसवलं.

रेऊबाई, जिजाऊसाहेब, सर्व स्त्रिया तंबूत बसल्या.

मुधोजीराव जिजाऊसाहेबांना म्हणाले,

" वहिनीसाहेब, आत्याबाई तळ्यावर जायचं म्हणतात, त्यांना तळ्यावर नेऊ, त्यांना पाणी प्यायचंय तिथलं...! "

सर्व जण तळ्यावर गेले... दीपाबाईंचं अंत:करण भरून आलं...

" सईबाई... सईबाई ऐका... आमच्या स्वारींनी हे तळं बांधलं... देवदर्शनासाठी लोकं यायची, गर्दी जमायची, पण पाणी कुठं होतं ? पाण्यासाठी माणसं तळमळायची ! रखरखीत उन्हाळ्यानं तहान भागायची नाही.... स्वारींचं मन म्हणजे काय ? दुसऱ्याचं दु:ख बघितलं की त्यांना वाईट वाटायचं. बेचैन व्हायचे. आम्हाला म्हणाले, " दीपाबाई आपण इथं तळं बांधायचं. " आम्ही म्हणालो... " अवो पैसा कुठाय एवढा ? काम लहानसहान हाय का हे ? "

" पण शंभूमहादेव भक्ताला कसा पावतो बघा ! "

" शेतात विहीर खणताना एका गड्याची कुदळ अडकली दगडात... काही केल्या ती निघेना... सगळी जमली. सगळ्यांनी दगड हलवला... आणि पहातात तो काय हंडा... खणखणीत तांब्याचा हंडा... बरली वेळणी काढली. सोन्याच्या मोहरा... सोनंच सोनं... स्वारींनी शंभूमहादेवाचं नाव घेतलं...

" जय शंभू महादेवा... घृष्णेश्वरा... आता... हे तुला वाह्यचं... तुला वाह्यचं...! "

" मग काय झालं ? " सईबाई म्हणाल्या.

" शिखर शिंगणापुरी आले... आणि तळं खोदलं... पाणीच पाणी झालं... बघा, बघा, हे पाणी... सगळं धन घृष्णेश्वराच्या देवळाच्या कामाला खर्च केलं... लोक म्हणाले .... " राजे, नावाचा शिलालेख लावा. " .... नाही म्हणत होते... आम्ही आग्रह केला तेव्हा तिथं शिलालेख कोरला नावाचा...

दास मालोजी बाबाजी व

विठोजि बाबाजी भोसले

" ... मुधोजीराव... रामायण झालं आमचं ! फार दिवसांनी म्हातारपणी आम्हाला इथं यायला मिळालं... शंभू महादेवाची कृपा त्यांनीच बोलावलं... आता आम्ही गेलो तरी हरकत नाही. निंबाळकरांची ही पोरगी येतीय भोसल्यांच्या घरात सून म्हणून. त्यांनी सईबाईंना हाक मारली...

" सईबाई... सईबाई, हात द्या आम्हाला ! "

" चला अत्याबाई, मेण्यात बसा, तुम्हाला चढता येणार नाही वर !..."

शंभूमहादेवाच्या मंदिरात अभिषेक चालू होता. सर्व जण मंदिरात गेले... दीपाबाईंना धरून रेऊबाई आणि जिजाबाई घेऊन येत होत्या...

शंभूमहादेवाचं दर्शन झालं....

मालोजीराजांचे वाडे शिंगणापूरला होते. त्याचे वहिवाटदार रंगोजी म्हणाले...

" आईसाहेब, वाड्यात चलावं... जेवणाची वाट पाहातायत मंडळी. "

सर्व मंडळी वाड्यात गेली. वाड्यात शिंगणापूरकर भोसले मंडळीपण जमली होती... रंगोजींनी महादेवाला नैवेद्य केला होता... नैवेद्याचं ताट देवळातून आलं... पंगत बसली... दीपाबाईंना हायसं वाटलं...

" जिजाऊ, किती बरं वाटलं बघा आज ! किती दिवसांनी वाड्यात आलो आम्ही... स्वारींनीच वाडा बांधला हा... शहाजींराजांच्या वेळेला शंभू महादेवाला मी नवस बोलले होते... दरवर्षी जत्रेला दर्शनाला येण्याचा नेम होता माझा; मुक्कामाच्या सोईसाठी वाडा बांधला स्वारींनी !... शहाजीराजे हा शंभू महादेवाचा प्रसादच आहे. सूनबाई, समजलं का ? "

वहिवाटदारांनी उत्तम प्रकारचा प्रसाद बनविला होता... सर्वांनी प्रसादाचा लाभ घेतला... मंदिराचे पुजारी, बडवे आणि इतर सर्व मानकरी प्रसादास होते. जिजाऊसाहेबांनी सर्वांना नारळ आणि वस्त्रे दिली; प्रत्येकाची जातीने चौकशी केली. पीकपाण्याची चौकशी केली. दुष्काळ संपल्यामुळे आता मंडळी आनंदात होती...

" आईसाहेब, जत्रेला या यंदा...! यंदा जत्रा चांगली भरेल. "

सर्वांनी दीपाबाईसाहेबांना नमस्कार केला. जिजाऊसाहेबांना, रेऊबाईंना,

मुधोजीराव, बजाजीराव त्यांच्या पत्नी रत्नाबाई सर्वांना नमस्कार करून मंडळी घरी गेली.

सकाळी सगळेजण खाली उतरले... दीपाबाई वहिवाटदारांना म्हणाल्या "वहिवाटदार, एक राहिलं !"

"काय, आईसाहेब ?" वहिवाटदार म्हणाले.

"गोदडस्वामींच्या मठात जायचं राहिलं... स्वामींना मठ आम्हीच बांधून दिला. स्वामी समाधिस्त झाले, पण कुणीतरी असेल ना तिथं ?"

"हो आहे. त्यांचा उत्तराधिकारी कोणीतरी !" मुधोजीराव म्हणाले.

"मग जाऊ या तिकडं..."

सर्व मंडळी इकडं येत असल्याचे पाहून मठाचा उत्तराधिकारी पळत आला...

"यावं-यावं..."

त्यानं दीपाबाईंच्या पायावर डोकं ठेवून त्यांना वंदन केलं... "आईसाहेब, मालोजीमहाराजांची कृपा सारी"... खरंच धर्मात्मा होता तो ! किती पाणपोया, विहिरी, धर्मशाळा बांधल्या त्यांनी ! शेख महंमदला त्यानी गुरु केलं...! त्यांचा गुरुपदेश घेतला होता त्यांनी... मोठा साधू तो... खाटिक होते - सुरा टाकला त्यांनी आणि टाळ हातात घेतले... विठ्ठलभक्त झाले शेख महंमद !"

"शेख महंमद अविंध त्याचे हृदयी गोविंद..."

"मालोजीराजांच्या त्या गुरूला... किती आळवावं ?"

मठाच्या उत्पनाच्या सोईची चौकशी जिजाऊसाहेबांनी केली... शिंगणापूरच्या पूजानैवेद्यासाठी इनाम व्यवस्था होती. त्याला उत्पन्न व्यवस्थित मिळते का सगळी चौकशी केली. सर्व मानकरी आईसाहेबांच्यासमोर उभे होते...

"सर्वांनी शिवबाच्या लग्नाला यायचं बरं का !"

- असं सांगून जिजाऊसाहेबांनी त्यांचा निरोप घेतला.

... सर्वजण फलटणला परतले...

सकाळी पूजा झाल्यावर जिजाऊसाहेबांनी मुधोजीरावांना विचारलं...

"मुधोजीराव, तयारी झाली का ?"

"होय. वहिनीसाहेब, एवढ्यात भटजी येतील. बजाजीराव, बाहेर मंडळी आलीत का सगळी ?"

"होय आबा, सर्वजण आलेत..."

मधल्या चौकात सर्व तयारी झाली होती. वाजंत्रीवाले बाहेर थांबले होते... त्यांना बजाजीरावांनी आत बोलावले... सनई, ताशा वाजू लागला... शिंगाची ललकारी झाली... अनंतराव रुद्रभटांनी गालिच्यावर गव्हाचा चौक केला... शिसवीचे चार पाट

मांडले... आणि त्यांनी बजाजीरावांना सांगितले...

" ... महाराज, बोलवा राणीसाहेबांना - कन्येला घेऊन..." सर्व राजस्त्रिया आज भरजरी पैठण्या आणि दागिन्यांनी नटल्या होत्या... जिजाऊसाहेबांनीपण पैठणी परिधान केली होती. गळ्यात मोत्याची माळ, एकदाणी घातली होती... बजाजीरावांच्या पत्नी सावित्रीबाईंनी सईबाईंना चांगलेच सजविले होते...

सावित्रीबाईंनी सईबाईंना हाताला धरून चौकात आणले... भटजींनी पाटावर बसण्यास सांगितले...

" बसा इथं. "

सईबाई गुलाबी परकराच्या निऱ्या सावरीत पाटावर बसल्या... रेऊसाहेब पुढे आल्या... त्या जवळ उभ्या राहिल्या...

भटजींनी मंत्रोच्चार केले... आणि जिजाऊसाहेबांना सांगितले,

" हळदीकुंकू लावा मुलीला ! "

त्यांनी हळदीकुंकू लावले... २५-३० सुवासिनी आल्या होत्या... सर्वांनी हळदीकुंकू लावले... सईबाई अगदी कंटाळल्या होत्या... जिजाऊसाहेबांनी ओटी भरली... आणि सईबाईंच्या गळ्यात मोत्याचा हार घातला...

सर्व मंडळी सोप्यात बसली होती... भोसल्यांपैकी जानोजीराव पुढे आले आणि त्यांनी सईबाईंना टिळा लावला... शिंग वाजले... वाजंत्रीचा गजर झाला... भटजींनी त्यांच्या तोंडात साखर घातली.

" सईबाई आता ऊठ. सर्वांना नमस्कार कर आणि जा. "

सईबाईंनी सर्वांना वाकून नमस्कार केला... आणि त्या आईसाहेबांजवळ जाऊन बसल्या...

" भटजी, मुहूर्ताचं काय ? "

" महाराज, मुहूर्त काढून आणलाय मी - सांगतो. वैशाख शुद्ध पंचमी विद्यमान संवत्सरे शालिवाहन शके १६६२ गोरज मुहूर्त... कुंडलीत उत्तम गुण जुळतात,... आता राहिले विवाहस्थळ ! "

मुधोजीराव जिजाबाईसाहेबांकडे वळून म्हणाले,

" वहिनीसाहेब, फलटणमुक्कामीच विवाहसोहळा होईल... "

जिजाबाईसाहेब थोड्या गप्प झाल्या...

" वहिनीसाहेब, बोला ना ? "

" - आम्ही म्हणतो पुण्यात लालमहालात विवाहसोहळा घेण्यास हरकत नाही... आम्ही करू सर्व व्यवस्थित..."

दीपाबाईसाहेब एकदम हुकमी स्वरात म्हणाल्या -

" जिजाऊ, निंबाळकरांच्या किल्ल्यानं दोन लग्नं पाहिलीत. इजा - बिजा - तिजा... तिसरं लग्न याच किल्ल्यात झालं पाहिजे... शंभू महादेवाच्या साक्षीनं..."

जिजाऊसाहेब यावर काय बोलणार ?

जिजाऊसाहेब पटकन म्हणाल्या,

" विवाहस्थळ - फलटणच. निंबाळकरांच्या किल्ल्यात... "

सर्वांनी टाळ्या वाजवल्या आणि सदरेवर बसलेल्या सर्वांना पंक्तीला भोजनकक्षात बोलविण्यात आले.

शिवपत्नी सईबाई
भाग : ३

फलटणच्या किल्ल्याचा भाग

॥ ३१ ॥

देवडीवर पलिते पाजळत होते. पलित्यांच्या प्रकाशात वाड्याचे वैभव अधिकच दिमाखदार दिसत होते. दोघांनी सर्व पणत्यांत थोडे तेल घातले आणि वाती पुढे सारल्या. मुधोजीराजांचा वाडा चारचौकी दुमजली होता. वाड्याच्या पहिल्या चौकात एक मजला होता. त्याच्या चारी बाजूंनी त्रिकोणी जागेत सज्जे होते. वर माडीवर खास असे खाजगी दोन कमरे होते. वाड्याच्या चारी दिशांना बुलंद असे दरवाजे होते. त्यांपैकी पूर्वेकडील महाद्वाराचा वापर मोठ्या प्रमाणात होई. पश्चिमेकडे गणेशदरवाजा, दक्षिणेकडे पाठदरवाजा आणि उत्तरेकडे मयूरदरवाजा अशी त्यांची नावे होती. महाद्वाराच्या दिण्डीदरवाजाच्या लाकडी पानपट्टीवर श्रीगणेश व ऋद्धिसिद्धीच्या देवता कोरल्या होत्या. दरवाजाच्या लाकडी पट्ट्यांवर पितळी खिळे ठोकले होते. वाड्याची बाहेरची भिंत दोन पुरुष उंच होती.

वाडा जसा बाहेरून मोठा व विशाल होता तसाच तो आतूनही भव्य आणि दिव्य होता. वाड्याच्या आतील इमारतीत कोण बसले आहे किंवा काय चालले आहे हे बाहेरील व्यक्तीस कळत नसे. कारण आतील इमारतीचा रस्ताही वळणावळणाचा होता व बांधकामातही तशाच प्रकारचे कौशल्य होते. महाद्वारातून एखादा नवखा माणूस आला तरी वाड्यात समजत असे. तत्पूर्वी दत्ताजी आणि जिवाजीच्या नजरेतून सुटल्याशिवाय कोणाची आत येण्याची काय हिंमत ? वाड्याच्या आतील भागात प्रथम कचेरी, लष्करी मोहिमांच्या योजना ठरवण्यासाठी व राज्यकारभाराची चर्चा करण्यासाठी खलबतखाना, न्यायनिवाडे देण्यासाठी व तंटेबखेडे मिटवण्यासाठी फड, सदर आणि खाजगी कामांसाठी व खास नजराणे आणि भेटीसाठी दिवाणखाना होता. दुसऱ्या चौकात खासा दरबार व देवदेवतांचे उत्सव सण-समारंभासाठी सुशोभित असा उत्सव दरबार होता. त्यामध्ये निरनिराळ्या देव-देवतांची आणि रामायण-महाभारतातील अनेक चित्रे चितारली होती. सर्व कमऱ्यांतील खिडक्यांना रंगीत काचेची तावदाने होती.

तिसऱ्या चौकात सुरूचा महाल, हमखाशी, सातखणी, चारखणी, हिरवा महाल, गुलाबी महाल अशा कितीतरी प्रकारच्या भव्य इमारती होत्या. महालातील प्रत्येक खांबावर पराक्रमाची सिंहमुद्रा आणि गजान्तलक्ष्मीची गजमुद्रा होती. आरसेमहाल तर काय वर्णावा ? तेथे मागे, पुढे, वरच्या बाजूस आरसेच आरसे ! खाली संगमरवरी फरशी आणि त्यावर नक्षीदार गालिचा. महालात उभे राहिल्यावर बिलोरी आरशातून आपल्याच असंख्य प्रतिमा ! एक प्रकारची किमयाच वाटावी. श्रीमहालाच्या बाहेरील भिंतीवर विठ्ठल-रुक्मिणी, श्रीराम-सीता, अर्जुन-सुभद्रा, दुष्यंत-शकुंतला अशी विहंगम चित्रे शोभून दिसत होती. दक्षिणेच्या बाजूस व्यायामशाळा, शस्त्रागार, घोड्यांची पागा, फरासखाना, अंबारखाना या सुसज्ज इमारती होत्या. अंबारखान्याजवळच छोटी इमारत होती मुदपाकखान्याची ! पश्चिमेस पुष्पवाटिका होती. जवळच दासींसाठी पाच-सहा खोल्या होत्या. समोरच एक लहान कमरा बांधला होता ती बाळंतिणीची खोली, स्वतंत्र आणि हवेशीर !

वाड्यातील चौथ्या चौकाच्या अंगणात छानसे तुळशीवृंदावन होते. वृंदावनाच्या चारी बाजूंना प्रदक्षिणा घालण्यासाठी मोकळी जागा होती !

असा हा मुधोजीराजांचा चारचौकी वाडा ! चारी दरवाजांतून चारी वेशींकडे जाण्याचे मार्ग होते. त्यामुळे वाडा सतत सजलेला आणि गजबजलेला...

सकाळी लवकरच जानोजीराव भोसले त्यांचे काही आप्त, पाहुणे व दादोजी पाचपन्नास स्वारांसह मुधोजीरावांच्या वाड्याकडे आले. जिजाऊसाहेबांच्या मेण्यापुढे पाच स्वार आणि मागे पाच स्वार ! याशिवाय राजस्त्रियांसाठी सात-आठ मेणे आले होते. दत्ताजीने बाहेर नजर टाकली...

"पाव्हनं आलं... पाव्हनं आलं... पुन्याचं पाव्हनं आलं..."

- असे ओरडतच तो वाड्यात गेला. सर्वांना वर्दी दिली. वाड्यात गडबड झाली. मुधोजीराजे रेऊबाईंसह सदरेवर आले. जिजाऊसाहेबांनी हलक्या हाताने मेण्याचा पडदा दूर केला आणि पायउतार झाल्या. इतर स्त्रियांबरोबर त्या वाड्याच्या पायऱ्या चढू लागल्या. रेऊबाईंनी त्यांच्या हाताला धरले.

"वहिनीसाहेब... सावकाश यावे... सावकाश यावे."

असे म्हणत दोघांनी जिजाऊसाहेबांचे पाय शिवले. रेऊबाईंनी व त्यांच्या तिन्ही सुनांनी जिजाऊसाहेबांना नमस्कार केला.

"अष्टपुत्रा सौभाग्यवती भव !"

जिजाऊसाहेबांनी त्यांना आशीर्वाद दिला. सर्व जण उत्सव दरबारात येऊन आसनस्थ झाले. इकडच्या तिकडच्या थोड्या गप्पा रंगात आल्या. कमळीने सर्वांना गूळपाणी व न्याहरी दिली. रेऊबाईंनी केशर घालून तयार केलेले दूध दिले. पारूने

चौपाईवर तबकात फळे ठेवली होती. कमळीने बुधल्यातून सगळीकडे अत्तर शिंपले. त्यामुळे उत्सव दरबाराचे वातावरण सुगंधित झाले होते, दुसऱ्या बाजूला फुलदाणीत सुगंधी फुले ठेवली होती. त्या सुगंधात अत्तराचा सुवास अधिक दरवळला.

आज साखरपुडा होता. लग्नसोहळ्यातील पहिला दिवस ! फलटणमधील बऱ्याच स्त्रिया नटून सजून आल्या होत्या. उत्सव दरबारात आज आनंदाचा उत्सव सुरू झाला. छतावर रंगीबेरंगी काचेची हंड्याझुंबरे होती, तर खांबांना चिटाचे कापड गुंडाळले होते. चारी कोपऱ्यांत चांदीच्या उंच समया प्रज्वलित केल्या होत्या. प्रत्येक कमानीवर रेशमी पडदे झुळझुळत होते. बाहेरील दरवाजावर केळीचे खांबही उभे करण्यात आले. उत्सव दरबारात लाल गालिचा अंथरला होता. त्यावर गाद्या व लोड होते. देवदर्शन घेऊन मुधोजीराव वहिनीसाहेबांजवळ आले.

" मुधोजीराव, तयारी झाली ना ? "

" होय वहिनीसाहेब, आता एवढ्यात भटजी येतीलच. "

" जगदेवराव, बाहेर सगळी मंडळी आली ना ? " जरा पुन्हा नजर टाका.

" होय आबासाहेब, सर्व मंडळी स्थानापन्न झाली आहेत. "

" बजाजीराव, गुरवाला व घडश्याला चौकात थांबायला सांगा. "

अनंतराव रुद्रभटे आले. त्यांनी गालिचावर गव्हाचा चौक तयार केला. पूर्वेच्या बाजूस चांदीच्या समईतील पाच वाती प्रज्वलित केल्या आणि रेऊबाईंना औक्षणाची तयारी करण्यास सांगितले.

भटजींनी पूर्वेकडे तोंड करून ताम्हणात गणपती ठेवला.

" महाराज, नवऱ्या मुलाला आणि नवऱ्या मुलीला घेऊन या. "

मुधोजीराजांनी शिवबाच्या हाताला धरून चांदीच्या पाटावर बसविले व त्याच्या डाव्या बाजूस सईबाईंना बसविले. रेऊबाईंनी जिजाऊसाहेबांना सईबाईंच्या शेजारी बसण्यास विनंती केली.

आज जिजाऊसाहेबांच्या जीवनातील आनंदाचा क्षण ! त्यांनी तांबूस रंगाची पैठणी परिधान केली होती. गळ्यात पाचूंचा रत्नजडित हार, मोहनमाळ, कानात हिऱ्यांची कर्णफुले, हातात गोठ, पाटल्या, बांगड्या घातल्यामुळे त्या साक्षात लक्ष्मीसारख्या दिसत होत्या. त्यांनी शिवबाकडे पाहिले आणि... त्यांना स्वारींची याद आली... डोळे पाणावले.

शिवबाने आज निळा जिरेटोप घातला होता. अंगात गुलाबी रंगाचा भरजरी अंगरखा आणि पांढरा रेशमी चोळणा घातला होता. अंगरख्यावर टपोऱ्या शुभ्र मोत्यांची माळ रुळत होती. त्यांच्या उजव्या हाताच्या बोटात हिऱ्याच्या अंगठ्या होत्या. मोठं राजबिंडं देखणं रूप त्यांचं ! आणि सईबाई ! जांभळ्या साडीचा परवंटा नेसून त्यावर

हिरवे पोलके ! पायातील पैंजणांचा छुमछुम आवाज करीत ठुमकत ठुमकत सईबाई आल्या होत्या. सगळीकडे पाहून त्या हसत होत्या !

भटजींनी चौरंगावर रेशमी वस्त्र ठेवले. चांदीच्या कलशात पाणी ओतून त्यावर आंब्याची पाने लावली व त्यावर श्रीफळ ठेवले. कलशाची पूजा केली व ताम्हणातील गणपतीच्या पूजेस आरंभ केला,

ॐ गणानां त्वां गणपतिं हवामहे ।...

हरि: ॐ नमस्ते गणपतये...

त्वमेय प्रत्यक्षं तत्त्वमसि....

भटजींनी गणपतीअथर्वशीर्ष म्हटले. पेढ्याचा नैवेद्य दाखविला. देवाला निरंजनाने ओवाळले.

"बाळांनो, गणपतीला हात जोडून नमस्कार करा." भटजी म्हणाले.

सईबाई परवंट्याचा घोळ सावरताना पाटावरून थोड्या खाली घसरल्या तसे शिवबा त्यांच्याकडे पाहून हसू लागले. त्यांना जरा राग आला. पण थोड्या वेळाने सईबाई पण खुदूखुदू हसू लागल्या... सर्व जण त्यांच्याकडे पाहत राहिले... सर्वांनाच दोघांचे कौतुक वाटले. दोघांनी कलशाला व गणपतीला हळदकुंकू वाहून पूजा केली. साखरेचा नैवेद्य दाखविला.

"बाळांनो, सर्वांना नमस्कार करून इथेच बसा बरे !" भटजी म्हणाले. भटजींनी महाराजांना जवळ बोलावले.

"महाराज, आता आपण जावयांची पूजा करण्यासाठी इकडे यावे."

मुधोजीराजांनी चांदीचे ताम्हणात शिवबांचे उष्णोदकाने पाय धुतले. रेऊबाईंनी पायावर कुंकवाने स्वस्तिक काढले. अक्षता लावल्या. मुधोजीराजांनी शिवबांच्या भालप्रदेशावर कुंकुमतिलक रेखले. त्यांच्या बोटात माणिक व पाचूच्या सलकड्या घातल्या. उजव्या हातात हिऱ्याची पोची व गळ्यात गंडेरी मोत्यांची माळ घातली. शिवबांना संपूर्ण लिबास देऊन गुलाबी जिरेटोप दिला. नंतर मुधोजीराजांनी शिवबांच्या अंगावर अत्तर शिंपडले. गळ्यात मोगऱ्याचा पुष्पहार घातला. शिवबांनी मुधोजीरावांना नमस्कार केला.

जिजाऊसाहेबांनी सईबाईंना माणकाची खड्याची अंगठी आणि हिऱ्याची रत्नजडित माळ दिली. त्यांच्या पायात सुवर्णाचे पैंजण घातले. त्यावर पाचूची रत्ने मढविलेली होती. जिजाऊसाहेबांनी हिरवी पैठणी देऊन सईबाईंची ओटी भरली आणि दोघांच्याही तोंडात साखर घातली. रेऊबाईंनी दोघांना औक्षण केले.

"बाळांनो, गणपतीला एकदा नमस्कार करा व समोरासमोर तोंड करून उभे

राहा...'' भटजी म्हणाले.

'' सईबाई, फुलांचा हार शिवबांच्या गळ्यात घाला बरं ! '' सईबाईंनी टाचा वर करून शिवबांना हार घातला.

'' शिवबा, तुम्हीपण सईबाईंच्या गळ्यात हार घाला. ''...

शिवबांनी सईबाईंच्या गळ्यात हार घातला. दोघांनी एकमेकांच्या तोंडात पेढे घातले. दोघांनाही गंमत वाटली. दोघे एकमेकांकडे पाहून हसू लागले आणि पुन्हा पुन्हा पेढे मागून खाऊ लागले.

रेऊबाईंनी चांदीच्या ताम्हणात जिजाऊसाहेबांचे पाय धुतले. पायांवर कुंकवाचे स्वस्तिक काढून अक्षता लावल्या. रेऊबाईंनी त्यांना सोन्याची जोडवी आणि हिऱ्याची कर्णफुले देऊन तांबडा शालू आणि खणानारळाने ओटी भरली. विजयमालेने सर्व स्त्रियांच्या ओट्या भरल्या. सावित्रीबाईंनी पेढे दिले. मुधोजीरावांनी दादोजींचा व सर्व आप्तांचा यथायोग्य मानपान केला.

घडशी ताशा वाजवू लागले...

गुरवानेही शिंग फुंकले...

'' महाराज, मुलीला आत घेऊन जायला हरकत नाही. ''

भटजी म्हणाले.

साडीचा घोळ सावरत सावरत सईबाई दागिन्यांकडे पाहत ठुमकत ठुमकत आत गेल्या.

दुपारी सर्वांनी पंचपक्वान्नाचे भोजन केले. बजाजीरावांनी सर्वांना सुवर्णदानातून तांबूल सेवन करण्याची विनंती केली. पाहुणे मंडळी वामकुक्षीसाठी श्रीमहालात गेली.

'' साखरपुड्याचा समारंभ साखरेसारखा गोड झाला. '' दादोजी जिजाऊसाहेबांना म्हणाले.

'' तरी पण.... ...''

'' तरी पण.... काय राणीसाहेब ? '' अडखळत अडखळत दादोजी म्हणाले.

डोळ्याला पदर लावून जिजाऊसाहेब म्हणाल्या...

'' दादोजी, शिवबांच्या साखरपान्याला स्वारी हजर असती तर हा समारंभ साखरेपेक्षा गोड झाला असता !...''

दादोजींचे नेत्र पाणावले...

'' खरं आहे राणीसाहेब, पण महाराजांना विजापूरला फार महत्त्वाची कामगिरी असणार म्हणूनच ते थांबले असावेत. ''

'' त्यांचा आशीर्वाद तर आहे ना शिवबांना... त्यांचे सारे चित्त येथेच लागले

असणार. ''...

थोड्या वेळाने पाहुणे मंडळी '' गंधालीत '' बसली. झोपाळ्यावर जिजाऊसाहेब सईबाईंचे कौतुक करीत होत्या... सईबाई इकडून तिकडे मैत्रिणींबरोबर खेळत होत्या... त्यांचे लक्षच नव्हते. नेहमीप्रमाणेच त्या हसत होत्या. उड्या मारीत होत्या.

|| ३२ ||

पहाटेच्या रामप्रहरी वाडा जागा झाला तो नागेश्वराच्या देवळातील भूपाळीनेच ! जिजाऊसाहेबांनी व शिवबांनी हात जोडून नागेश्वराची प्रार्थना केली. रेऊबाईंनी तुळशीवृंदावनापुढे रांगोळी रेखली होती. देवदर्शनासाठी सर्व जण वाड्याबाहेर आले. शिवबा, जिजाऊसाहेब, रेऊबाई आणि काही राजस्त्रिया मेण्यात बसल्या. त्यांच्या संगती बरेच स्वारही होतेच. सर्वांनी माणकेश्वराचे दर्शन घेतले. त्यानंतर नागेश्वराच्या मंदिरात गाईंच्याही मूर्ती पाहिल्या. निंबजाईच्या मंदिराकडे मेणे व स्वार निघाले. देवीचे दर्शन घेतले व जिजाऊसाहेब व रेऊबाईंनी निमजाईची खणानारळाने ओटी भरली. शिवबांना निमजाई देवी भवानी मातेच्या स्वरूपात दिसली. '' जगदंब... जगदंब... '' असे म्हणत शिवबा पायउतार झाले. माळजाईचे दर्शन घेऊन सर्व जण वाड्यात आले.

दिवाणखान्यात भट्टडशेटजींनी दोन गाठोड्यांतून भरजरी शालू, पैठण्या, शेले, जरीच्या व कशिद्याच्या असंख्य साड्या आणल्या होत्या. रेऊबाईंनी त्यांच्या पसंतीच्या साड्या ठेवून घेतल्या. बजाजीरावांनी सर्व पुरुषांसाठी अंगरखे व चोळण्याचे उत्तम कापड पसंत केले. नामू शिंपी कपड्यांची मापे घेऊन निघून गेला.

दुपारच्या प्रहरी गणू सोनार मोठ्या दोन संदुका घेऊन आला होता. त्यानेही हिऱ्यांचे कंठे, दोनपदरी मोत्यांच्या माळेत गुंफलेले पाचूचे हार, नागीण, तन्मणी, कंठे, हिऱ्यांचे झुबे, कर्णफुले, हिऱ्यांच्या चाफेकळीच्या माळा, मोत्यांच्या माळा, मोहनमाळा, चंद्रहार, कमरपट्टे, सुवर्णाची पैंजणे असे स्त्रियांसाठी दागिने आणले होते; तर पुरुषांसाठी सुवर्णाचे पोचे, सलकड्या, टपोऱ्या मोत्यांच्या माळा, पाचूच्या भिकबाळ्या, हिऱ्यांच्या माळा आणल्या होत्या. रेऊबाईंनी व मुधोजीरावांनी आपल्या पसंतीचे दागिने नवीन संगमरवरी संदूक आणून बजाजीरावांकडे सुपूर्द केले.

रेऊबाईंनी पाहुण्यांच्या खाशा पंगतीत सर्वांना पुरणपोळीचा आग्रह केला. भोजनोत्तर सर्वांनी माडीवर जाऊन विश्रांती घेतली.

" या सईबाई, इकडे या मेंदी काढायला. " इंदू म्हणाली.

" हात स्वच्छ धुतो आणि येतो. "

मैत्रिणींच्या घोळक्यात सईबाई बसल्या. इंदूने सईबाईंच्या हातापायावर मेंदी काढली. मैत्रिणी त्यांना चिडवतच होत्या.

" सईबाई, आता हात-पाय हालवू नका नाहीतर मेंदी फिसकटेल. " इंदू म्हणाली.

" आणि नवरा हसेल. " मंदा म्हणाली.

" बरं बाई, पुतळ्यासारखीच गप्प पडून राहते. "...

सूर्योदयानंतर जगू कासारीण बांगड्यांची बाचकी घेऊन वाड्यात आली. सदरेबाहेर उभी राहिली.

" कमळे, नवरीसाठी चुडा आनि बांगड्या घेऊन आलीया म्हनून राणीसाहेबांना सांगावा दे. "

" राणीसाहेब, जगू कासारीण आलीया. "

" जगूबाई, इकडेच या. " कमळी म्हणाली.

कमळीने गालिच्यावर पाट ठेवला. पाटावर खण अंथरला आणि रेऊबाईंना साखरेचा डबा व कोयरी दिली.

" वहिनीसाहेब, बांगड्या भरायला या. "

रेऊबाईंनी जिजाऊसाहेबांना पाटावर बसवले. जगूबाईने त्यांना हिरव्या बांगड्या भरल्या. रेऊबाईंनी कुंकू लावून साखर दिली.

" आम्हाला लाल लाल बांगड्या भरा हो जगूबाई. "

" अवो, तुमचं लगीन हाय... तुम्हाला हिरवा चुडा भराय होवा "

जगूबाईने सईबाईंना हिरवा चुडा भरला. रेऊबाईंनी त्यांनाही कुंकू लावून साखर दिली. त्यांनी जिजाऊसाहेबांना व रेऊबाईंना नमस्कार केला. लग्नासाठी आलेल्या सर्व स्त्रियांना आणि फलटणमधील राजस्त्रियांना तसेच बलुतेदारांच्या बायका व दासींना जगूबाईने बांगड्या भरल्या... जगूबाई बरेच धान्य घेऊन घरी गेली. आज तिला फार आनंद झाला. आज तिला चार महिन्यांची चंदी मिळाली होती.

बजाजीरावांनी उत्सव दरबाराच्या दरवाजावर तोरण लावले. ज्ञानू कुंभाराने दोन्ही बाजूस केळीचे खांब उभे केले. तोरणाची पूजा झाली. दुपारी कुलदेवीला नैवेद्य केला. रेऊबाईंनी परंपरेप्रमाणे गावातील सोळा सुवासिनींना भोजनास बोलावले. कमळीने निंबजाईला, माणकेश्वराला व नागेश्वराला नैवेद्य नेऊन दिला. त्यानंतर पंगत बसली. जिजाऊसाहेब, राजस्त्रिया, सुवासिनी, शिवबा व सईबाई भोजनास बसले. आज जिलेबीचा बेत होता. सर्वांना भोजन फार आवडले.

सूर्य मावळण्यापूर्वी मुधोजीराव बजाजीरावांना म्हणाले, " बजाजीराव, जाऊलीच्या सिद्धनाथाला जायचे आहे. सर्वांना इकडे बोलवा. "...

मुधोजीराव, रेऊबाई, बजाजीराव, सईबाई देवदर्शन करून फलटणला आले. सईबाई गंधालीत खेळायला गेल्या.

रात्रीचा थाळा झाल्यावर रेऊबाई मुदपाकखान्यात गेल्या. लग्नासाठी लाडू, करंज्या, अनारसे, वड्या इत्यादी फराळाच्या पदार्थांच्या करंड्या व्यवस्थित ठेवण्यास पारूला सांगितले.

योजून ठेवलेली सर्व कामे पूर्ण झालीत का यावर नजर टाकण्यासाठी रात्री वाड्याबाहेर मुधोजीराव आले, त्यांनी पाहिले... सकाळपासूनच वाड्याच्या बाहेर मोठा मांडव घातला होता. तसेच दुसऱ्या बाजूस घोड्यांसाठी, हत्तींसाठी व बैलगाड्यांसाठीही स्वतंत्र मोकळी जागा राखून ठेवली होती. जोपर्यंत स्वारांचा, माहुतांचा आणि शेतकऱ्यांचा मुक्काम फलटणात असेल तोपर्यंत त्यांच्या खाण्यापिण्याची आणि जनावरांच्या चाऱ्याची व्यवस्था केली होती. लग्नास आलेल्या सर्व पाहुण्यांची योग्य बडदास्त ठेवण्यासंबंधी तीन कारकुनांची नेमणूक झाली होती. कोणत्याही कामात थोडीही कसूर राहिली नाही.

वाड्यातील मांडवात चारी बाजूला चार चार उंच खांब उभे केले होते. बुऱ्हाणपुरी चिटाच्या कापडांनी खांब आच्छादले होते. छत, पडदे, आडपडदे वाऱ्यावर झुलू लागले होते. प्रत्येक कमानीपुढे रेशमी बुट्टेदार पडदे झुळझुळत होते. त्यांना मोत्यांची झालर लावली होती. मांडवात बजाजीरावांनी देवदेवतांना कौल लावून मुहुर्तमेढ रोवली. छतावर रंगीबेरंगी काचाची हंड्याझुंबरेही लावली. विवाहाच्या मांडवाची आणि इतर व्यवस्था चोख झाली असल्याचे पाहून मुधोजीराजे खूष झाले... मुधोजीरावांनी अंत:पुरात प्रवेश केला. पहारेकऱ्यांनी वाड्याची दालने बंद केली. शामदाने आणि समया शांत होत होत्या. मंद मंद प्रकाशात रात्र वाड्यात विसावली.

" रेऊबाई, या दोन-तीन दिवसात तुम्ही खूपच दमलात. "

" आपला तरी पायाला पाय विसावला नाही. मुलांच्या लग्नात अति कष्ट पडले नाहीत. पण मुलीच्या लग्नात मात्र आपल्याला क्षणाचीही विश्रांती मिळाली नाही. "

" रेऊबाई, शिवबा आणि सईबाईंचा जोडा साखरपुड्याचे वेळी किती छान दिसत होता; होय ना ? अगदी लक्ष्मीनारायणासारखा. "

" अगदी माझ्या मनातले बोलणे झाले. या वेळी थोरल्या राणीसाहेबांची आम्हाला खूप याद आली. "...

दोघांचे नेत्र पाणावले. झोपलेल्या सईबाईंकडे पाहून मुधोजीराजे रेऊबाईंना म्हणाले,

" उद्या आपल्या लाडकीचं लग्न आहे... लग्नाचा आनंद आणि तिच्या विरहाचं दु:ख आपल्याला जाणवणार... "

त्यांच्या गोड गोड आठवणी... उभयतांचा संवाद झाला... रात्र सरली...

आज विवाहाचा सोहळा ! पहाटेच्या रामप्रहरी वाड्याबाहेर ताशा-वाजंत्री सुरू झाली. सनईच्या मंजूळ स्वरांनी वाड्यात आणि मांडवात मंगलमय वातावरण निर्माण झाले. मशालजींनी मशालीत तेल ओतून वाड्याबाहेरच्या भिंतीवर मशाली प्रज्वलित केल्या. देवडीवरच्या पणत्यांमध्ये दत्ताजीने तेल ओतले. वाड्यातील पणत्या, समया, शामदाने प्रज्वलित झाली. जिकडे तिकडे दिव्यांचा झगमगाट ! जणू दीपोत्सवच...

कमळीने रांगोळ्या काढल्या. तुळशीवृंदावनापुढे रेऊबाईंनी निरांजन प्रज्वलित केले आणि तुळशीची पूजा केली.

मुधोजीराव व रेऊबाई नवीन वस्त्र परिधान करून मांडवात आले. सदू अलगुड्याने देवपूजा केली. पांडू निकमाने देवकाची पूजा केली. सर्वांना गूळखोबरे दिले. सुवासिनी तेल, हळद, घाण्याचे साहित्य आणि पाट घेऊन आल्या. मांडवाच्या एका बाजूला भटजींनी शिवबांची मुंज आणि सोडमुंज उरकून घेतली. पाटावर सईबाई, रेऊबाई व मुधोजीराव बसले. सुवासिनींनी घाणा भरला.

जाधवकाकींनी गाणे म्हटले...

" आधी मूळ धाडा...
आधी मूळ धाडा...
श्री शिवनंदन गणपतीला... सईबाईच्या लग्नाला...
आमंत्रण...
घुंगुराची गाडी...घुंगुराची गाडी
मानाची वऱ्हाडीण...
निंबजाई देवी... "

सुवासिनींनी तिघांना हळद लावली... सईबाई लाजल्या. ती उष्टी हळद घेऊन सुवासिनी, जिजाऊसाहेब शिवबांकडे गेल्या. त्यांनी घाणा भरला. भोइटेकाकींनी सूर धरला...

" आधी मूळ धाडा
आधी मूळ धाडा

तुळजापूरच्या भवानीला...
शिवबांच्या लग्नाला...
आमंत्रण...
घुंगुराची गाडी... घुंगुराची गाडी
मानाचा वऱ्हाडी...
मानाचा, वऱ्हाडी
घृष्णेश्वर...''

सुवासिनींनी जिजाऊसाहेबांना व शिवबाला हळद लावली. सईबाई शिवबांकडे पाहून खुदुखुदु हसू लागल्या. शिवबा सईबाईंच्या हातावरील मेंदी उत्सुकतेने पाहू लागले. शिवबा, दादोजी, जानोजी आणि प्रतिष्ठित सरदार गाद्यांवर बसले. जिजाऊसाहेब आणि राजस्त्रियाही आसनस्थ झाल्या. लाडू, कानवले, फराळाचे पदार्थ देण्याविषयी मुधोजीराजे व रेऊबाई जातीने लक्ष घालीत होत्या. पाहुण्यांचा पाहुणचार करण्यासाठी वाड्यातील सर्व नोकर चाकर सज्ज होतेच!

|| ३३ ||

दुपारी दोन प्रहरी सर्व सरदारांना, आप्तेष्टांना आणि वधू-वरांकडील पाहुण्यांना पंचपक्वान्नांचे मिष्टान्न भोजन झाले. समाधानाची पावती देऊन सर्वांनी थोडी वामकुक्षी केली. तोपर्यंत रेऊबाईंनी विहीणबाईंचा मानपान केला. त्यांनी जिजाऊसाहेबांना भरजरी बुट्ट्यांची चंदेरी पैठणी, बनारसी शालू आणि रेशमी चार साड्या दिल्या. तसेच सोन्याचा कोल्हापुरी साज, पाचूने मढविलेले मोत्यांचे दोन हार आणि सुवर्णाची जोडवी दिली. याशिवाय वरांकडील सर्व राजस्त्रियांना साडी-चोळी नेसविली. जिजाऊसाहेबांनीही रेऊबाईंचा साजेसा मानपान केला. वधूपक्षाने वर-पक्षाचा व वरपक्षाने वधूपक्षाचा यथायोग्य पाहुणचार केला. आज विहिणीविहीणींचा आनंद गगनात मावेनासा झाला.

संध्याकाळची वेळ; सूर्य अस्ताला जाण्यापूर्वीच्या संधिप्रकाशात मांडव रंगीबेरंगी दिसू लागला. सर्वजण गाद्या-गिरद्यांवर स्थानापन्न झाले. चांदीच्या तबकातून पंचरंगी अक्षता चांदीच्या वाटीतून देण्यात आल्या. समया पाजळल्या, शमादाने प्रज्वलित झाली. पेटकर व रुद्रभट भटजींनी चांदीचे घटिकापात्र मांडवात ठेवले. इतक्यात शहाजीराजे आले. मुधोजीराजांनी त्यांना मिठी मारली व त्यांच्या पायावर

डोके ठेवले. 'आबासाहेब' अशी साद घालत, शिवबा धावत आले. त्यांनी शहाजीराजांना आलिंगन दिले. मुधोजीरावांनी मांडवाच्या अग्रभागी आसनस्थ होण्याची विनंती केली. जिजाऊसाहेबांनी शहाजीराजांकडे दुरूनच पाहिले. त्यांना फार आनंद झाला ! त्यांच्या डोळ्यांतून आनंदाश्रू वाहू लागले. लग्नाचा मुहूर्त जवळ आला. शास्त्रीबुवांनी अंतरपाट धरला. वधूवरांचे मामा तलवारींच्या टोकावर लिंबू ठेवून उभे राहिले. दोन्ही बाजूंना करादिवा घेऊन करवल्या उभ्या होत्या. आज शिवबांनी केशरी जरीचा बुट्टेदार अंगरखा व पांढरा रेशमी चोळणा परिधान केला होता. डोईस मोत्यांचा घोस लोंबत असलेला लाल जिरेटोप घातला होता. अंगरख्यावर हिऱ्यांचा व पाचूचा हार रुळत होता, तर सलकड्यातील माणकांचा व हिऱ्यांचा प्रकाश देदीप्यमान दिसत होता. बाशिंग व मोत्यांच्या मुंडावळ्या बांधून नवरदेव मांडवात आले. सईबाईंनी डाळिंबी रंगाची पैठणी व हिरव्या रंगाची चोळी परिधान केली होती. हातात हिरवा चुडा, गोठ, पाटल्या, बांगड्या, हिऱ्याच्या वाकी, हातातील बोटात हिऱ्याच्या अंगठ्या, कमरेला रुपेरी कमरपट्टा, त्यावर चारपदरी साखळ्यांमध्ये सुवर्णाचे कमलपुष्प, पायात सुवर्णाचे पैंजण, त्यावर पाचूंचा साज आणि सुवर्णाची जोडवी घालून बाशिंग, मुंडावळी बांधून नटलेल्या नवऱ्या मुलीला मुधोजीराजे बोटाला धरून घेऊन आले.

संध्याकाळ झाली. गाई रानातून घरी आल्या. घटिकापात्र घंगाळात बुडाले... गाईला वासरू सोडा. गोरज मुहूर्तावर ' शुभमंगल सावधान...' असे शास्त्रीबुवांनी म्हणताच अंतरपाट दूर झाला. वधू-वरांनी एकमेकांना पुष्पहार घातले. ताशा, वाजंत्री, कर्णे, नौबती, ढोल, डंका सर्व वाद्ये एकदम वाजू लागली... आतषबाजी सुरू झाली आणि निंबाळकरांच्या सईबाई भोसल्यांच्या राजलक्ष्मी झाल्या... जिजाऊसाहेबांनी आरशात शिवबांसह सुनमुख पाहिले. शिवबा व सईबाईंना गंमत वाटली... दोघेही हसतच राहिले. दोघांनी शहाजीराजे, जिजाऊसाहेबांना, मुधोजीराजे व रेऊबाईंना नमस्कार केला. आदिलशहाने विजापूरहून पाठविलेला आहेर त्यांच्या हेजिबाने मुधोजीराजे व शहाजीराजे यांना अर्पण केला.

शिवबा व सईबाईंना पाहून मांडवात साक्षात लक्ष्मी-नारायणच अवतरले आहेत असे सर्वांना वाटले.

वरातीची तयारी झाली. भरगच्च पोशाख केलेले पन्नास घोडेस्वार मोत्यांच्या कळ्या लावलेल्या घोड्यांवर आरूढ झाले होते. रुप्याचा साज सजविलेले दहा हत्ती मागे होते, तर भरजरी कापडांच्या झुली घातलेला हत्ती मधोमध होता. त्याच्या पायात रुप्याचे तोडे होते, तर सोंडेवर मोत्यांची झूल होती. फुलांनी सजविलेल्या अंबारीत शिवबा व सईबाईंची वरात निघाली. दोघांना खूप आनंद झाला. हत्तीने सोंड वर केली की दोघांना भीती वाटे. ताशा नौबतीच्या वाजंत्री पुढे होतीच. हत्तीच्या मागून

दहा-वीस बैलगाड्या होत्या. बैलांच्या पाठीवर लाल भडक रेशमी कापडाच्या झुली झुलत होत्या. बैलांच्या शिंगांना पितळी शेंब्या लावल्या होत्या, तर पायात चांदीचे कडे होते. गळ्यात घुंगरांच्या माळा वाजत होत्या. मुधोजीराजे, शहाजीराजे व प्रतिष्ठित सरदार चालत होते...

रात्री शाही इतमामाने वरात निघाली. देवदर्शन घेऊन घरी वाड्यात सर्वजण आले. कर्नाटकच्या मोहिमेवर जाण्यासाठी शहाजीराजे सिद्ध झाले.

शिवाजी व सईबाई यांनी शहाजीराजांच्या पायावर डोके ठेवले... शहाजीराजांनी त्यांच्या पाठीवर आशीर्वादाचा हात ठेवला. " उठा राजे... आता गृहस्थाश्रमी झालात तुम्ही ! उभयतांना माझा उदंड आशीर्वाद..."

" आबासाहेब ! " असं म्हणून शिवबांनी वडिलांना मिठी मारली... सईबाई आणि जिजाऊसाहेब जवळच उभ्या होत्या... शहाजीराजांनी शिवबांच्या खांद्यावर हात ठेवले... " राजे, संकटाला प्रचंड ताकदीनं सामोरे जा. मनोबल हीसुद्धा क्षत्रियाची मोठी ताकद असते..."

" आबा... आपण पुण्यास..."

" नाही, आम्हाला जायला हवे, मोहिमेच्या कामातून सवड काढून आलो आहोत आम्ही..."

शहाजीराजांनी जिजाऊसाहेबाकडं पाहिलं...! जिजाऊसाहेब पुढे आल्या आणि त्यांनी त्यांचे पाय शिवले...

" निघतो आम्ही. सांभाळून राहा. "

- असे म्हणून त्यांनी जिजाऊसाहेबांच्या नजरेतून आपली नजर वळवली आणि बाहेर पडले...

गोजाबाईंनी नवरा-नवरीची दृष्ट काढली.

॥ ३४ ॥

वऱ्हाड पुण्यास आले. लाल महालाच्या उंबरठ्यावर तांदळाने भरलेले माप ठेवले होते. सईबाईंना जिजाऊसाहेबांनी माप ओलांडून वाड्यात प्रवेश करावयास सांगितले. सईबाईंनी माप ओलांडले आणि त्यांनी लाल महालात प्रवेश केला. शिवाजीराजे मागे होते...! जिजाऊसाहेबांसमवेत सर्व जण आत गेले... निंबाळकरांच्या

सईबाई आता भोसल्यांच्या राणीसरकार झाल्या.

शिवाजीराजे आणि सईबाईंच्या विवाहसोहळ्याने फलटणकरांच्या डोळ्यांचे पारणे फिटले... महिनाभर या सोहळ्याची चर्चा सगळीकडे चालू होती... लक्ष्मीनारायण, रामसीता, कृष्णरुक्मिणी... कुणी काय, कुणी काय म्हणायचे... असं लग्न नाही पाहिलं कधी ! काय थाट ! काय शामियाना ! काय मिरवणूक ! सगळं अजब, अजबच ! आजवर... फलटणमध्ये स्वर्गच अवतरला होता... मुधोजीरावांनी कोणत्याही गोष्टीत उणं काही ठेवलं नाही !

जिजाऊसाहेब फार भारावून गेल्या...! पुण्याच्या सर्व मंडळींनी मुधोजीरावांचे भरभरून कौतुक केलं ! फलटणकर नाईक निंबाळकर ही किती मातब्बर आसामी आहे हे पुण्याकडच्या लोकांना समजलं ! बारा वजिरांचा काळ, वणंगपाळ... शहाजीराजांचे मामा, तर जिजाऊसाहेबांच्या माहेरचेच होते... सईबाईंचे ते आजोबा... त्यांच्या आत्म्यास नक्कीच समाधान वाटले असेल ! भोसले आणि निंबाळकरांचे हे पूर्वजन्मीचे ऋणानुबंध असेच कायम राहोत म्हणून जिजाऊसाहेबांनी कसब्यात आल्यावर गणपतीला अभिषेक केला.

पुण्यात नवदांपत्य आल्यावर पुन्हा एकदा पुण्यात वरात काढली. पुणेकरांनी, बारा मावळांतल्या मंडळींनी शिवाजी-सईबाईंचा जोडा पाहिला... बारा मावळांतल्या लोकांना लाल महालात लाडूंचे जेवण झाले... सगळी संतुष्ट झाली...

लाल महालात आता लक्ष्मीचा जणू संचार सुरू झाला. लाल महालाला एकदम आगळं रूप आलं. जिजाऊसाहेबांच्या चेहऱ्यावर एक वेगळी प्रसन्नता स्पष्ट जाणवू लागली. सईबाई आता साडी-चोळीत गळ्यातल्या अलंकारांमुळे, पायातल्या तोड्यांमुळे आणि हातातल्या गोठ पाटल्या आणि हिरव्या चुड्यामुळे अगदी साक्षात सरस्वती का लक्ष्मी का पार्वती म्हणावं, अशाच दिसत होत्या. त्यांच्या गव्हाळ रंगाला एक वेगळाच उजाळा आला होता. चाफेकळी नाक आता त्यांच्या कमनीय बांध्याला एखाद्या शिरपेचासारखं दिसत होतं. त्यांच्या थोड्याशा लांबट चेहऱ्यावर त्यांचा गोड नाजूक भाव सहज जाणवत होता... आईचा मार्दवपणा आणि वडिलांचा मर्दपणा त्यांचा चेहरा जणू सांगून जात होता ! त्यांच्या डोळ्यांत जे तेज होतं ते त्या हसत असताना सहज जाणवायचे तर त्यांच्या डोळ्यांत त्याच क्षणी अश्रूपण चमकताना दिसायचे ! प्रेमळ भाव पाहून माणूस सहज म्हणायचा, "काय गोड आहेत !"

एक दिवस सईबाई आपल्या महालात आरशात बघून डोळ्यांत काजळ घालीत होत्या... एकदम त्या थांबल्या आणि त्यांचे डोळे पाणावले... आणि "आईसाहेब... आईसाहेब... आबा... आबा..." म्हणत त्यांनी डोळ्यांवर हात ठेवले, मंचकावर जाऊन त्यांनी अंग टाकलं... आणि मुसमुसून रडू लागल्या... बराच वेळ

तशाच पडून होत्या...

बराच वेळ झाला, सईबाईंची काहीच हालचाल दिसत नाही म्हटल्यावर जिजाऊसाहेबांनी हाक मारली.

"सईबाई... सईबाई... कुठं आहात ? कुठं आहात ?"

... काहीच आवाज येत नाही म्हटल्यावर त्या त्यांच्या महालात गेल्या... पाहातात तो काय... सईबाई मंचकावर डोकं टेकवून रडत होत्या...

"सईबाई... उठा... उठा...! आम्हाला माहीत आहे तुम्ही का रडता ते !... आम्हालासुद्धा आई-वडिलांची आठवण व्हायची... उठा... उठा... तोंड धूवून घ्या बघू... चला, थाळे तयार आहेत... शिवबापण सदरेवर आलेत... आता येतील ते !... चला... चला..."

असं म्हणून जिजाऊसाहेबांनी सईबाईंचे डोळे पुसले आणि जवळ घेतले, त्यांच्या बोटाला धरून त्यांनी सईबाईंना आपल्या खोलीत नेले...

"आऊसाहेब... आऊसाहेब..." अशा मोठ्या हाका मारून शिवजीराजे आत आले...

"कमरेची तलवार काढून ठेवा... कपडे उतरा आणि या जेवायला... राणीसरकार वाट पाहतीय तुमची !"

"हो... हो. आलोच", म्हणून शिवाजीराजे आपल्या कमऱ्यात गेले, कपडे बदलून परत आले... आणि पाटावर बसले... आऊसाहेबांनी थाळा दिला...

"आऊसाहेब... वांग्याची भाजी कुणी केली ?"

"... कुणी केली असेल सांगा ?"

"मुदपाकखान्यात कोण कोण कामं करतात ?"

"शिवबा, मुदपाकखान्यात जाऊन बायकोनं स्वत: करवून घेतली... गंगाबाईकडून..."

"किती चवदार झाली म्हणून सांगू आऊसाहेब... तुम्ही बसाना माझ्या थाळीत !"

"राजे, आता उष्ट खायचं नाही... मुंज झाली तुमची आणि लग्न झालंय तुमचं !... उरका लवकर... आम्ही दोघी जेवायचोय. उशीर किती झालाय...!"

शिवाजीराजांचं जेवण झालं आणि हात धुता धुता ते म्हणाले... "आऊसाहेब, आबासाहेबांचं पत्र आलंय !"

"आता सांगताय आम्हाला ? खुशाल जेवण झाल्यावर आणि ढेकर देऊन झाल्यावर ?"

"आऊसाहेब, तसं नाही, लक्षातच आलं नाही आमच्या..."

"काय म्हणतायत तुमचे आबा ?... पुढचं बोला."

"मांसाहेब... काय ?"

"आमचे आबा आणि तुमची स्वारी ?"...

" सांगा सांगा, चेष्टा पुरे समजलं ?"

"आऊसाहेब, आपल्याला बंगळूरला बोलावले आबांनी त्वरित. रणदुल्लाखानांनी बंगळूर दिलंय त्यांना...! कधी जायचं आपण ?"

"ठरवू या नंतर ! आधी पुण्याच्या जहागिरीची व्यवस्था लावू... पंतांना सांगा..."

"त्यांनी वाचलंय पत्र, ते तेच म्हणाले " ...जायला पाहिजे बंगळूरला ... जहागिरीचे हिशोब दाखवायचेत महाराजांना."

"बरं ठरवूया संध्याकाळी आज..."

॥ ३५ ॥

सईबाईंना फलटणला माहेरी पाठविण्याचे ठरले. त्याप्रमाणे मुधोजीराव यांना तसा निरोप धाडला. बजाजीराव सईबाईंना नेण्यासाठी पुण्याला आले. त्यांचा मुक्काम दोन दिवस होता. त्यांनी पुण्याचं नव रूप पाहिलं.

कसबा गणपती मंदिर, जोगेश्वरी मंदिर आणि इतर नव्या गोष्टी त्यांनी पाहिल्या. शिवाजीराजे त्यांना हे सारं दाखवीत होते...

"अहो, या मंदिरासाठी नंदादीपाची व नैवेद्याची व्यवस्था आऊसाहेबांनी करून दिली आहे... आळंदीला जाऊ या आपण चला..."

म्हणून ते बजाजीरावांना घेऊन आळंदीला गेले... ज्ञानेश्वर माऊलींच्या समाधीचं दर्शन घेतलं... " आऊसाहेबांनी ज्ञानेश्वरांच्या पूजेअर्चेसाठी, नंदादीपासाठी, नैवेद्यासाठी उत्पन्नाची व्यवस्था करून दिली आहे."

"शिवाजीराजे अहो तुम्हाला माहीत आहे का ?" बजाजीराव म्हणाले.

"काय ?"

"अहो ज्ञानेश्वरमाउलींचे आई-वडील आमच्या वाड्यात राहिले होते एकदा, असे म्हणतात जुनी माणसं !"

"खरं ! दादासाहेब !"

"हो, हो, वाड्यातली त्यांची राहण्याची खोलीसुद्धा आहे आणि वारीचा

पण आमच्या गढीत मुक्काम असतो.''

"चला, आपण आता मोरया गोसाव्यांच्या चिंचवडला जाऊ...'' म्हणून ते चिंचवडला गेले...

"दादासाहेब, इथेसुद्धा अन्नच्छत्राची सोय आऊसाहेबांनी करून दिलीय बरं का...''

परत फिरताना त्यांनी दर्गे आणि मशिदी दाखविल्या. "आऊसाहेबांनी नुसत्या मंदिरांची व्यवस्था केली नाही; तर दर्गे आणि मशिदींना पण उत्पन्न लावून दिलंय दादासाहेब !''

"ते, ते बघा, त्या मता कलावंतिणीचं घर ?''

"राजे, कशासाठी दाखविताय ते आम्हाला ?''

"अहो मता ही मुसलमान कलावंतीण. म्हातारी झाली ! तिला आमच्या आजोबांनी शहाजीराजांनी तिच्या उदरनिर्वाहासाठी अर्धा चाहूर जमीन दिलीय...''

"बरं बरं !''

"शिवाजीराजे वा ! वा ! सगळ्या गोष्टी तुम्ही माहीत करून घेतल्यात आईसाहेबांकडून ! फार आनंद वाटला मनाला.''

"बरं चला... आईसाहेबांच्या आणखी कितीतरी गोष्टी तुम्हाला सांगीन... अहो, आईसाहेबांनी आणि दादोजीपंतांनी दिलेले न्यायनिवाडे ऐकाल तर आश्चर्य कराल दादासाहेब !''

"मग सांगा तरी एकाद्या निवाड्याची हकिगत.''

"आसवलीच्या ढमाळ पाटलांचीच गोष्ट ऐका-

"जानोजी आणि दत्ताजी दोघांकडं निम्मी निम्मी पाटीलकी होती. जानोजी मरण पावला. पाटीलकी त्याच्या मुलाकडं दमाजीकडं आली. दत्ताजी आणि त्याचा मुलगा संभाजी यांनी मिळून दमाजी पाटलाचा खून केला आणि पाटीलकी बळकावली. बघा, सख्ख्या पुतण्याचा खून करतोय चुलता ! दमाजीला लहान लेकरं होती. एक सहा वर्षांचा होता त्याच नांव जानोजी आणि चार वर्षांचा होता त्याच नांव सूर्याजी... तिसरं मूल त्याच्या बायकोच्या पोटात होतं. ते जन्माला आल्यावर त्याचं नाव ठेवलं नयाजी.

"आपल्या बापाचा खून होऊनसुद्धा दहशतीमुळे बिचारा जानोजी आणि त्याची आई गप्प होती. पण सूर्याजी वयात आल्यावर आई रूपाऊने त्याला सगळी हकीकत सांगितली... त्यानं विचार केला आणि तो तडक बंगळूरला गेला... त्यानं सगळ्या गोष्टी थोरल्या आबासाहेबांना सांगितल्या... तिथं मालोजी आणि विठोजी शितोळे होते, त्यांनी त्यांना मदत केली. ताबडतोब थोरल्या आबासाहेबांनी त्याच्या जवळ दादोजीपंतांना पत्र दिलं. चौकशी करून न्यायनिवाडा करा. पंतांनी सूर्याजीला आणि त्याच्या आईला खेडेबाऱ्याला बोलावून घेतलं... आम्ही तेव्हा खेडेबाऱ्याला राहात होतो...''

" मग काय झालं राजे ? "

" दादोजीपंतांनी दत्ताजी आणि त्याचा मुलगा संभाजी यांच्या पायात बेड्या घातल्या आणि त्याला शिक्षा करून न्याय इन्साफ केला आणि रूपाबाईला आणि तिच्या मुलांना त्यांची पाटीलकी परत दिली... अशा कितीतरी न्यायाच्या गोष्टी पंतांनी आणि आमच्या आऊसाहेबांनी आम्हाला दाखविल्या आहेत, शिकविल्या आहेत..."

" राजे पुन्हा ऐकवा आम्हाला आणखी बंगळूरवरून आल्यावर ! चला वाड्यावर. सगळे वाट पाहात असतील भोजनासाठी ! "

वाड्यात बराच वेळ शिवबा दिसेनात म्हणून " शिवाजीराजे कुठं आहेत ? " आऊसाहेबांनी विचारले, " सईबाई, तुमचे महाराज कुठं गेलेत ? "

" बजाजीदादांना घेऊन गेलीय स्वारी पुणे, चिंचवड, आळंदी दाखवायला ! "

" वाऽ वाऽ वाऽ ! तुमच्या दादांना मग ज्ञानेश्वरमाउलींच्या समाधीचे दर्शन होणार ! "

" पण किती वेळ झाला जाऊन ! "

तेवढ्यात शिवाजीराजे आल्याची चाहूल लागली...

" आऊसाहेब आलीच स्वारी ... ! "

" किती वेळ जाऊन बसलाय राजे ! "

आपल्याला बंगळूरला निघायचं परवा ! उद्या सईबाई... तुमच्या सौभाग्यवती माहेरी जाणार आहेत म्हटलं ? "

" मग जाऊ देत की... आम्ही बंगळूरला आबांच्याकडं जाणार. " शिवाजीराजांना खूप आनंद झाला.

" चला जेवणाची तयारी झाली... बजाजीरावांना बोलवा... सईबाई, थाळे तयार करण्यास सांगा. "

॥ ३८ ॥

माहेरी जायचं म्हणून सईबाईंची धांदल चालू होती... माझं हे राहिले, ते राहिले, ते घेतलं, हे घेतलं का त्या पाहात होत्या... संदुक उघडून पुन्हा पुन्हा त्या बघत होत्या आणि बंद करीत होत्या.

चंद्राबाईनं बुत्तीच्या चार करंड्या आणून बाहेर ठेवल्या.

" हे काय ? हे एवढं न्यायचं ? " सईबाई म्हणाल्या.

" राणीसाहेब, माहेरी जाताना हे न्यावं लागतं..."

" चंद्रा, तूपण येणार ? "

" मी पाठराखीण म्हणून आले होते... आज तुमच्याबरोबर परत येणार मी फलटणला... तुमच्या पाठीमागनं ! "

तेवढ्यात, दारात मेणा आल्याचं खंडूनं येऊन सांगितलं... !

आणि सईबाई पळत आत गेल्या... " आऊसाहेब... आऊसाहेब मेणा आला ! मेणा आला ! चला... चला... लवकर. "

" हो... हो... किती घाई करता सईबाई !... आम्हीसुद्धा माहेरी गेलो होतो..."

" झालंच आमचं..."

" बरं हे तीर्थ घ्या, प्रसाद घ्या... बजाजीराव कुठायत ? "

" असतील भटकत स्वारींच्या बरोबर ! " सईबाई हसून म्हणाल्या.

" निरोप द्या त्यांना..."

" आऊसाहेब, स्वारी आलीच ...! आणि दादापण आले..."

" झाली तयारी ? सईबाई, थोरल्या आईंना, आऊसाहेबांना सगळ्यांना नमस्कार करून निघू या..." बजाजीराव म्हणाले.

" सईबाई... सईबाई... देवघरात या आधी..." आऊसाहेबांनी सईबाईंना हाक मारली...

सईबाई देवघरात गेल्या, " काय आऊसाहेब ? "

" इथं पाटावर बसा. "

सईबाई पाटावर बसल्या... आऊसाहेबांनी त्यांना हळदकुंकू लावलं. त्यांची ओटी भरली... सईबाईंनी आऊसाहेबांना नमस्कार केला...

" अष्टपुत्रा सौभाग्यवती भव ! " आऊसाहेबांनी त्यांना आशीर्वाद दिला आणि त्यांना प्रेमाने जवळ घेतलं... आणि गोड पापा घेतला...

" गुणाची माझी लेक... जपून राहा. आईंना सांभाळा... बंगळूरहून परत आल्यावर या परत इकडं..."

त्यांचे डोळे पाणावले.

सईबाईंना गहिवरून आलं... " आऊसाहेब... आऊसाहेब ! " म्हणून त्यांच्या बालमुखातून शब्द फुटेना... त्यांचे डोळे ओले झालेले पाहून आऊसाहेबांनी पदराने त्यांचे डोळे पुसले आणि तोंडात साखर घातली.

" चला सुनबाई... माहेरी जायचं ना ? आता रडायचं नाही हं. "

असे म्हणून त्यांच्या बोटाला धरून त्या बाहेरच्या दालनात आल्या... सईबाई पटकन दीपाबाईंच्या खोलीत गेल्या... आणि त्यांना नमस्कार करून परत आल्या...

बजाजीराव दीपाबाईंच्या खोलीत गेले, त्यांनी त्यांना नमस्कार केला... जिजाऊसाहेबांना नमस्कार केला.

बजाजीराव आणि सईबाई चौकाच्या बाहेर पडले... शिवाजीराजे बरोबर होते...

बजाजीराव घोड्यावर बसले... सईबाई मेण्यात बसायला गेल्या आणि त्यांनी मागं वळून पाहिलं... शिवाजीराजे उभे होते... दोघेही हसले.

"येतो आम्ही... येतो आम्ही..."

असं म्हणून त्यांनी राजांच्या नजरेला नजर भिडवली... आणि त्या मेण्यात बसल्या... पुन्हा पडदा बाजूला केला... "सईबाई" एवढंच राजे म्हणाले...

मेणा फलटणच्या दिशेला लागला...

दुसरे दिवशी सर्वांची बेंगळूरला जाण्याची तयारी झाली... दादोजीपंत बरोबर होते... पंतांनी दप्तर बरोबर घेतले. दोन कारकून आणि जवळजवळ पंचवीस लोकांचा सरंजाम होता. कोणत्या मार्गे, कसे जायचे याचे काटेकोर नियोजन झाले होते. मुक्कामाच्या ठिकाणी अगोदरच माणसे रवाना झाली होती... आईसाहेबांच्या विचाराने रस्त्यात काही ठिकाणी धार्मिक स्थळांवर थांबायचे हेपण ठरले होते.

आईसाहेब सकाळी कसबा गणपती आणि जोगेश्वरीचं दर्शन घेऊन आल्या. मावळातले मोकाशी, पाटील पुण्यात आले होते. सर्वांना त्यांनी प्रेमळ शब्दांतून कडक सूचना दिल्या आणि आऊसाहेब मेण्यात बसल्या...

बंगलोरच्या दिशेला सारे निघाले...

वाटेत आदिलशाही ठाण्यावरून जाताना तेथील अंमलदार येऊन आऊसाहेबांना भेटून सर्व व्यवस्था करीत होते. आदिलशाही दरबारात शहाजीराजांचे वर्चस्व सर्वांना माहीत होते, तसेच दादोजी हे आदिलशहाचे एक पोक्त आणि भारदस्त सुभेदार होते, त्यामुळे वाटेत कसलीही अडचण नव्हती... सर्व व्यवस्था चोख होती. मुक्काम पडेल तेथे आईसाहेब तिथल्या मंदिरात जात. पूर्जाअर्चा करीत, तेथील पुजाऱ्यांची चौकशी करीत.

दादोजी शिवाजीराजांना तेथील अधिकाऱ्यांच्या ओळखी करून देत. प्रत्येक ठिकाणी ठाण्याची माहिती देत.

कानडी मुलुख लागल्यावर मराठी समजणारी माणसं पटापटा जमा झाली. दादोजीपंतांना भेटली... आईसाहेबांना मुजरे केले आणि सर्व व्यवस्था अगदी यंत्रासारखी होऊ लागली... कुठंही कसलेही उणे पडले नाही...

मध्ये एका मुक्कामाच्या ठिकाणी शिवाजीराजे आईसाहेबांना म्हणाले,

" आऊसाहेब किती चोख व्यवस्था केलीय आबासाहेबांनी ? सगळं यंत्रासारखं चाललयं किती नियोजनबद्ध आहे सगळं ? कसं केलं असेल... माणसं किती आज्ञाधारक आहेत !... जो तो आपलं काम अगदी बैजवार करतोय..."

" राजे, किती बारीक निरीक्षण तुमचं ? असंच पाहिजे... प्रत्येक गोष्ट नियोजनबद्ध व्हायला हवी राजे... बघा तुम्हाला शिकण्यासारख्या या गोष्टी आहेत ! होय ना ? "

" खरंच आऊसाहेब, प्रत्येक गोष्ट काटेकोर आणि नियोजनबद्धच व्हायला हवी...! तरच सगळीकडे सुरक्षितता आणि शांतता राहील. "

" मग व्यायाम केलात का या प्रवासात ? "

" आऊसाहेब, विचारा पंतांना ! आम्ही व्यायाम केल्याशिवाय न्याहरी नाही करीत, मगच घोड्यावर स्वार होतो... विचारा, विचारा बरं, ते बघा पंत आलेच..."

" आमचा विश्वास आहे तुमच्यावर राजे ! "

" मग का डिवचलंत आम्हाला ? आम्ही नाहीच बोलणार तुमच्याशी. " म्हणून तोंड फिरवून ते बाहेर गेले...

तेवढ्यात पंत आले. " पंत, या... अहो, नुसतं म्हटलं व्यायाम केलात का प्रवासात ? एवढेच म्हणालो आम्ही आणि... रुसलेत बघा...! "

" आईसाहेब, अहो व्यायामच काय पण प्रत्येक गोष्ट अगदी नियमित आणि वेळेवर करतात राजे... त्यांच्याकडं बघून कधी कधी म्हाताऱ्यांना लाज वाटावी ...! नका त्यांना विचारू तसं परत !... रागावतात. पण पुन्हा येती गाडी जाग्यावर..."

" चला, निघायचं ना आपल्याला...! "

" आऊसाहेब, आऊसाहेब " करीत राजे परत आले.

" चला निघायचं... नाहीतर कराल उशीर नेहमीसारखा...! "

" शिवबा... आमचाच डाव आमच्यावर उलटवलात काय ? " असं ऐकल्यावर सगळेजण खो खो हसले...

या प्रवासात सर्वांना शिवाजीमहाराजांचे घोड्यावर बसण्याचे कसब पाहून आश्चर्य वाटले ! जवळजवळ पंधरा-वीस दिवसांचा प्रवास झाला आणि सर्व लवाजमा बंगळूरला हालसूर वेशीजवळ आला.

संभाजीराजे दिसल्याबरोबर शिवाजीराजे खाली उतरले... " दादामहाराज " करीत ते संभाजीराजांकडे झेपावले... त्यांनी त्यांचा हात हातात घेतला...आणि दोघंही मेण्यांची वाट पाहात उभे राहिले... आणि आईसाहेबांचा मेणा दिसला...

" दादा, तो पहा आऊसाहेबांचा मेणा... येईल येवढ्यात..."

आणि थोड्या वेळात आऊसाहेबांचा... थोरल्या आईसाहेबांचा मेणा आला...

“ प्रथम थोरल्या आईसाहेबांना भेटू या आपण ! ”

संभाजीराजे म्हणाले आणि पटकन मेण्याजवळ गेले आणि

“ थोरल्या आईसाहेब... चला... आम्ही तुम्हाला न्यायला आलोय ”

असं म्हणून त्यांनी त्यांचा हात धरला...

“ आबा तुमची वाट बघतायत. ”

थोरल्या आईसाहेबांचे डोळे क्षणभर पाणावले.

“ बरं बरं...”

जिजाऊसाहेब आपल्या मेण्यातून बाहेर डोकावत होत्या. संभाजीराजे आणि शिवबा दोघे जवळ गेले... “ आऊसाहेब...” येवढंच ते म्हणाले... “ बरं चला... ! ”

मेणे वाड्याच्या दिशेने निघाले. संभाजीराजे आणि शिवबा दोघे घोड्यावरून मेण्यांच्यापुढे चालू लागले...

वाड्यात मेणे आले... दीपाबाईसाहेब तथा उमाबाईसाहेब आणि जिजाऊसाहेब मेण्यातून बाहेर आल्या... जिजाऊसाहेबांनी दीपाबाईंच्या हाताला धरले आणि दोघीही पायऱ्या चढून वर आल्या. शहाजीराजे सदरेवरून तातडीने आत आले...

आपल्या मातोश्रींचे त्यांनी पाय शिवले...

“ कोण शहाजीराजे ? ”

“ होय आईसाहेब, शहाजी... कसं ओळखलं ? ”

“ तुमचा हात पायाला लागल्याबरोबर तोंडात तुमचं नाव आलं !... कसं कुणास ठाऊक आलं येवढं खरं ! झोपेतसुद्धा आई मुलाचा स्पर्श ओळखते. ”

जिजाऊसाहेबांनी महाराजांना नमस्कार केला आणि त्यांनी शिवबांकडं पाहिलं... त्यांनी वडिलांचे पटकन पाय धरले... पायावर डोकं टेकवलं. शहाजीराजांनी त्यांच्या मस्तकावर हात ठेवला...

“ शिवबा, राजे व्हा... छत्रपती व्हा. ”

असा आशीर्वाद दिला... शिवाजींनी मान वर केली आणि वडिलांच्याकडं पाहिलं... त्यांचे डोळे भरले होते...

“ आबा, आम्ही छत्रपती होऊ !... हिंदवी स्वराज्य निर्माण करू ! ”

तेवढ्यात व्यंकोजीराजे पळत आले आणि शिवाजीराजांनी त्यांना जवळ घेतलं...

संभाजीराजांनी आपल्या आजींना आणि आऊंना वंदन केले...!

शहाजीराजांना दादोजी कोंडदेवांनी मुजरा केला... आपलं सगळं कुटुंब एकत्र आलेलं पाहून शहाजीराजे क्षणार्धात भारावून गेले. त्यांनी पाणावलेल्या डोळ्यांनी पाठ फिरविली आणि ते सदरेकडे वळले.

तुकाबाईसाहेब आणि छोटे व्यंकोजीराजे बाहेर आले. तुकाबाईंनी दीपाबाईंना नमस्कार केला. " व्यंकोजीराजे, आजींना आणि थोरल्या आईसाहेबांना नमस्कार करा बघू..."

व्यंकोजीराजे पटकन शिवाजीराजांच्या हातातून सुटले आणि त्यांनी आजीच्या पायावर डोके ठेवले... दीपाबाईंनी आपल्या नातवाचे दोन पापे घेतले. आणि ते जिजाऊसाहेबांकडे पळाले... त्यांना नमस्कार केला. आणि त्यांच्या मांडीवर बसला. जिजाऊसाहेबांनी त्यांना प्रेमाने कुरवाळले. त्याचे पापे घेतले.

रणदुल्लाखानाने शहाजीराजांना वैभवशाली विजयनगरच्या साम्राज्यातील बंगळूर शहर व पाच लक्षांची जहागिरी बक्षीस दिली होती.

शहाजीराजे आता बंगळूर शहरात राहायला आले होते. प्रशस्त चिरेबंदी चारचौकी वाडा त्यांना मिळाला. वाडा कसला राजवाडाच तो...! हा राजवाडा होता केपेगौडाने बांधलेल्या किल्यात. उत्तरेस वेला हंकवेस, दक्षिणेस आनेकलवेस, पूर्वेस हालसूरवेस तर पश्चिमेस केंगारीवेस अशा वेशींचे प्रचंड बुलंद दरवाजेच या बुलंद बंगळूरचे बुलंदपण सिद्ध करीत होते.

सोमेश्वर मंदिर, बसव मंदिर, रंगनाथ मंदिर, व्यंकटराम मंदिर, धर्मराज मंदिर, गाविगंगारेश्वर मंदिर ही डोळे दिपवून टाकणारी शिल्पाकृती असलेली मंदिरे आणि संगीनजामा मशिदीसारखी भव्य मशीद अशी धार्मिक स्थळे असलेले हे बंगळूर शहर बीरबल्लाळ राजाची राजधानी म्हणून एकेकाळी प्रसिद्धीस आले होते.

चिक्कापेठ, बालेपेठ, नगराथपेठ, बल्लापुरा पेठ, तारागुड पेठ, या पेठा; तर केपांगुडी तलाव, दिल्लीवेस, म्हैसूर वेस या वेशी शहराचे महाविस्तीर्ण स्वरूप सिद्ध करीत होत्या.

शहाजीराजांच्या वाड्यात उद्याने, कारंजी, पुष्करिणी होत्या. विविध पुष्पवाटिका, विविध प्रकारच्या सुवासिक फुलांच्या परिमलाने पवित्र, मंगल आणि आल्हाददायक वाटत होत्या. त्यांचा महाल, सदर आणि शयनकक्ष, विद्वत्‌सभागृह यांच्या भिंतींवर रंगीबेरंगी चित्रे रेखाटली होती. उंच चांदीच्या समया, शामदाने आणि विविध प्रकारचे दीप यांची सुव्यवस्थित मांडणी आणि त्यामुळे केलेली नियोजनबद्ध प्रकाशयोजना ही त्या रचनाकाराचे कौशल्य दाखवून जात होती. विविध प्रकारच्या मूर्तींची आकर्षक मांडणी, हे तर आगळे वेगळे वैशिष्ट्य होते.

राजांची अश्वशाळा, पीलखाना, उष्टरखाना, गोशाळा ह्या जातिवंत उमद्या पुष्ट जनावरांनी भरल्या होत्या. पागेचे अधिकारी, माहूत आणि गवळी यांना राहण्यासाठी शेजारीच उत्तम प्रकारची घरे बांधून दिली होती.

राजांचा तोफखाना आणि शस्त्रागार हे परिपूर्ण होतेच पण त्यांचे लष्कर

नामांकित योद्ध्यांनी समृद्ध होते.

राजे अत्यंत देखणे, तगडे आणि आखीव रेखीव बांध्याचे आणि तेजस्वी डोळ्यांचे, अत्यंत कलासक्त आणि रसिक ! ते उच्च अभिरुचीचे आणि कलावंतांचे नि विद्वानांचे आश्रयदाते होते. स्वत: संस्कृतचे जाणकार ! त्यामुळे संस्कृत कवींची प्रभावळ त्यांच्या भोवती सदैव वावरत होती. असा त्यांचा कदरदरबार होता.

शिवबांनी आपल्या वडिलांचा वैभवशाली वाडा पाहिला आणि या वैभवासंबंधी त्यांच्या मनात विचार सुरू झाले.

आणि एक दिवस संभाजीदादांना घेऊन ते विजयनगरच्या वैभवशाली साम्राज्याचे अवशेष बघून आले... ! विजयनगरच्या राजाच्या तख्ताची जागा त्यांनी पाहिली. उद्ध्वस्त हवेल्या, मंदिरे पाहिली... आणि त्यांचे मन सुन्न झाले !...

।। ३७ ।।

शिवाजीराजे बंगळुरातसुद्धा रोज नित्यनियमाने व्यायाम, अध्ययन, अश्वारोहण आणि शस्त्रविद्या ह्या गोष्टी करीतच होते. शहाजीराजांनी त्यासाठी चांगली कुशल मंडळी बोलावून घेतली होती. संभाजीराजेपण त्यांना अनेक गोष्टी शिकवीत होते.

बंगळूर शहर शेकडो उद्यानांनी आणि गर्द वनराईने नटलेले असे शहर होते. विजयनगरच्या समृद्ध राज्यातले हे शहर म्हणजे जणू इंद्रपुरीच होती ! पण तेथील अनेक वास्तू मात्र बेचिराख झालेल्या पण त्यांची खिंडारेसुद्धा त्यांच्या वैभवाची साक्ष देत होती. शिवाजीराजे संभाजीराजांना म्हणाले...

" दादामहाराज, आज आपण बंगळूर शहर बघू या का ? "

" हो, हो जाऊया आज. "

दोघांनीही आपापले अश्व सज्ज केले आणि बंगळूर शहर पाहण्यासाठी निघाले.

" शिवबा, ती बघा हवेली किती उंच आणि भव्य आहे ! बघा पारवे घुमतायत् तिथं... ऐकला का आवाज ? "

" हो... हो... "

" दादामहाराज, मोरपण उडतायत बघा बघा. आमच्या मावळात मोर आम्ही पाहातो शेतात, रानात... हे काय पाळलेले मोर आहेत वाटते !"

पुढे जाता जाता त्यांनी प्रचंड अशा पेठा पाहिल्या... पेठांमधील उंची वस्त्रांची

दुकाने... सराफी दुकाने,... धान्यांच्या राशी... अनेक प्रकारच्या वस्तू त्यांनी पाहिल्या... सुंदर सुंदर बागा, नानाविध कारंजी पाहून शिवबा म्हणाले...

" दादामहाराज़, किती भव्य कारंजी आहेत ही ! आणि किती किती रमणीय आहे बंगळूर शहर ...!

विस्तीर्ण उद्यान बघून तर शिवाजीराजे अवाक् झाले. " केवढं हे वैभव दादामहाराज ! "

" विजयनगरचं साम्राज्य होतचं तसं वैभवशाली ! फारच रसिक राजे होते ते ! पण आदिलशहासाठी त्यांच्या विरुद्ध आपल्यालासुद्धा लढावं लागलं शिवबा ! "

शिवाजीराजे विचारक्रांत झाले. " मंदिरे बघूया आपण एकदा इथली. फार प्रचंड मंदिरं आहेत इथं ! "

" आऊसाहेबांच्याबरोबर जाऊ आपण मंदिरं बघायला ! त्यांना फार समाधान वाटेल. "

ठीक आहे...

शिवाजीराजांनी बंगळूर शहर पाहिलं... उद्ध्वस्त झालेल्या वेशी, बेचिराख झालेल्या हवेल्या पाहून त्यांचं मनं बैचेन झालं... त्यांनी आपल्या गुरुजींकडून बंगळूर शहराचा आणि विजयनगरच्या साम्राज्याचा इतिहास जाणून घेतला... त्यावर ते रोज चिंतन करू लागले. आम्हाला विजयनगर पाहायला हवे ! आम्हाला विजयनगर पाहायला हवे ! असे ते मनाशी म्हणू लागले !

बंगळूरमधील दिवस राजांच्या शिक्षणात आणि चिंतनात जात होते. असेच ते एकदा विचार करीत बसले असता,

" राजे, आज आम्ही व्यंकटरामन मंदिरात जाणार आहोत दर्शनाला. तुम्ही येता आमच्यासंगं ? " जिजाऊसाहेब म्हणाल्या...

" हो... हो... आम्हालासुद्धा बघायची आहेत बंगळूरमधील मंदिरं आऊसाहेब..." राजे म्हणाले.

राजे आऊसाहेबांबरोबर व्यंकटरामन मंदिर पाहण्यास गेले... मंदिर पाहून ते चकित झाले.

" आऊसाहेब, काय ही शिल्पाकृती म्हणायची ! कोणी बांधलं हे मंदिर ? "

राजांनी बंगळूरमधील सर्व मंदिरे पाहिली. गाविगंगारेश्वर, रंगनाथ मंदिर, धर्मराय मंदिर, सोमेश्वर मंदिर, बसव मंदिर... सगळी सगळी मंदिरं त्यांनी आऊसाहेबांना दाखविली... जिजाऊसाहेबांनी प्रत्येक ठिकाणी अभिषेक केले. दानधर्म केला...!

" आऊसाहेब, वीर बल्लाळ राजांची बंगळूर ही राजधानी ना ? "

शिवाजीराजांनी विचारले.

" शिवबा, तुम्हाला कसे माहीत हे ? "

" आऊसाहेब, आम्ही गुरुजींकडून विजयनगरच्या साम्राज्याचा इतिहास जाणून घेतलाय आणि म्हणून तर बंगळूर शहरातल्या सर्व वास्तू आम्ही पाहिल्या... विजयनगरचे साम्राज्य, कृष्णदेवराय आणि हे बंगळूर ऊर्फ इसलामपूर ! तुमच्या-बरोबर मंदिरं बघायचं ठरविलं होतं तेपण झालं ! आऊसाहेब " संगीत जामा " मशिदसुद्धा आम्ही पाहिली. अतिशय भव्य आहे ती ! "

" बरं... बरं...! "

" आबासाहेबांचा दरबार बघायचाय आम्हाला ! "

" मग, विचारा त्यांना उद्या आणि बघा त्यांचा दरबार ! "

॥ ३८ ॥

शिवाजीराजे पहाटे जागे झाले, रोजच्याप्रमाणे त्यांनी शाहिरांची आणि गायकांची भूपाळी ऐकली... आणि संस्कृत भाषेतले प्रात:स्मरण ऐकून त्यांनी जांभई दिली... पटकन हमामखान्यात जाऊन मुखमार्जन करून स्नान केले. पुण्याहवाचन ऐकू येत होते... राजांना दिवस सुखाचा जावो अशा अर्थाचे श्लोक त्यांनी ऐकले. तोपर्यंत सूर्योदय झाला. पूर्वेकडील सज्जात ते आले... आणि पाहातात तो काय ? आबासाहेब अंगणात उभे ! आकाशदर्शन आणि दिशादर्शन करीत असल्याचे त्यांनी पाहिले... त्याच वेळी गुरव शिंग वाजवीत होते तर जंगम शंख फुंकीत होते... चौघडा चालू झाला... मंगलध्वनीचा निनाद कानास सुख देत होता... ऐरावत, सवत्स धेनू, पुत्रिणी, ब्राह्मणी, विदूषक, ठेंगू ब्राह्मण व पाण्यातून नुकताच वर आलेला डुक्कर हे शुभ चिन्हदर्शक प्राणी राजांपुढून गेले... आबासाहेब बाहेर गेल्याचे पाहून शिवाजीराजे माडीवरून खाली उतरले... आणि त्यांच्या पाठोपाठ बाहेर गेले... पाहातात तो काय ? समोरच्या पटांगणात हजार-पाचशे घोडेस्वार कवाईत करताना दिसतायत, रथ, पालख्या, शिबिका दिसतायत, सिंहाचा बच्चा, माजलेला पोळ महाराजांच्या पुढून जातोय, चार-पाच भारद्वाज पक्षी फडफड करीत वृक्षराजीत निघून गेले. हंस, मत्स्य यांचे शुभशकुन पाहून राजांनी दरवाजाच्या तोरणाकडे पाहिले. त्याच्या मागील अश्वत्थ, औदुंबर, शुभ्रवृक्ष पारिजातक या वृक्षांखालून महाराज गेले. दक्षिणावर्त शंखातील तीर्थाचा त्यांनी नेत्रांना स्पर्श केला आणि

वेळूच्या लंबायमान दांड्याच्या अग्रावर लटकत असलेल्या व फडकत असलेल्या जरीपटक्याकडे कौतुकाने त्यांनी पाहिले आणि आपला हात नाडीपरीक्षेसाठी राजवैद्यासमोर धरला... नाडीपरीक्षा झाल्यावर एका ब्राह्मणाने तेलाने भरलेली रुप्याची परात एका हातात व एका हातात तुपाने भरलेली सोन्याची परात राजांपुढे आणली. त्यांत शहाजीराजांनी आपल्या मुखाचे प्रतिबिंब पाहिले... आणि ते हमामखान्यात गेले... शिवबांनी आपल्या वडिलांचा हा राजेशाही नित्यक्रम पाहिला आणि ते आपल्या कमऱ्यात परत गेले आणि मनात विचार करू लागले... आबासाहेब किती मोठे आहेत ! आपणास हे मोठेपण मिळेल का ? तेवढ्यात संभाजीराजांनी त्यांना हाक मारली.

" शिवबा... उरकले का तुमचे ? तुम्हाला आबासाहेबांचा दरबार बघायचाय ना ? चला उपाहार करू आणि आपण दरबारात जाऊ या लवकर..."

संभाजीराजे आणि शिवबांनी उपाहार घेतला... आणि आऊसाहेबांकडे ते गेले.

" आऊसाहेब, आम्ही दरबारात जातो ! "

आऊसाहेबांनी राजांकडं पाहिलं आणि म्हणाल्या, " आयन्यात पहा चेहरा, शिवगंध कुणी रेखायचं ? "

" राहिलं आऊसाहेब," असं अपराधी मनाने म्हणाले आणि क्षणातच कपाळी शिवगंध लावून परत आले... आऊसाहेबांना दोघे बंधू दंडवत करून ते सभामंडपात गेले... " शिवबा, ह्या सभामंडपाला " नवगजी " असं म्हणतात, चला आपण पुढे जाऊन उभे राहू..." संभाजीराजे म्हणाले.

दरबारात - नवगजीत राजे, उपराजे, संस्थानिक, परराष्ट्र वकील, सरदार येऊन उभे होते. पंडित, कवी, शास्त्री, वैदिक एका बाजूला उभे होते... भालदारांची ललकारी झाली... आणि हातातल्या तलवारीचे टोक खाली टेकवीत त्या सर्व समुदायातून शहाजीराजांनी रुबाबात प्रवेश केला. ते सिंहासनावर बसले. दरबाराचे कामकाज सुरू झाले.

शहाजीराजांनी सर्व विद्वानांना अभिवादन केले आणि त्यांना आसनस्थ होण्यास सांगितले. शहाजीराजे म्हणाले, " आज आम्हीच एक समस्या तुमच्यापुढे मांडणार आहोत. यथाशक्ति त्याची पूर्ती करावी... "

आणि महाराज म्हणाले...

" शतचन्द्रं नभस्तलम् ... "

(आकाश प्रांगणात शंभर चंद्र प्रकाशमान झाले.)

कवीवर्यांनी पुढीलप्रमाणे समस्यापूर्ती केली...

या प्रीतिर्जायते शाह मुखचंद्रं निरीक्ष्य ते ।

पश्येयं चेन्न सा प्रीतिः शतचंद्रं नभस्तलम् ।।

महाराज आपला मुखचंद्र पाहून आम्हा सर्वांच्या हृदयात जे संतोषाचे चांदणे पसरते ते पाहून असे वाटते की हे साधेसुधे चांदणे नसून आकाशप्रांगणात जणू शंभर चंद्र उदयमान झाले आहेत.

महाराजांनी जमलेल्या पंडितांना सांगितले की, सर्वांनीच एकेक समस्या सांगावी आणि त्याची पूर्ती त्यांनी स्वतःच करावी.

त्यानंतर रघुनाथ भट्ट चाऊरकरांनी पुढील समस्या दिली

"शरजन्मा षडाननः ।"...

(म्हणून तर कार्तवीर्य सहा तोंडाचा झाला.)

एकाने त्याचे उत्तर दिले.

अन्नपूर्णे तव स्तन्यं मन्ये षड्रसमिश्रितंम्
पृथगास्वादितुं जातः शरजन्मा षडाननः ।।

(हे पार्वती आई, तू आपल्या बाळाला पाजलेले दूध षड्रसांनी परिपूर्ण असले पाहिजे. एकेक रस पिण्यासाठी त्याला एकेक तोंड निर्माण झाले. म्हणून तर कार्तवीर्य कार्तिकस्वामींना सहा तोंडे निर्माण झाली!)

हीच समस्या आणखी एकाने पुढीलप्रमाणे पूर्ण केली.

युगपच्छास्त्रषट्कं मे पुत्रोयं पठतामिति ।।
सर्वज्ञेन कृतो मन्ये शरजन्मा षडाननः ।।

(एकाच वेळी आपल्या बाळाला सहा शास्त्रे म्हणता यावीत, म्हणून तर शंकराने कार्तवीर्याला सहा तोंडे निर्माण केली.)

त्यानंतर विश्वनाथभट्ट ढोकेकरांनी पुढील सुंदर समस्या खुद्द शहाजीराजांनाच विचारली.

अंभोधिर्जलधिः पयोधिरुदधिर्वारांनिधिर्वारिधिः ।।
समुद्र...! समुद्र...! समुद्र...! समुद्र...! समुद्र...! समुद्र...!

आणि शहाजीराजांची वाट न पाहता त्या समस्येची पूर्तीही पुढीलप्रमाणे केली.

श्रीमन् मालनृपालनंदन महादेवैकभक्तस्त्वया
चक्रे यच्छिखरे निरंबुकुहरे पीयूषतोयं सरः ।।
तद् दृष्टवा तृषितः स यात्रिकजनः स्वानंदमित्युक्तवान्
अंभोधिर्जलधिः पयोधिरुदधिर्वारांनिधिर्वारिधिः ।।

(शहाजीराजे, आपण महादेवांचे महान् भक्त आहात, आपण पर्वताच्या या

उंच शिखरावर अमृताची चव असलेले गोड्या पाण्याचे हे सुंदर सरोवर निर्माण केले. येणारे जाणारे यात्रिक यातील सुंदर पाणी चाखतात आणि त्या विशाल सरोवराकडे पाहाताच सर्वांच्याच तोंडून जणू उत्स्फूर्त उद्‌गार निघतात -

समुद्र...! समुद्र...! समुद्र...! समुद्र...! समुद्र...! समुद्र...!)

त्यानंतर नीलकंठभट्ट पुराणिक यांनी समस्या दिली -

" विक्रीते करिणि किमंकुशे विवादः " ।।

(हत्ती तर विकून टाकला, आता अंकुशासाठी कशाला वाद ?)

या समस्येची पूर्ती कविवर्यांनी पुढीलप्रमाणे केली -

भूभारं हरसि निरंतरं परंतु
चित्तं मे यदणुमितं कुतो जहासि ? ।
नोहेयं बिरूदमिदं हरेति गीतं
विक्रीते करिणि किमंकुशे विवादः ? ।।

(हे शिव शंभो ! शंकरा ! साऱ्या जगाचा भार तू सहन करतोस मग माझ्या चिमुकल्या हृदयाचा अणूएवढा भार सहन करायला तू का बिचकतो आहेस ? तुला सर्व जग " हर " (जगाचे दुःख हरण करणारा) असे म्हणते, मग तू असे का करतोस ? हत्ती विकून टाकला; आता अंकुशासाठी वाद कशाला ?)

त्यानंतर एका कवीने पुढीलप्रमाणे समस्या दिली -

" गतागतैरेव गता त्रियामाः ।"

(बोलता बोलता तीन प्रहर रात्र उलटून गेली.)

आणि त्याची पूर्ती त्यांनी पुढीलप्रमाणे केली.

रामायणं वा श्रवणेन पेयं ।
रामायने वा नयनं विधेयं ।।
इत्यर्धवृद्धस्य जनस्य वृत्ते ।
गतागतैरेव गता त्रियामा ।।

(एकीकडे रामायणाचे श्रवण करीत असावे, दुसरीकडे श्रीरामचंद्रांच्या मुखकमलाचे अवलोकन करीत असावे. असे करता करताच वेळ कसा भुर्रकन्‌ गेला ! बोलता बोलता तीन प्रहर रात्र उलटून गेली.)

त्यानंतर वीरेश्वरभट्टांनी पुढील समस्या दिली -

" कर्पूरेण स्थगयति कुचौ शीतभीता मृगाक्षी ।। "

(येऊ घातलेल्या हिमकालाचे भय वाटणारी हरिणाक्षी आपले उन्नत उरोज

कर्पूरलेपाने झाकून टाकते.)

आणि त्याची पूर्ती पुढीलप्रमाणे केली.

पूर्व घर्मे दिनकरकराक्रांतदेहा सती या ।
सद्यः शैत्यं परिकलयता ज्ञातपूर्वेण तूर्णम् ।।
हेमंते सा मदनदहनस्वांतदग्धापि मुग्धा ।
कर्पूरेण स्थगयति कुचौ शीतभीता मृगाक्षी ।।

(ही सुंदरी सूर्याच्या चंड किरणांनी दग्ध होऊन घामाघूम झाली, हिवाळा पुढे येऊन ठाकला. हेमंतानंतर शिशिर येणार, या भयाने ती हरिणाक्षी आपले उन्नत उरोज कर्पूरलेपाने झाकू लागली.)

त्यानंतर तुकदेव पुराणिकांनी पुढील समस्या दिली -

"हुताशनश्चंदनपंकशीतलः ।। "

(आणि अग्नी चंदनाच्या लेपाप्रमाणे शीतल झाला.)

त्यांनी ती समस्या पुढीलप्रमाणे पूर्ण केली.

देहेधनं त्वद्विरहेण शोषितं ।
तस्या समासाद्य दहत्यहर्निशं ।।
भूयात् स कृष्णाद्य तवांगसंगमात् ।
हुताशनश्चंदनपंकशीतलः ।।

(देहातील अग्नी तुझा विरह झाल्यापासून एकत्रित होत आहे आणि तो मला अहोरात्र जाळत आहे. हे कृष्णा, तुझ्या अंगसंगमाने आम्हां गोपगोपींचा हा विरहाग्नी चंदनलेपाप्रमाणे शीतल होवो.)

ही समस्या त्यांनी आणखी एका प्रकारे पूर्ण केली.

निरिन्धनः प्राणभृतां कृतान्तवद्
दहत्यहो प्राणसमीरणानपि
भवत्यसौ सुष्ठुहुतादपीन्धनाद्
हुताशनः चंदनपंकशीतलः ।

(इंधन न घालतादेखील आम्हां देहधारी लोकांना हा विरहाग्नी आमच्या प्राणवायूला जाळून टाकत आहे. आता त्या अग्नीत इंधन घालूनही तुझ्या सहवासाने तो चंदनलेपाप्रमाणे शीतल होत आहे.)

याप्रमाणे विविध पंडितांनी विविध समस्या सादर केल्या आणि त्या पूर्णही केल्या. शेषपंडित जगन्नाथ यांनी पुढील समस्या दिली आणि ती पूर्ण केली.

"चंद्रस्य बिंबे कदलीफलानि ।। "

(चंद्राच्या बिंबावर केळीचे घड लोंबू लागले.)

शिवाजीराजांच्या ज्येष्ठ बंधूंनी श्री शंभूराजांनी पुढील समस्या दिली आणि ती पूर्ण केली.

" आकाशे चरणद्वयेन तनुते धीरं मृदंगध्वनिम् ।। "

याप्रमाणे अनेक समस्यांचे आदान-प्रदान आणि परिपूर्ती झाल्यानंतर राजांनी सर्व पंडितांना विडा-महादक्षिणा देऊन त्यांची बोळवण केली.

शहाजीराजे उठले... संभाजीराजे व शिवबा त्यांच्या मागोमाग चालले...! जाताना संभाजीराजे शिवबांना म्हणाले, " शिवबा कसा वाटला आबासाहेबांचा दरबार ? "

" दादा, आबासाहेब संस्कृत पंडित शोभत होते. आज कमरेला तिखट तलवार आणि तोंडात संस्कृत भाषेतली कोडी. "

" आबासाहेब म्हणजेच एक तीक्ष्ण बुद्धीचं कोडं आहे शिवबा. "

" खरंच की ! "

" आपण आम्हाला त्याचा अर्थ सांगितला, आपल्यालापण संस्कृत येतेय हे कधी आम्हाला सांगितलं ? "

" ते अनंत शेष पंडित होते ना ते तर माझे मित्रच झाले आहेत. "

बोलता, बोलता ते वाड्यात कधी पोहोचले हे समजलेच नाही.

।। ३९ ।।

शिवाजीराजे व जिजाऊसाहेबांना बंगळूरला येऊन जवळजवळ दीड वर्ष होऊन गेलं. शिवाजीराजे वडिलांच्या सहवासात चांगलेच रमले होते, तरी पण पुण्याच्या जहागिरीची त्यांना ओढ होती आणि त्यांच्यात आता वेगळे स्फुल्लिंग निर्माण झाले होते. बंगळूरच्या वास्तव्यात त्यांनी अनेक गोष्टी पाहिल्या होत्या, ऐकल्या होत्या. त्यावर त्यांचे चिंतन चालू होते, त्यामुळे त्यांच्या मनात एक वेगळीच खळबळ चालू होती. एक दिवस ते वडिलांना म्हणाले -

" आबासाहेब, आम्ही पुण्याकडं कधी जावं ? "

" तुमच्या आऊसाहेब काय म्हणतायत ? "

" तुम्हीच विचारा त्यांना ? "

" बोलवा त्यांना इकडे ! "

शिवाजीराजांनी जिजाऊसाहेबांना बोलावून आणलं. तुकाबाईसाहेबपण

बरोबर होत्या.

" राणीसाहेब, शिवबा पुण्याकडं जावं म्हणतात ? "

" होय महाराज, आम्हालाही तेच वाटते ? दोन वर्षे होत आली..." तिकडची व्यवस्था पाहायला हवीय ना ! "

" आम्हालासुद्धा इथला कंटाळा आलाय... तुकाबाई मध्येच म्हणाल्या. "

" का ? "

" तुम्हीच समजा का ते. "

शहाजीराजांनी आपली नजर तुकाबाईंच्यावर रोखली, तशी त्यांनी मान खाली घातली.

" ठीक आहे जिजाऊ, तुम्ही आणि शिवबा जा पुण्याला..."

" आईसाहेब इथं राहतील त्या आता फारचं थकल्यात... आजारीपण आहेत... त्यांचा भरवंसा नाही आता प्रवास झेपणार नाही त्यांना ! "

" संभाजीराजे, तुमच्या आऊसाहेबांच्या आणि शिवबांच्या प्रस्थानाची तयारी करा..."

शहाजीराजांनी शिवबांकडं पाहिलं... त्यांच्या डोळ्यांत पाणी तरळलं आणि त्यांनी शिवबांना पटकन आपल्याकडं ओढलं... आणि घट्ट धरून ठेवलं... शिवबांच्या डोळ्यांतले अश्रू वडिलांच्या अंगरख्यावरील माळेवर पडत होते... आणि चमकत होते... पितापुत्रांच्या प्रेमाची ती अश्रूतील चमक पाहून जिजाऊसाहेब आणि तुकाबाईसाहेबांच्या डोळ्यांतून अश्रुधारा वाहू लागल्या... संभाजीराजांनी ' शिवबा ' म्हणून एक हाक मारली आणि वडिलांच्या मिठीतून शिवबांना सोडवून त्यांनी मिठी मारली...!

दोन दिवसांनी शिवाजीराजांच्या पुण्याच्या प्रस्थानाची तयारी झाली.

शहाजीराजांच्या मनात एक विचार बरेच दिवस घोळत होता, शिवाजींना विजापूर दाखवायचे ! पण त्यांना परत वाटत होते, विजापूरची ती सुलतानी दाखविण्यापेक्षा विजयनगरच्या उद्ध्वस्त वैभवाच्या खुणा दाखवाव्या ! पण आता ते शक्य नव्हते, मग बंगळूरहून पुण्यास जाताना विजापूर दाखवावे असा विचार करून ते म्हणाले,

" राणीसाहेब, आम्ही विजापूरपावेतो तुमच्याबरोबर येतो. बादशहाना भेटायचे पण आहे... शिवबांना विजापूरपण पाहाता येईल..."

" ठीक आहे, शिवबा आपण विजापूर पाहून पुढे जाऊ या..." आऊसाहेब म्हणाल्या.

विजापूरमार्गे पुण्यास जाण्याचा बेत नक्की ठरला.

|| ४० ||

दोन दिवसांनी सर्वांनी बंगळूर सोडलं आणि विजापुरात शहाजीराजांनी जिजाऊसाहेबांना आणि शिवाजीराजांना आपल्या वाड्यात आणले.

विजापूर शहरात आल्यावर शहाजीराजांचं भव्य स्वागत झालं, शहाजीराजांचे आदिलशाहीत फार मोठे वजन होते. " राजासाब, राजासाब, इत साहजी है, उत साह जहाँ, " म्हणून सगळे त्यांच्यापुढे झुकत होते. त्यांनी विजयनगरचं वैभव लुटून सुलतान मुहम्मद आदिलशाहाच्या विजापूरच्या वेशीतून आत ओतलं होतं !

दारुल जफर ऊर्फ विजापूर दार उल् सल्तनत ! मातीच्या अजस्र तटात वसलेल्या या वैभवशाली विजापूरातील एका किल्ल्यातील सोळा खांबी महालात राहात होता, ' सुलतान मोहंमद आदिलशहा शहेनशहा जिले सुबहानी अलिजाह हजरत ! '

सुलतान मोहंमद आदिलशहाचा बाप सुलतान इब्राहिम आदिलशहा ऊर्फ जगद्गुरू ऊर्फ छोटा इब्राहिम हा गायनाचा शौकीन होता. तो विजापूरला विद्यापुरी असे म्हणत असे. त्यानं ' नवरस ' हा ग्रंथ लिहिला होता, त्यात तो म्हणतो.

कंठढाल फटिक माल नगर विद्यापूरी बाहनहती,
इबराहीम को गोत पिता यो गुरु गनपती माता पवितर सरसुती

- आणि त्याचाच कवी अब्दुल दिहलवी आपल्या ' इब्राहिमनामा ' या काव्य-ग्रंथात म्हणतो -

सुनो अब सिफत शाहू-रहन तख्त गवू,
विद्यापुर नगर है नी उसका ज्यू नावूं ।।

अशा या विद्यापुरीत शिवाजीराजे आज आले.

शहाजीराजांचा वाडा त्यांच्या इतमामाला शोभेसाच चौसोपी, चारचौकी आणि दुमजली, विस्तीर्ण असा आखीव रेखीव बांधकामाचा उत्कृष्ट नमुनाच होता. चारही चौकांतील कारजांच्या पाण्यामुळे आल्हाददायक गारवा सुखद वाटत होता.

दोन दिवसांच्या आरामानंतर शिवबांनी संभाजीराजांना आठवण करून दिली.

" दादा, विजापूर पाहायचे कधी ? "

" चला ना जाऊ आपण ! "

संभाजीराजे आणि शिवबा दोघेही आपल्या घोड्यांवर स्वार झाले आणि ते

विजापुरातील मातीच्या अजस्र भव्य आणि विशाल वास्तू आणि आर किल्ला पाहण्यासाठी बाहेर पडले.

" शिवबा, हा आर किल्ला सुरुवातीस मातीचे ढिगारे घालून ओबड-धोबड असा बांधला होता. इब्राहिम आदिलशहाने हे तट, खंदक ताशीव दगडानं बांधले. नऊ मैलांच्या प्रचंड उंचीची तटबंदी आणि १२० भव्य बुरूज पहा कसे भक्कमपणे उभे आहेत. हे एकेक बुरूज एकेका सरदारानं बांधले आहेत. तो पहा आलिबाग बुरूज, हिलालीबाग बुरूज, सुंदर बुरूज, अहमद बुरूज, शरजा बुरूज, लवे महंमद बुरूज ! या बुरूजांवर त्या त्या सरदाराचं नांव कोरलंय आणि त्याचं बांधकामाचं वर्षही लिहिले आहे. त्या शरजा बुरूजावरची मलिके मैदान ऊर्फ मुलुख मैदान तोफ पहा .... " प्रचंड तोफ " ! .... या तोफेनेच विजयनगरच्या साम्राज्याची राखरांगोळी केली आणि बादशहानं जामा मशीद बांधली त्या विजयाचं प्रतीक म्हणून... !

" ही तोफ मुरारपंतांनी परिंड्याहून इथे आणली. पंतांनी फार कष्ट उपसले. नेताना भीमा नदीत नाव बुडाली, पण पंतांनी ती जिद्दीनं आणली आणि या शरजा बुरूजावर ठेवली. ती लांडाकसाब तोफ पहा किती प्रचंड आहे ती ! आता आपण आत जाऊ. "

दोघेही मुख्य दरवाजातून आत आले. " तो पाहा सात मंझिल, सातमजली वाडा, इब्राहिम आदिलशाहनं बांधला. प्रचंड उंचीची ही इमारत, किल्ल्याला दरवाजेसुद्धा सात. बादशहापूर दरवाजा, मक्का दरवाजा, अल्लापूर, शापूर, सारवार दिंडी दरवाजा, फत्ते दरवाजा, ब्राह्मणी दरवाजा... हे सात दरवाजे. या ब्राह्मणी दरवाजाच्या आत ब्राह्मण आणि मराठे सरदारांचे वाडे होते...

" नानाविध कारंज्यांच्या फवाऱ्याने आतून अतिशय थंड सुखद गारव्याचा आनंद मिळतो. सातही मजल्यांत कारंज्यांच्या पाण्याचे फवारे जणू लपाछपीचा खेळ खेळतायत्, असं वाटतं ना ? खालच्या बगिच्यात उडणारं हे कारंज्याचं पाणी बगिच्यातील पुष्पवेलींना टवटवीतपणा आणतं आणि त्यावर बहरलेल्या फुलांच्या ताटव्यावरून सुगंध जणू सर्व फवाऱ्यांत मिसळून जातो...! जणू सुगंधी अत्तराचा शिडकावा असावा. किती रमणीय आहे सात मंझील ! मजा वाटली ना ?

" इंद्रधनुष्याचे सप्तरंग या कारंजाच्या फवाऱ्यांतून दिसण्यासाठी ही उद्याने निर्माण केली आहेत आणि ही सातही मजल्यांवरची मनोहर कारंजी, सप्तरंगांत मिसळतात. बादशहाच्या संगीतातले सप्तस्वर त्यात मिसळून जातात. महालात एक सप्तपर्णी जवळच्या गुलाबपुष्पाच्या परिमलसेवनासाठी गगनचुंबी सात मंझिल आकाशातील सप्तर्षींना आवाहन करीत तर नाही ना ?

" इब्राहिम जगत्‌गुरूची ही विलक्षण कलासक्ती या सातमंझिलमुळे आपल्या विवाहप्रसंगी जीवन साथीदाराबरोबर केलेली ' सप्तपदी ' ही जन्माजन्मीची निदान सात जन्मांची साथ देण्याच्या एका मंगल आणि वैशिष्ट्यपूर्ण गोष्टीची याद देते. कदाचित युसुफ आदिलशहाच्या सात राण्यासुद्धा त्याच्या समवेत सप्तसुरात बुडून जात असाव्यात. सप्त पाकळ्यांचं कमळ पुष्करणीतून वेचलेल्या सात प्रकारच्या फुलांच्या पुष्पमाला घालून त्या साज शृंगार तर करीत नसतील ना ? सप्त कारंजांतून पडणाऱ्या पाण्यात सप्त अत्तरांच्या सुगंधात बादशहा आपल्या सात राण्यांसह आपल्या प्रणयाराधनेचे प्रतिबिंब तर पहात नसेल ना ?

" आणखी या बादशहाची कलासक्ती नऊ या आकड्यात दडलेली होती. तो पहा एक सुदंर महाल ! नौरस महाल !

" सप्त सूर किंवा सप्तरंगांप्रमाणेच " नऊ रस " हा त्याच्या आवडीचा शब्द... नौरस महाल. हा त्याने आपल्या राणीसाठी बांधला. भव्य आणि अत्यंत देखणा असा हा महाल, शृंगार, वीर, रौद्र, शांत, बीभत्स, करुण आदी नऊ रसांची उत्पत्ती त्या वेगवेगळ्या दालनातील भित्तिचित्रातून व्हावी, आणखी विशेष सांगायचे म्हणजे त्याच्या एका राणीचं नांवसुद्धा नौरसबेगम असं होतं. नौरस नावाचं गावसुद्धा त्यानं वसविलं आणि नवग्रहांप्रमाणे त्या ठिकाणच्या पेठा वसविल्या... या नवरसांच्या शौकीन बादशहाने नवरस नजीर हा ग्रंथ लिहिला. त्या ग्रंथात तो ' विजापूर ' शहरास विद्यापूर असं म्हणतो. आपल्या इकडचा नवरसतारा *(परळी)* हा त्यानेच बांधला."

कंठ ढाल फटिकमाल नगर विद्यापूरी वाहन हती ।
इब्राहिम को गोत पिता यो गुरु गनपती माता पवितर सरसुतीण ।।

संभाजीराजे म्हणाले,

" इब्राहिम आदिलशहा गणपती आणि सरस्वतीचा भक्त असल्याचे लिहितो ही गोष्ट आश्चर्याचीच म्हणायची ! असा हा रसिक युसुफ आदिलशहा दुसरा उर्फ जगद्‌गुरू.

" त्याला जगद्‌गुरू हे मराठी नांव कुणी दिलं ? " शिवाजीराजांनी विचारले,

" त्याची एक कथा आहे. ती गोष्ट आम्ही तुम्हाला नंतर सांगतो. त्या पडकोटात, नृसिंहसरस्वतीचं मंदिर पाहू आपण... ते युसुफ अदिलशहानं बांधलंय ! बादशहाची मुलगी फातिमा सुलताना उर्फ मलिके जहाँ ही देवभक्त होती. ती साध्वी होती. तीन प्रहर ती मक्कामशिदीत बसून भजन करीत असे." संभाजीराजे म्हणाले.

दोघेही नृसिंह सरस्वती मंदिराजवळ आले...

" हे नृसिंहसरस्वतींचे मंदिर पहा. आतल्या आणि बाहेरच्या खंदकाच्या मध्यभागी पश्चिम बाजूला असलेल्या पिंपळ वृक्षाजवळ मी उत्पन्न होईन, तेथे तुला

मी दर्शन देईन. या दृष्टांताप्रमाणे पिंपळ वृक्षाखाली बादशहानं हे नृसिंहसरस्वतींचे देऊळ बांधलं आणि त्यांचं दर्शन तो घेत असे.

" सहा वर्षे झाली हा रसिक बादशहा गेला आणि त्यानंतर आता सुलतान महंमद अदिलशहा तख्तावर आले... शिवाय आबासाहेबांना याच बादशहानं जहागिरी दिली शिवबा. " संभाजीराजे म्हणाले.

शिवाजीराजांनी कोटाभोवतीचे पाण्याने पूर्ण भरलेले दोन्ही खंदक पाहिले आणि त्यांना आश्चर्य वाटले !

वेशीच्या दरवाजाजवळ सर्व जण आले. "दोन पुरुष उंचीचा हा दरवाजा आणि त्याच्या शेजारच्या शिळेवरचे फार्सीत लिहिलेले शिलालेख पहा..." संभाजीराजे म्हणाले.

" खांब तर हिंदू देवालयासारखे वाटतात. " शिवबा म्हणाले, " हो, त्या पहा गणपती आणि रावणाच्या मूर्तीसुद्धा त्यावर कोरलेल्या आहेत..." आपल्याच देवळांचे हे खांब आहेत. " असे शिवाजीराजे बोलल्यावर घाटगे म्हणाले... " शांत रहा राजे. "

" चला आता आपण चंदा बावडी बघू. ही बावडी युसुफ अदिलशहाने चांदबिबीच्या स्मरणार्थ बांधली. तिन्ही बाजूनं प्रशस्त खोल्या आहेत... चांदबिबी दरबार महालात दरबार भरवीत असे. दरबार महालानं विजापूरचा इतिहास पाहिला आहे. " त्यांनी नंतर मेहतर महाल पाहिला ...

" एक गगनचुंबी मिनार... " संभाजीराजे म्हणाले.

" हा कुणी बांधला ? " शिवाजीराजांनी विचारलं...

" हा बांधला इब्राहिम अदिलशहा पहिला याने..."

" ह्याला मेहतर म्हणजे झाडलोट करणाराचे नांव का? " शिवबांनी विचारले.

घाटगे म्हणाले,

" बादशहाला महारोगाची लक्षणं दिसू लागली. त्याला एका ज्योतिषानं सांगितलं उद्या तुम्हाला जो पहिला माणूस दिसेल त्याला तुमच्या पलंगाखाली ठेवलेली सर्व संपत्ती द्या, तो, ती संपत्ती धर्मादाय खर्च करील.

" रात्री राजाला व्यवस्थित झोप लागली नाही, त्याला नेहमीपेक्षा लवकर जाग आली. त्याने बाहेर पाहिले, तर एक " झाडूवाला " त्याला दिसला. त्यानं त्याला वर बोलावलं आणि तो नको नको म्हणत असतानाही आपल्या पलंगाखाली ठेवलेला ऐवज देऊन टाकला. त्यातून हा भव्य मिनार तयार झाला. विजापूरमधील सर्व इमारतींपेक्षा सर्वात उंच हा मिनार, पहा यावरील नक्षीकाम किती अप्रतिम आहे ! "

त्यानंतर त्यांनी ताजबावडी पाहिली, अतिशय खोल आणि विस्तीर्ण परीघ असलेली विहीर पाहून शिवाजीराजांना आश्चर्य वाटले.

" प्रचंड उपळी बुरुज आणि त्याच्या शेजारचा छोटा ' आसार ' ही इमारत पहा. "

... शिवबांनी सारे विजापूर पाहिले आणि संभाजीराजांना ते म्हणाले " दादाराजे हे वैभव कुणाचं ? कुठलं ? "

" शिवबा, हे विजयनगरचं वैभव... इथं उभं राहिलंय !... आपल्याला काय करायचंय ? आपण बादशाही चाकर... ज्याची खावी भाकरी त्याची करावी चाकरी..."

भाकरीसाठी चाकरी... भाकरीसाठी चाकरी... कुणाची भाकर... कुणाचे चाकर...? शिवाजीराजे शांत झाले... त्यांच्या डोक्यांत दोनच शब्द घुमत होते... भाकर... चाकर...

- आणि विजापूरच्या मशिदीतून " अल्ला हो अकबर " या स्वरांचा आवाज घुमत होता...

दोन दिवसांच्या मुक्कामानंतर शिवाजीराजे, जिजाऊसाहेब पुण्याकडे जाण्यास निघाले. वाड्याच्या दारात मेणे येऊन थांबले...

शहाजीराजे व संभाजीराजे विजापुरातच थांबणार होते. शहाजीराजांनी काही मुत्सद्दी मंडळींना बोलावून घेतले होते... दादोजीपंतही पुण्याहून विजापूरला आले होते.

शिवबांनी वडिलांच्या पायावर डोके ठेवले... शहाजीराजांनी त्यांना उठवून उभे केले... शिवाजीराजांनी वडिलांच्या कपाळाकडे पाहिले. त्यांच्या कपाळावर शिवगंधाच्या तीन रेषा त्यांना स्पष्ट दिसल्या... आणि त्यात अस्पष्ट जाणवला ' चांदतारा ' ! ते आपल्या कपाळाकडं का पाहात आहेत, याचे शहाजीराजांना आश्चर्य वाटले... त्यांच्या तोंडातून अस्पष्ट शब्द फुटले.

" शिवबा... शिवाजीराजे..."

" आबासाहेब, तुमच्या कपाळीच्या शिवगंधात या तीन रेषाकडं मी पाहात होतो..."

" काय दिसतंय राजे तुम्हाला ? " शहाजीराजे गंभीरपणाने म्हणाले.

" पहिल्या रेषेत तुमच्या महापराक्रमाचं स्वरूप स्पष्ट पाहिलं आबासाहेब आम्ही ! दुसऱ्या रेषेत तुमचं स्पष्ट रसिक अंत:करण पाहिलं ! आणि तिसऱ्या रेषेत दिसतोय मला अस्पष्ट ' चांदतारा '...! "

" शिवबा... शिवबा..." असं म्हणून त्यांनी त्यांच्या कपाळावरच्या शिवगंधाकडं पाहिलं आणि म्हणाले... " शिवबा तुमच्या कपाळावरच्या या शिवगंधाच्या रेषात आम्हाला काय दिसतंय सांगू ? "

" सांगा सांगा आबासाहेब..." शिवबा अधीरतेने म्हणाले.

पहिल्या रेषेत आम्हाला दिसते स्पष्ट आपली आम मराठी जनता. दुसऱ्या रेषेत दिसते आहे आम्हाला तुम्हाला सावली देणारी आणि जिच्या कीर्तीचा चंबु जंबुद्वीपाला पोहोचेल अशा तुमच्या आईसाहेब 'जिजाऊ' जिजाऊ जय सुलक्षणा!... तुमच्या शिवगंधाच्या तिसऱ्या रेषेत आम्हाला अस्पष्ट दिसत आहे प्रतिपदेचा चंद्र... हळूहळू तो वाढतो आहे... आणि आमच्या मराठी मातीवर शीतल किरणांचा वर्षाव करतो आहे..."

... शिवबांनी वडिलांना घट्ट मिठी मारली...! बराच वेळ ती मिठी सैल होत नव्हती... दोघांच्या डोळ्यांतून अश्रूधारा वाहू लागल्या. अंगरख्यावरील मोती न्हाऊन निघाले. हे दृश्य पाहून जिजाऊसाहेबांनी डोळे मिटून घेऊन आवंढा गिळला आणि "आई जगदंबे... आई जगदंबे... पहा... पहा... हे पहाडासारख्या पुरुषाचे अंतर्मन! जगदंबे, तूच त्यांना शक्ती दे... त्यांचे स्वप्न तूच पूर्ण कर..." असे त्या म्हणाल्या.

शिवबांनी संभाजीराजांना नमस्कार केला...

"दादाराजे, येतो आम्ही..."

"शिवबा, एक अखेरची गोष्ट राहिली... त्यांनी बाहेर बसलेल्या मंडळींना हाक मारली.

"शिवबा, हे माणकोजी दहातोंडे... तुमचे सेनापती. हे... शामराव नीलकंठ रांझेकर पेशवा. कृष्णाजीपंत हणमंते, मुजुमदार. हे सोनो विश्वासराव, डबीर. हे रघुनाथ बल्लाळ. अत्रे-सबनीस हे बाळाजी हरि-मज्यालसी आणि हे नरहर बल्लाळ ही मंडळी आपणासोबत सदैव राहतील. जहागिरीची चोख व्यवस्था ते पाहतील. तुम्ही त्यांना विश्वासात घ्या, ते तुम्हाला विश्वास देतील."

सर्वांनी शिवाजीराजांना मुजरा केला...

"शिवबा, आणखी एक गोष्ट राहिली ?"

"काय आबा ?" शिवबांनी आतुरतेने विचारले.

"हा ध्वज... स्वतंत्र ध्वज"...! त्यांनी शिवबाच्या नजरेला नजर भिडवली, त्यांच्या दोन्ही खांद्यांवर हात ठेवले. शिवाजीराजांनी ध्वजाकडं पाहिलं, पुन्हा वडिलांच्या नजरेत पाहिलं! एकदा ध्वजाकडं, एकदा वडिलांच्या नजरेत... एकदा ध्वज... एकदा... वडील!... शिवबांनी आपल्या वडिलांच्या नजरेचा अर्थ पूर्ण ओळखला... शहाजीराजांनी आपली नजर वळविली जिजाऊसाहेबांकडं आणि म्हणाले,

"राणीसरकार, आपला छावा आता जंगलात चाललाय... जंगलचा राजा व्हायला!"

जिजाऊसाहेब प्रसन्नपणे हसल्या!

शहाजीराजे म्हणाले, "परतीच्या प्रवासात तुळजाभवानीचं दर्शन घेऊन जा, आपली सर्व व्यवस्था झाली आहे..."

शिवाजीराजांनी वडिलांच्या पायावर मस्तक ठेवले...!

" शुभं भवतु, शुभं भवतु ! "

शहाजीराजांनी आशीर्वाद दिला. राजे एक लक्षात ठेवा.

" नियतं कुरु कर्म त्वं कर्म ज्यायो ह्यकर्मण:
शरीरयात्रापि च तेन प्रसिद्ध्येदकर्मण: ।। "

अर्थ असा आहे ऐका- " शास्त्राने नेमून दिलेल्या कर्तव्याचे तू पालन कर ! कारण, कर्म करणे हे कर्म न करण्यापेक्षा श्रेष्ठ आहे. कर्म जर केले नाही तर मनुष्य आपल्या भौतिक शरीराचा निर्वाहसुद्धा करू शकत नाही. "

।। ४१ ।।

विजापूरहून तीन मुक्कामांनंतर सर्व जण पंढरपूरला आले... चंद्रभागा नदीत स्नान करून पांडुरंगाचं दर्शन घेतलं. दादोजीपंतपण बरोबर होते.

पंढरपूरहून तुळजापूरला जाण्याचा विचार ठरला. पण कडक उन्हाळ्यामुळे प्रवास फारच जिकिरीचा होता... पंढरपूरहून जाताना शिंगणापूरला शंभू महादेवाचं दर्शन झालं होतं, तुळजाभवानीचं दर्शन घेण्याचं आईसाहेबांच्या मनात होतं... त्यामुळे दोन-तीन मुक्काम वाढणार होते... पण जायचं ठरलंच... सर्व व्यवस्था चोख होती, बाकी काहीच अडचण नव्हती.

तुळजापुरात सर्वजण पोहोचले... आईसाहेबांनी तुळजाभवानीची खणानारळानं ओटी भरली... शिवबांनी आई तुळजाभवानीचे मनोभावे दर्शन घेतले आणि तुळजाभवानीपुढं गोंधळ्यांकडून गोंधळ घालण्याचे ठरविले.

गोंधळ्यांना बोलविण्यात आले. त्यांनी ज्वारीची ताटं उभी केली. काकडे पेटले. पूजेची तयारी झाली. गोंधळ्यांनी रात्री गोंधळ मांडला. तुळजापुरातले लोक देवीच्या समोरच्या मैदानात येऊन गोंधळासाठी जमले.

कवड्यांच्या माळा घातलेले गोंधळी संबळाच्या तालात नाचू लागले...

गोंधळाला येई आई गोंधळाला येई...
गोंधळ मांडला आई गोंधळ मांडीला...
भोसल्यांची कुलस्वामिनी महिषासुरमर्दिनी...
अगाध तुझी करणी अगाध तुझी करणी...

गोंधळाला येई आई गोंधळाला येई...
उदे ग अंबाबाई उदे ग तुळजामाई...
उदे ग तुळजामाई उदे ग तुळजामाई...
भोसल्यांची कुलस्वामिनी ...
भोसल्यांची कुलस्वामिनी ...
अगाध तुझी करणी अगाध तुझी करणी...

काकडे घेऊन भुत्या नाचत होता. गोंधळाला रंग आला होता.

नाचतो भुत्या आईचा - नाचतो भुत्या
नाचतो भुत्या आईचा - नाचतो भुत्या
नाचतो भुत्या नाचतो भुत्या
नाचतो भुत्या

एकदम काय झाले कोण जाणे आणि डोळ्याचे पाते लवते न लवते तोच शिवबांनी काकडा हातात घेतला आणि ते नाचायला लागले. शिवबा नाचत होते... तोंडाने " उदे ग तुळजामाई " असे म्हणत होते. संबळ वाजवून गोंधळ्यांना घाम फुटला. शिवबा नाचत होते, भान हरपून नाचत होते... जिजाऊसाहेब शिवबाकडं बघत होत्या. मध्येच गाभाऱ्यातल्या तुळजाभवानीकडे बघत होत्या... शिवबाकडे... तुळजाभवानीकडे... शिवबाकडे ... तुळजाभवानीकडे. सारखी त्यांची नजर आत बाहेर आत बाहेर फिरत होती... आणि त्यांना शिवबात तुळजाभवानीच दिसू लागली. त्या पटकन पुढं आल्या आणि त्यांनी शिवबाच्या पायावर डोके टेकवलं... " आई तुळजा भवानी "...

सर्वजण पाहत होते... शिवबा नाचता नाचता थांबले आणि स्थिर उभे राहिले आणि " आऊसाहेब आऊसाहेब " म्हणून ओरडले... जिजाऊसाहेब पण भानावर आल्या... एकदम शांतता पसरली... माणसं अवाक् झाली... गोंधळ्यानं कवड्याची माळ काढली... आई जगदंबेपुढे ठेवली... " जगदंब... जगदंब" म्हणून त्यानं ती कपाळाला लावली आणि शिवबाच्या गळ्यात घातली...!

दुसरे दिवशी आऊसाहेबांनी तुळजाभवानीला अभिषेक केला. भोजन प्रसाद झाला... आणि मुक्काम हलला... फलटणकडे !

॥ ४२ ॥

फलटणच्या विजापूर वेशीत मुधोजीराव येऊन थांबले होते. विजापूर वेशीत जिजाऊसाहेबांचा मेणा आला. मुधोजीरावांनी त्यांची विचारपूस केली आणि सर्वांना घेऊन ते वाड्यात गेले. सईबाईंना रेऊबाईंनी पंचारतीची तयारी करून दिली होती.

शिवबा दारात आल्याबरोबर सईबाई पुढे आल्या. त्या आता सुंदर निळ्या रंगाच्या पैठणीत होत्या. हातात सोन्याच्या बांगड्या, गळ्यात मोत्यांच्या माळा आणि कानात रत्नाचे झुबे, तर पायात पैंजण होते... त्यांनी शिवबाच्या पायावर पाणी घातले. कपाळावर कुंकू लावले आणि डोक्यावर अक्षता टाकल्या... निरंजनाच्या ज्योतीकडे पाहिले आणि तबक ओवाळण्यास फिरवताना त्यांची राजांच्या नजरेला नजर भिडली... राजांनी स्मित हास्य केल्यावर त्या लाजल्या आणि पटकन मागे सरल्या... शिवाजीराजांनी वाड्यात प्रवेश केला... विहिणीबाई एकमेकींस भेटल्या आणि अंत:पुरात गेल्या... सर्व मंडळी बाहेरच्या दिवाणखान्यात थांबली.

मुधोजीरावांनी सर्वांच्या ओळखी करून घेतल्या. दादोजीपंतांना ते ओळखत होतेच.

" पंत, काही उणं पडल्यास सांगा. संकोच करू नका. चार दिवस मुक्काम करायचा आहे. " असं म्हणून मुधोजीराव बाहेर पडले.

कन्या सासरी जाणार म्हणून रेऊबाई थोड्या काळजीत होत्या...! पण 'कन्या हे धन परक्याचे' हे त्या जाणून होत्या ! दोन दिवसांच्या पाहुणचारानंतर आता निरोपाची वेळ आली.

सईबाईंची सर्व तयारी झाली होती. त्या आता दहा-बारा वर्षांच्या झाल्या होत्या आणि त्यांना समजही चांगली आली होती.

रेऊबाईंच्या डोळ्यांतील अश्रूधारा पाहून सईबाई म्हणाल्या,

" आईसाहेब आपण काळजी का इतकी करता ? आम्ही का आता लहान आहोत ? शांत रहा. आम्हाला आऊसाहेब आपल्यासारख्याच आहेत. "

इतकं समंजसपणाचं बोलणं एकून शिवाजीराजांना आश्चर्य वाटले. त्या असं बोलायला लागल्या की शिवाजीराजे त्यांच्याकडं बघतच राहायचे... अगदी मुग्धपणे बघत राहायचे...

आईसाहेबांना सईबाईंनी नमस्कार केला. रेऊबाईंनी त्यांना जवळ ओढलं आणि रडायला लागल्या...

" आईसाहेब आम्हाला नाही का वाईट वाटत... किती रडताय.? आम्ही

येतो परत भेटायला आपणास... आऊसाहेब आम्हाला परत पाठवतील इकडं !... डोळे पुसा बघू..."

अस म्हणून त्यांनी आपल्या पदरानं आईसाहेबांचे डोळे पुसले... पुन्हा रेऊबाई म्हणाल्या...

"कुठून आला तुम्हाला हा समंजसपणा ?" असं म्हणून पुन्हा रडायला लागल्या.

मुधोजीराव म्हणाले... "अहो, हा समंजसपणा तुमचाच घेतलाय त्यांनी ! तुम्ही आज इतक्या हळव्या का होताय ? या भोसले कुळाचं निंबाळकरांशी तीन पिढ्यांचं नातं आहे !..."

सईबाईंनी बजाजीदादांच्या पायावर डोकं ठेवलं.

"दादा, आबांना सांभाळा, आबांना सांभाळा दादा..." असं म्हणून त्यांना हुंदका फुटला...

"सईबाई, तुम्ही का काळजी करता...! गप उगी... आम्ही सर्वजण आहोत आबांच्या पाठीशी..." वहिनींना नमस्कार करून सईबाई वाड्याच्या बाहेर पडल्या...

शिवाजीराजे हे दृश्य मोठ्या गंभीरपणे पाहात होते... जिजाऊसाहेबांची विहीणीबाईंशी ऊरभेट झाली. शिवाजीराजांनी मुधोजीराव आणि सासूबाईंच्या पायांवर डोकं ठेवून वंदन केलं आणि फलटणहून सर्व जण पुण्याकडे निघाले...

सईबाईंनी मेण्याचा पडदा बाजूला केला आणि मागे वळून पाहिलं. मुधोजीरावांचा हात थरथरत होता. बजाजीराव मुधोजीरावांना धरून मागे नेत होते...

"आबा... येतो आम्ही, आई येतो आम्ही... दादा... येतो आम्ही..." म्हणून त्यांनी मेण्याचा पडदा बंद केला... आणि डोळे मिटून त्या बसल्या...

॥ ४३ ॥

जिजाऊसाहेब, शिवबा, सईबाई खेडेबाऱ्याला पोहोचले. शिवबांना आता १४ वर्षे पूर्ण झाली होती. बंगळूर आणि विजापूरच्या वास्तव्यात शिवबांनी अनेक गोष्टी ग्रहण केल्या होत्या ! शिवाजीराजांनी आता जहागिरीच्या कामात पूर्ण वेळ गुंतवून घ्यायचे ठरविले !

दादोजीपंतांना त्यांनी सांगितलं,

"पंत, आपण आपली सर्व मावळं फिरून यावी असं वाटते, काय करावे ?"

"काहीच हरकत नाही, आपण सर्व मावळात जाऊन येऊ, देशमुख मंडळींना

भेटू, कोणाच्या काही अडचणी आहेत का विचारू. साऱ्यांच्या थकबाकीच्या याद्या मी तयार करून घेतो. त्या घेऊ या बरोबर ! "

" पंत, आपलं प्रधानमंडळपण बरोबर घ्यावं, मावळाची त्यांनापण माहिती होईल. "

" योग्यच विचार आहे तुमचा शिवबा. "

राजांनी शहाजीराजांनी दिलेलं प्रधान मंडळ बरोबर घेतलं आणि पुणे जहागिरीतील बारा मावळांत फिरून यायचं ठरलं... अंदर मावळ, नाणे मावळ, पवन मावळ, घोटण मावळ, मुठे मावळ, वेळवंड मावळ, गुंजण मावळ, कर्यात मावळ, जुने मावळ, हिरडस मावळ आणि शिरवळ मावळ ह्या मावळांत गेली अनेक वर्षे मावळे देशमुख घराणी स्वतंत्र राजासारखी कारभार करीत होती. थोडेफार सैन्य ठेवीत, एकमेकांची वतनं आक्रमण करून लुटायचे प्रकारही चालत. आदिलशाही अधिकारी मावळात अडचणींच्या ठिकाणी येऊ शकत नसत.

आपापसांत ही देशमुख मंडळी भांडत. रक्तपात होत. ही जहागिरी शहाजीराजांकडं आली. दादोजी कोंडदेव हे त्याचे व्यवस्थापक झाले... त्यांनी या मावळातल्या देशमुखांकडून रयतेवर काही अन्याय होऊ नये या दृष्टीने, कारभार व्यवस्थित चालावा ह्या धोरणाने काम चालू केले... शिवाजीराजांनी सर्व मावळाला भेट देऊन ह्या मंडळींना एका सूत्रात बांधल्यास आपणास स्वतंत्रपणे इकडे काहीतरी करता येईल असा विचार केला पण काम अवघड होते. शिवबांचं वय लहान होतं. अनुभव काहीच नव्हता. पण हे काम दादोजी कोंडदेवांसारख्या अनुभवी मुत्सद्द्याच्याबरोबर त्यांनी करावयाचा चंग बांधला !

या देशमुख मंडळींना एका माळेत गुंफायचं आणि त्यातून आपण रयतेसाठी काहीतरी करायचं ? परक्यांच्या दांडगाईतून आणि जुलुमजबरदस्तीतून, गरीब जनता, स्त्रियांना मुक्त करायचं स्वप्न राजे रंगवू लागले. अडचणी डोंगराएवढ्या होत्या. पण सह्याद्रीचा डोंगर त्याला साथ देणार होता !

एकेक देशमुख त्यांना मिळाला... बाजी पासलकर मुसेगांवचा हा म्हातारा " यशवंतराव " किताबाचा मानकरी, अतिशय थोर माणूस... रयतेची त्याला कणव होती. " मदतीचा हात " बाजी पासलकराचा हात म्हणून तो प्रसिद्ध होता. पंतांनी त्याला शिवबांचा मित्र बनविला... म्हातारा एका पोराचा दोस्त बनला !...

काही नाठाळांच्या माथी काठी टाकायलाही पंतांनी कमी केले नाही. खेडेबाऱ्याचा रामाजी चोरगे, फुलाजी नाईक शिळीमकर यांना शिक्षा द्याव्या लागल्याच. झुंजारराव परळ, पर्वतराव शिळामकर, कोंडे देशमुख रोहीडखोऱ्यातले जेधे देशमुख ह्या मंडळींना एकत्र आणले. शिवबांना सारे देशमुख परिचित झाले.

शिवाजीराजांच्या चातुर्याने ते तोंडात बोटे घालू लागले... अशाच एका कृष्णाजी बांदलासारख्या खट्याळ देशमुखाला पंतांनी समजावण्याचा प्रयत्न केला, पण तो फारच मातब्बर होता. त्याचा उद्दामपणा कमी होत नव्हता. त्याला गोणीत टाकले... तरी तो सरळ येईना, मग त्याचा चौरंग केला. हातपाय कलम केले... शहाजीराजांची जहागिरीवर आता पूर्ण सत्ता प्रस्थापित झाली. बाळ शिवाजीला देशमुख मंडळी शिवाजीराजे म्हणू लागली ...

या सर्व गोष्टी राजे जिजाऊसाहेबांना सांगत होते, जिजाऊसाहेबांजवळ सईबाई बसल्या होत्या. त्या वेळी राजे आले आणि म्हणाले... " बारा मावळ आम्ही पाहिली, देशमुखमंडळी फारच शिरजोर आहेत, काही जण वश झाले... काहींना पंतांनी जबर शिक्षा दिल्या..."

" राजे, पंत करतील ते योग्यच होय... तरीपण लोकसंग्रह करायला हवा. मातबर " चहू जागांचे मराठे यासी आपलेसे करावे. पत्रे लिहावी, त्यास आणोन भेट घ्यावी, आपण त्याजकडे जावे. आम्हास अनुकूल असे बोलावे. असे करण्याने आपले बोलणे परम आदराचे, पराक्रमाचे असावे. त्यांना ऐकून वाटावे तुम्ही थोर आहात. तुम्ही सांगाल ते करतील, प्राणही देतील अशी सर्वांची मने वेधून घ्यायला हवीत राजे..."

" आऊसाहेब, आम्ही मावळखोरी संघटित करतोय, दादोजीपंत आता थकलेत पण त्यांची कामाची जिद्द फारच थोर. "

" राजे तुम्ही शिकायला हव्यात या गोष्टी ।"

" जी, आऊसाहेब, आम्ही शिकतोय सारं ! "

सईबाई हे सारं ऐकत होत्या...

" सईबाई, आता शिवबा ' शिवाजीराजे ' झाले आहेत बर का ! किती माणसांचा घोळका जमवलाय. लहान पोरांपासून बाजी पासलकरांसारख्या पोक्तापर्यंत सगळे मित्र... मित्रच मित्र... सगळे आता त्यांना " शिवाजीराजे " म्हणतात बरं कां..."

" ऐकलं... का राणीसाहेब ! " शिवाजीराजे म्हणाले...

" ... ऐकलं. ऐकलं..." असं म्हणून त्यांनी गुंगारा मारला आणि आत पळाल्या...

" आऊसाहेब, आम्ही रोहिडखोऱ्यातल्या रायरेश्वराच्या दर्शनाला जाणार आहोत... "

" मध्येच ही काय लहर आली ? "

" असचं... आपलं... "

" मग तिथं आपले सर्जेराव जेधे देशमुख आहेत त्यांना भेटा... आणि हो, दादोजीपंतांना बरोबर घेऊन जा..."

" हो हो, पंत तर बरोबर आहेतच पण सर्जेराव जेध्यांना तर आम्ही आधी

भेटणार आहोत.''

पहाटेच शिवाजीराजांनी आपला सकाळचा दिनक्रम उरकला आणि आऊसाहेबांना वंदन करून ते बाहेर निघाले.

तेवढ्यात सईबाई पुढे आल्या...

''राणीसरकार...''

''काल राणीसाहेब म्हणालात, आता नवे नांव 'राणीसरकार !''

''राणीसरकार, आम्हाला ओवाळा ना आज.''

''शिवबा, आज काय चाललंय ? आम्हाला काहीच समजत नाही... कुठं स्वारीवर जायचं काय, तेव्हा ओवाळायला सांगताय बायकोला...'' जिजाऊसाहेब म्हणाल्या.

सईबाई औक्षणाची तयारी करून तबक घेऊन आल्या, निरांजन पाजळले आणि राजांना त्यांनी कुंकू लावलं. डोक्यावर अक्षता टाकल्या आणि ओवाळले...!

''आऊसाहेब, येतो आम्ही... येतो आम्ही.'' म्हणून त्यांनी आपल्या तलवारीच्या मुठीवर हात ठेवला आणि बाहेर पडले.

जिजाऊसाहेब आणि सईबाई त्यांच्या पाठमोऱ्या आकृतीकडं तोंडात बोट घालून पाहात होत्या, अगदी बाहेर पडेपर्यंत पाहात होत्या... पुन्हा पुन्हा वळून पाहत होत्या.

शिवाजीराजे आणि पंतांना येताना पाहिल्यावर येसाजी जवळ गेला. त्याने राजांना आणि पंतांना मुजरा केला. राजांनी विचारलं, ''कोण कोण मंडळी जमा झालीत ?''

''तानाजी मालुसरे, त्याचा भाऊ सूर्याजी, कोंडाजी कंक, सर्जेराव जेधे, भिकाजी चोर, त्र्यंबक सोनदेव, सूर्यराव काकडे, दादाजी नरसप्रभू, चिमणाजी, बाळाजी मुद्‌गल आणखी बरेच हायती राजे'' चला निघू या.

शिवाजीराजांना आणि पंतांना रोहिडेश्वराजवळ येताना सर्वांनी पाहिले. सर्वजण पटापट एकत्र जमले. शिवाजीराजांना त्यानी मुजरे केले... शंभू महादेवाजवळ सर्वांचं इमान झालं... 'हर हर महादेव!' ध्वनी रोहिडेखोऱ्यात निनादला... शिवाजीराजांनी हिंदवी स्वराज्य श्रींचं राज्य स्थापण्यासाठी शपथ घेतली. सर्वांनी शपथा घेतल्या... हिंदवी स्वराज्य निर्मितीचा उच्चार रोहिडेश्वराच्या साक्षीने झाला... साऱ्या सह्याद्रीच्या दऱ्याखोऱ्यात घुमला !

शिवाजीराजांच्या भोवती हजार-बाराशे मावळ्यांचा जमाव जमला आणि रोहिड्याजवळचं आदिलशाही ठाणं उद्‌ध्वस्त करून ते रोहिडा किल्ल्यात शिरले, मुरंबदेवाचा डोंगर ताब्यात घेतला आणि आपले ठाणे तिथं वसविले.

रोहिडेखोरे आणि वेलवंड खोऱ्यातला निजामशाही मुलुख त्यांनी ताब्यात

घेतला होता, त्या वेळी खोपडे देशमुख आणि बांदल देशमुख यांचे त्यांना सहकार्य झाले नाही. जेधे देशमुखांचे त्यांना साहाय्य झाले, त्यामुळे बादशहानं त्यांची भोरतर्फची गांवे अनामत करून टाकली. आदिलशहानं घोरपड्याला पुण्यावर पाठवलं.

रोहिडेखोऱ्याचे देशपांडे, कुलकर्णी, दादाजी नरसप्रभू, गुप्ते देशपांडे हे उठावात सामील असल्यामुळे त्यांनी आपला वसूल, शिरवळच्या अमिनाकडे पाठविला नाही तो शिवाजीराजांकडं भरला. त्यामुळे शिरवळचा ठाणेदार अमिनमियाँ रहिम अतिशय चिडला...! त्यानं बादशहाकडं तक्रार केली आणि दादाजी नरसप्रभूला बादशाही फर्मान आलं... दादाजी नरस प्रभूंनी शिवाजीराजांना फर्मान दाखवलं. ते फार कडक शब्दात होते.

"तू रोहिडेश्वराच्या डोंगरात असराण पुंडवियाने मावळे वगैरे लोक जमाव केला आणि तेथून जाऊन पेथणी किल्ल्यावर ठाणे उठवून आपण किल्ल्यात शिरला. राजगड किल्ला नाव करून बळकावल्यास तुला विजापुरी नेऊन गर्दन मारतील... "

फर्मान वाचून शिवाजीराजे लाल झाले. हा कोण गर्दन मारणार ?

"हा कोण ? कोण बादशहा ? "

"शांत राहा, मार्ग निघेल " राजे म्हणाले.

दादाजी नरसप्रभूंना राजांनी धीर दिला.

"शांत राहा पंत. "

"तुळजाभवानी तुमच्या पाठीशी आहे. रोहिडेश्वर तुमच्या पाठीशी आहे. "

।। ४४ ।।

शिवाजीराजे दुसरे दिवशी संध्याकाळी परतले. आऊसाहेब आणि सईबाई देवघरात होत्या... शिवाजीराजांनी पटकन "आऊसाहेब आऊसाहेब..." म्हणून हाक मारली... आऊसाहेब देवापुढे हात जोडून बसल्या होत्या... सईबाई शेजारी होत्या. त्यांनीही हात जोडले होते...

कोणी ओ देत नाही म्हटल्यावर राजे आत आले. तोच गंगाबाई दासी आली...

"राजे, आईसाहेब देवघरात हायती...! "

- असं म्हटल्यावर शिवाजीराजे देवघरात गेले... आऊसाहेब ध्यानस्थ बसल्या होत्या... सईबाईंनी पण डोळे मिटले होते... शिवाजीराजे थोडावेळ उभे राहिले आणि पुन्हा मागे हमामखान्याकडे गेले... गंगूनं त्यांच्या पायावर पाणी घातलं, राजांनी चूळ भरली... हातपाय पुसून ते देवघरात आले आणि आऊसाहेबांच्या पाठीमागे हात जोडून बसले...

त्या तिघांच्या जोडलेल्या हातांची सावली समईच्या प्रकाशामुळे बाजूच्या भिंतीवर दिसत होती. गंगूबाई त्या सावल्यांकड बघत होती आणि देवघरातल्या दोन्ही समयांच्या ज्योतींनासुद्धा ! आपण या मायलेकरांच्या भक्तीत रमून जावं असे वाटत होते ! म्हणून त्या समयांच्या ज्योतींना अधिक शांतपणा आल्यासारखा वाटत होता. देव्हाऱ्यात तुळजाभवानीची मूर्ती आणि शिवलिंग होते... तुळजाभवानीचा आणि महादेवाचा काय संवाद चालू होता ? कल्पनाच करायची म्हटली तर ....

" शक्तिदेवते, या मायलेकरांच्या मनीचं तू जाणतेस... त्यांना शक्ती दे ! "

" शिवशंकर भोलेनाथ, हे तुमचेपण भक्त आहेत ना ? तुम्ही मला जे सांगता आहात ते तुम्ही करू शकत नाही का ? "

" अगं मी तर त्या शिवाजीतच आहे ना ? तुला त्यामुळे तर मी मलाच शक्ति मागतोय ? "

" भोलेनाथ तुम्ही आणि मी... तुम्ही आणि मी... हे द्वैत कशापायी ? "

... आऊसाहेबांनी नेत्र उघडले आणि त्या म्हणाल्या ,

" जगत् जननी... जगदंब जगदंब... सांब सदाशिवा महादेवा... कैलास राणा...! "

असं म्हणून त्यांनी मागं पाहिलं तर शिवबा नेत्र मिटून हात जोडून बसलेले !

शिवाजीराजे पूर्णपणे एकाग्रचित्त झाले होते... थोड्या वेळानं त्यांनी डोळे उघडले... सईबाई आणि जिजाऊसाहेब त्यांच्याकडं आश्चर्यानं पाहात आहेत !

" शिवबा...! कधी आलात तुम्ही ? "

" आऊसाहेब, तुम्ही पूर्ण एकाग्रचित्त होता... त्या वेळी... आम्हालासुद्धा वाटलं आपल्याबरोबर भक्तिरसात डुंबून जावं... आऊसाहेब, यातच खरा आनंद आहे नाही ? पण तुम्हाला आम्ही आनंदाची गोष्ट सांगणार आहे, आम्ही परवा रोहिडेश्वराच्या डोंगरात गेलो होतो. रायरेश्वराच्या मंदिरात आमच्या सवंगड्यासमवेत आम्ही शंभू महादेवासमोर हिंदवी स्वराज्याची शपथ घेतली. "

" त्या दिवशी सकाळी त्यासाठी जाताना ओवाळून घेतलेस सईबाईंकडून... आम्ही इकडे काळजी करीत होतो... काल आला नाहीत. आम्ही दोघी आज देवाजवळ बसलो आणि ध्यान लागलं... आणि आपण आलात...

" शिवबा, शंभू महादेवाचा महिमा अगाध आहे ! तुळजाभवानीचा महिमा अगाध आहे... तुमचा हेतू पुरा होईल राजे ! "

राजांनी आऊसाहेबांच्या पायावर डोकं ठेवलं, आऊसाहेबांनी राजांच्या पाठीवरून हात फिरवला आणि त्यांच्या डोळ्यांत पाणी तरळले. सईबाईंचे डोळेपण ओले झाले... हे दृश्य पाहात होत्या त्या देवघरातील दोन चांदीच्या समयांतील ज्योती ! ... आणि गंगूबाई दासी...

॥ ४५ ॥

जिजाऊसाहेब आणि सईबाई राजांच्या वाटेकडे डोळे लावून सज्जात बसल्या होत्या.

" चार दिवस झाले कांही खबर नाही ! एकदा बाहेर पडले की तिकडेच. " सईबाई म्हणल्या...

" सईबाई ही आपली जहागीर म्हणजे कड्याकपारे, विवरे, भुयारांनी भरलेली मोकाट पठारे, चंड पाषाणशिखरे, पहाडांचे दांड, सरळसोट ताशीव कडे, अक्राळ-विक्राळ गुहा, खिंडी, वेड्या-वाकड्या वाटा, हिंस्र श्वापदांच्या डरकाळ्या, घुबडांचे घुत्कार, सापांचे फूत्कार... पण ह्या बारा मावळांतली माणसं मात्र मवाळ, लोण्यासारखी मऊ, प्रेमळ ! जिवाला जीव देणारी... सईबाई त्यांच्यासाठीच तर आम्ही राहिलोय इथं..."

" ... शिवबांना वेड लागलंय ते त्या माणसांचं... मावळ्यांचं, ते त्यांच्यावर जीवापाड प्रेम करतात... कशाला काळजी करताय सईबाई ? येतील आज... नक्की येतील. " जिजाबाईसाहेब म्हणाल्या.

" आऊसाहेब, दिवस मावळत चाललाय... बघा सूर्य आता बुडायला लागलाय..."

" येतील शिवबा... आमच्या मनाला तसं वाटतंय... तुम्ही जा सांजवात करा... आम्ही बसतो थोडा वेळ... इथं..."

सईबाई देवघरात सांजवात करण्यासाठी गेल्या आणि... थोड्याच वेळात घोड्यांच्या टापांचा आवाज आला... जिजाऊसाहेबांनी खाली पाहिलं... शिवाजीराजे घोड्यावरून खाली पायउतार होत होते...

"सईबाई... सईबाई" म्हणत त्या देवघरात गेल्या... सईबाईंनी डोळे मिटले होते, हात जोडून त्या देवापुढे बसल्या होत्या...

" सईबाई " म्हटल्यावर त्यांनी डोळे उघडले... पटकन उठल्या... "आऊसाहेब नमस्कार करते" म्हणून खाली वाकल्या, नमस्कार केला. आऊसाहेबांना कुंकू लावलं. आऊसाहेबांनी त्यांना कुंकू लावलं आणि म्हणाल्या,

" चला सुनबाई, कुंकू आलंय बाहेर ! चला सईबाई. "

आऊसाहेबांच्या बरोबर त्या देवघराच्या बाहेर पडल्या तोच " आऊसाहेब, आऊसाहेब" करीत राजे आले. " आऊसाहेब, तोरणा किल्ला आम्ही सहज घेतला. किल्ल्याकडे बादशहाचं लक्ष नव्हतं. तिथं कोणी अंमलदार राहणे मुश्कील. कारण

तोरण्याचे महाकाय स्वरूप आणि प्रचंड कडे आणि दऱ्या पाहिल्या की, स्वर्गाचीच आठवण व्हावी. त्याची झुंजार माची चढायला आमचा झुंजार मावळाच पाहिजे. कोकण दरवाज्यातून आम्ही गेलो आणि पाहिला मखमल पांघरलेला सह्याद्री, त्याच्या कुशीतून वाहणाऱ्या नद्या... बुधला माचीवरून भगवा झेंडाही फडफडत होता, चौक्या मावळ्यांनी गजबजल्या होत्या, तोफा व्यवस्थित ठेवल्या होत्या. शिंगे आणि नगारे वाजत होते... आणि कानन खोऱ्यात स्वराज्याची नौबत निनादत होती... काळ्याकुट्ट बेलाग कड्यांतून प्रतिध्वनी ऐकू येत होता. आम्हाला बघितले की मुजरे झडत होते आणि शिवाजीमहाराज की जय, हरहर महादेवच्या गर्जनांनी बुधला माची मर्द मराठ्यांच्या माना ताठ ठेवण्याचे जणू आवाहन करीत होती... तिच्यावर आपला झेंडा पाहिल्यावर आऊसाहेब किती आनंद झाला म्हणून सांगू ...!''

सईबाईंनी राजांच्या हसतमुख चेहऱ्याकडं पाहिलं... आणि पाण्याचा पेला हातात देण्यास त्या पुढे गेल्या... राजांनी पेला हातात घेतला आणि सईबाईंच्या नजरेस नजर भिडवली आणि म्हणाले...

''राणीसरकार, तुम्ही तोरणा बघायला कधी येणार ?...''

सईबाई हसल्या आणि त्यांनी मान खाली घातली... आणि म्हणाल्या... ''आऊसाहेबांच्या बरोबर येऊ आम्ही आपण न्याल त्या वेळेस...''

''आऊसाहेब कधी येणार तुम्ही ?''

''बरं उरका, तुमचं... थाळा तयार होईल आता... जेवायला या... मग बोलू आपण...''

शिवाजीराजांचे जेवण उरकले आणि ते दिवाणखान्यात आले... समोर तीन मावळे उभे होते, त्यांनी मुजरा केला आणि म्हणाले,

''महाराज... रांझ्यावरनं आलोया आम्ही...!''

आणि ते गप्प झाले...

''अरे बोला ना पुढचं !''

''आऊसाहेबांना बोललोय आम्ही... ''

''बसा थोडा वेळ !... आऊसाहेबांना आम्ही वर्दी देतो''...

... महाराज थोडा वेळ थांबले... आऊसाहेबांचे जेवण झाल्याचे समजल्यावर त्यांनी त्यांना बाहेर बोलावले.

सईबाईंसह त्या बाहेर आल्या...

आईसाहेबांना आणि राणीसरकारना मुजरा करून ती माणसं खाली मान घालून उभी राहिली.

''शिवबा, ही माणसं राझ्यांवरून आलीत... वाईट खबर आहे. माझ्या

खाजगी खर्चाचं गांव रांझं... तिथला पाटील माजलाय. ''

'' काय केलं त्यानं ? ''

'' शिवबा... बदअमल केला... बाईची अब्रू लुटलीय त्यानं...''

शिवाजीराजे लाल झाले... '' बेड्या घालून आणा उद्या त्याला माझ्यासमोर... हरामखोर ...! असल्या नराधमाची गय करून चालणार नाही... आम्ही कशासाठी जिवाचं रान करतोय... आऊसाहेब नाही सहन होत आम्हाला हे ! ''

...शिवाजीराजांना रात्रभर झोप लागेना... ते उठून बसले... सईबाई जाग्याच होत्या... त्या उठल्या.

'' इतका कशासाठी विचार करायचा ? उद्या त्या पाटलाला आणतील ना इथं ? मग बघू ... ! ''

'' राणीसरकार, रामायण कशाला ऐकायचं ? रामराज्य करायचंय आम्हाला... आमची प्रजासुद्धा रामासारखीच पाहिजे. आमचे अधिकारी स्वच्छ, निर्मळ, चारित्र्यवान पाहिजेत ...!

'' बरं... झोपा आता...'' असं म्हणून त्यांनी राजांना धरून झोपवले... त्यांच्या केसातून हात फिरवत त्या त्यांच्या सुंदर चेहऱ्याकडं पाहात होत्या... राजांनी डोळे मिटले... सईबाईंनी त्यांच्या शिवगंधाकडं पाहिले... आणि त्यांना दिसू लागली... महाराजांची करारी मुद्रा... त्यांना दिसू लागली त्यांची सळसळणारी समशेर... आणि त्यांच्या शिवगंधाच्या मध्ये त्यांना दिसू लागल्या आऊसाहेब... सईबाईंनी शिवगंधावरून हात फिरवला... महाराजांना झोप लागलेली पाहून त्या झोपल्या... पण त्यांना झोप लागली नाही... पहाटे पहाटे त्यांचा डोळा लागला... शिवाजीराजे नित्यनियमाप्रमाणे पहाटे उठले... त्यांनी स्नान केले... व्यायाम केला... देवघरात गेले... दर्शन घेतलं. आऊसाहेबांना वंदन केले... ''

'' सईबाई अजून उठल्या नाहीत ? '' आऊसाहेब म्हणाल्या.

'' हो, आताच डोळा लागलाय त्यांचा ''... राजे म्हणाले.

'' बहुतेक रात्री जाग्याच असाव्यात ! ''

'' बरं आम्ही उठवतो त्यांना. '' असं म्हणून आऊसाहेब सईबाईंच्या राणीवशात गेल्या... त्यांनी त्यांना हाक मारली,

'' सईबाई... सईबाई... उठा... उठा...''

सईबाई पटकन उठल्या. आणि '' आऊसाहेब, तुम्ही .'' म्हणत त्यांनी पदर सावरला... आऊसाहेबांना वंदन केले.

'' बसा सईबाई इथं... रात्रभर जाग्या होता ? ''

'' तसं नाही आऊसाहेब... स्वारींनाच झोप नव्हती बराच वेळ बसले होते

विचार करीत, त्या रांझ्याच्या पाटलाचा !... ''

'' बरं... बरं... '' सईबाई त्यालाच राजेपण म्हणतात. जो अन्यायामुळे दु:खी होतो, ज्याला झोप लागत नाही तो राजा ''... राबणाऱ्याच्यासाठी, राखणदारांसाठी, रास्त वागणारांसाठी, जागतो तो राजा सईबाई...

'' तुमचा '' राजा '' तसा आहे आणि तुम्ही त्यांच्या राणीसरकार तशाच आहात... रात्रभर जागलात पण... ! स्त्रियांचे कर्तृत्वं हेच असतं... पतीच्या पाठीशी खंबीरपणे उभं राहणं म्हणजे पतीचा पराक्रम आणि पतीची कीर्ती दिगंत होते. ''

|| ४३ ||

रांझ्याच्या पाटलाला बेड्या घालून सदरेसमोर आणले... महाराजांची सर्व जण वाट पाहात होते... शिवबा, जिजाऊसाहेब... , सईबाई, दादोजीपंत... सर्व जण शिवबांबरोबर सदरेवर आली... पाटील ताठ मानेनं मस्तीत उभा होता...!

राजांनी त्याच्या नजरेला नजर लावली आणि पंतांना म्हणाले, '' पंत, फिर्याद काय आहे ? ''

'' राजे, हा रांझे गावचा पाटील. आईसाहेबांच्या खर्चाचं हे रांझे गांव...''

'' नांव काय ? ''

'' बाबाजी भिकाजी गुजर पाटील मौजे रांझे महाराज, ह्याने एका स्त्रीवर बलात्कार केल्याची फिर्याद आहे !...''

'' पाटील, गुन्हा कबूल ? ''

'' कसला गुन्हा ? अन् कोण गुन्हेगार ? मी पिढीजात पाटील हाय रांझ्याचा, मी कायबी करीन माझ्या गावात...'' पाटील उद्दामपणे बोलत होता.

शिवाजीराजे संतापले... '' हरामखोराचे हात-पाय तोडा मुळापासून... जा जा... माझ्यापुढून हलवा याला... ''

जिजाऊसाहेब, पंत आणि सईबाईंनी राजांचं रौद्ररूप पाहिलं आणि त्यांचे डोळे अश्रूंनी भरले... न्यायनिष्ठ राजा... केवढी न्यायनिष्ठुरता अवघ्या पंधराव्या वर्षी...

बराच वेळ सईबाई राजांच्या त्या रूपाकडं बघत होत्या...!

रांझ्याच्या पाटलाला ढालकऱ्यांनी लगेच हलवला... शिवाजीराजांनी आऊसाहेबांच्या पायावर डोकं टेकवलं... '' आऊसाहेब, तुम्हीच शिकवलंत आम्हाला हे !... आम्ही फारच कठोर झालो...''

" नाही, राक्षसाला वेळीच ठेचलात तुम्ही. "

राजांना दादोजीपंतांनी मिठी मारली. " राजे, असेच न्यायनिष्ठुर व्हा... प्रभू रामचंद्रासारखे !... "

शिवाजीराजांच्या गालांवरून अश्रू ओघळत होते... ते सईबाईंनी पाहिले आणि त्यांच्याही गालांवरून अश्रू ओघळतायत हे शिवाजीराजांच्या लक्षात आले...

महाशिवरात्र तोंडावर आली होती. रोहिडेश्वराला अभिषेक, महापूजा करण्याचा महाराजांचा मानस होता. तशा सूचनापण त्यांनी दिल्या होत्या. नवीन नेमलेल्या पुजाऱ्याला निरोप धाडला होता... सईबाईसाहेबांनी या वर्षी त्यात पुढाकार घेतला होता... त्या राजांना म्हणाल्या...

" महाशिवरात्र आठवड्यावर येऊन ठेपलीय... रोहिडेश्वराला पूजा अभिषेक नैवेद्य करायचाय... शिवा जंगम पुजाऱ्याला निरोप धाडायला हवाय ... "

" राणीसरकार सगळी व्यवस्था चोख झाली काळजी नसावी..." " महाराज, आपण प्रत्यक्ष रुद्रावतार आहात... महादेव आहात... तुमचीच पूजा आहे ही !... "

" रुद्रावतार " हा शब्द कसा सुचला राणीसरकारांना ?

"... आपलं रौद्ररूप पाहिलं आम्ही ! रांझ्याच्या पाटलाच्या निवाड्याच्या वेळी..."

" हो... हो... म्हणून डोळे पुसत होतात त्या वेळी...! "

" तसं नाही ! पण ?... "

" पण काय ? राणीसरकार, कालच आम्ही त्या पाटलाच्या जागी त्याच्या घरातल्याच माणसाची नेमणूक केलीय... त्याची अपंगावस्थेत सेवा करण्याची तरतूद पण केलीय..."

राजांनी कारकुनांना पत्राची नक्कल आणावयास सांगितली...

" पहा हे पत्र वाचा..."

सईबाईसाहेबांनीच कारकुनास पत्र वाचावयास सांगितले...

शामजी पत्र वाचू लागले...

" शके १५६७ माघ कृ ७ आजरख्तखाने राजश्री सिवाजीराजे दाम दौलत ज्यानिब कारकुनानी हालव इसतबाल देशमुखानी व देशकुलकर्णियानी तर्फ खेडेबरे बिदानदके सुरुसनसीत अर्बैन अलफ बावाजी बिन भिकाजी गुजर मोकदम मौजे रांजे तर्फ मजकुर हा मौजे मजकूरची मोकदमी करीत असता याजपासून काहि बदअमल जाला हे हकीकत

हुजुर साहेबापासी विदीत जाली त्यावरून बेहुकमी तलब करून साहेबी हुजुर आणून वाजपुस करिता खरे जाले याज करिता बावाजी मजकूर याची वतनी मोकादमी हुजुर अमानत केली बावाजीचे हात पाय तोडून दूर केला ते वक्ती सोनजी बीन बनाजी गुजर किल्ले पुरंदर हे जनागोत म्हणून येऊन अर्ज केला जे आपले हाती देणे बराय अर्ज खातरेस आणून बावाजी मजकूर याचे माथा गुन्हेगारी होन पादशाह तिनशे करार केले ते सोनजी मजकूर याने देऊन बावाजीस हाती घेतले याचे पोटी संतान नाही हे कुळीचे गुजर म्हणोन साहेबी मेहेरबान होऊन मौजे रांजे तर्फ मजकुरची मोकदमी सोनजी बीन बनाजी गुजर याचे दुमालाकरून याजपासोन दिवाण सेरणी होन पातशाही दोनसे करार करून घेऊन मोकदमी यास दिधली असे यास कोणी मुजाहीम न होणे असल पत्र फिराऊन भोगवटीस देणे उजुर न करणे मोर्तब सुद. ''

'' ऐकलं राणीसरकार ? ''

'' होय जी ! ''

'' आम्ही रुद्र असलो तरी आम्हालासुद्धा दया येते... आमचंसुद्धा अंत:करण द्रवतं ! ''

'' महाशिवरात्र जवळ आली आता ! '' सईबाई म्हणाल्या...

'' पार्वतीदेवी, आहे आमच्या लक्षात... देतो गुरवाला सांगावा रोहिडेश्वराला...''

बाहेरून आऊसाहेबांचा आवाज आला. '' शिवबा ...''

पटकन सईबाई आणि राजे बाहेर आले. पाहातात तो काय ? आऊसाहेबांच्या हातात ताट, ताटात मीठ, मोहरी आणि मिरची !

'' थांबा दोघं इथंच, दृष्ट काढायची तुमची ! ''

'' आऊसाहेब ! ''

आऊसाहेबांनी राजांच्या आणि सईबाईंच्या अंगावरून मीठ, मोहरी, मिरची ओवाळली...

दोघांचेही डोळे अश्रूंनी डबडबून आले... आऊसाहेबांच्या तोंडातून शब्द फुटत नव्हता... त्या फक्त पुटपुटल्या ...

'' असेच राजे व्हा... असेच महाराज व्हा शिवबा ! ''

शिवपत्नी सईबाई
भाग : ४

महाराणी सईबाईंचे बंधू

श्रीमंत बजाजीराव मुधोजीराव नाईक निंबाळकर

अधिपती, संस्थान फलटण

।। ४७ ।।

दादोजीपंत अखेरची घटका मोजीत होते. शिवाजीराजे त्यांच्याकडे रोज जात होते. दादोजींची वृद्ध पत्नी आणि त्यांचा मुलगा त्यांची सेवा करीत होते. पंतांना आपला अंतकाळ जवळ आल्याची जाणीव झाली. महाराज त्यांच्याजवळ बसले होते. पंतांचा आवाज खोल गेला होता... ते अडखळत बोलत होते, " राजे, आम्ही बहुतां दिवसांचे पदरचे सेवक, आमचा शेवट आता जाहला; परंतु वडिली वाढविली माणसे, मुलुख, द्रव्य आम्ही जतन केले. आता पुढे साहेब खावंद आहेत. सर्व पाहून जतन करावे, " असे म्हणून त्यांनी प्राण सोडला...

दादोजींच्या मृत्यूमुळे महाराजांना दु:ख झाले. एक शहाणा सुबद्ध, सल्लागार चौकस माणूस गेला !...

कोंडाणा किल्ल्यावर शहाजीराजांतर्फे नवीन वहिवाटदार नेमला गेला नाही त्यामुळे शिवाजीराजांनी त्वरित सर्व सूत्रे हातात घेतली - जहागिरीतील खजिना ताब्यात घेऊन सैन्यभरती चालू केली, पायदळ, घोडदळ, वाढवून घेतले... शहाजीराजांच्या जहागिरीचा कारभार पूर्णपणे शिवाजीराजांच्या ताब्यात आला... शिवाजीराजांची राजमुद्रा सर्व पत्रांवर झळकू लागली...

प्रतिपच्चंद्रलेखेव वर्धिष्णुर्विश्ववंदिता
शाहसूनोः शिवस्यैषा
मुद्रा भद्राय राजते ।।

शिवाजीराजे सदरेवर हातात एक पत्र घेऊन उभे होते... सईबाईसाहेबांनी बोलावले आहे म्हणून धोंडाबाईंनी राजांना सांगितले...

तसंच पत्र हातात घेऊन महाराज आत गेले... आऊसाहेब बाजूला बसल्या होत्या...

" का बोलावलत ? अगदी पटकन या म्हणून बजावून सांगितलत ? " राजे म्हणाले...

" तसंच महत्त्वाचं काम असल्याशिवाय कोणी बोलविलं का ? "

" राणीसरकार, बोला पटकन. सदरेवर कामं खोळांबलीत ? "

म्हणून हातात पत्र घेऊन आलात होय ? आऊसाहेब म्हणाल्या.

" आऊसाहेब, तुम्हाला पहायचं आहे हे पत्र, किती महत्त्वाचं आहे ते ? "

" हो बघू...! " आऊसाहेबांनी पत्र हातात घेतले... आणि वरची राजमुद्रा त्यांनी पाहिली आणि हसायला लागल्या...! "

" हासताय काय आऊसाहेब ? काय झालं ? "

" तुमची राजमुद्रा पाहून आम्हाला हसूं आलं !... मनस्वी आनंद झाला राजे ! विजापूर सोडताना तुमचे आबा तुमच्या शिवगंधाकडं बघून म्हणाले होते तुम्हाला, तुमच्या शिवगंधात आम्हाला प्रतिपदेचा चंद्र दिसतोय शिवबा ! आठवतंय तुम्हाला... ?"

" आऊसाहेब, ते सारं ध्यानात होतं आमच्या आणि म्हणून तर अशी मुद्रा करून घेतली आम्ही ! "

सईबाई मध्येच म्हणाल्या " मग अर्थ सांगा की आम्हाला त्याचा...! आम्हाला कुठं समजतोय तो... "

" सईबाई, ही राजमुद्रा आम्ही संस्कृत भाषेत, देवबोलीत करून घेतली आहे. आमचे आबासाहेब संस्कृतचे गाढे पंडित आहेत म्हटलं ! आम्ही त्यांची विद्वत्सभा ऐकली आणि त्या देवबोलीत आमची राजमुद्रा करायचं ठरवलं. ऐका तिचा अर्थ... "

" प्रतिपदेच्या चंद्रकलेप्रमाणे वाढत जाणारी, विश्वाकडून वंदित अशी ही शहाजीपुत्र शिवाजी याची मुद्रा कल्याणार्थ विराजत आहे.

" अशी आमची ही मुद्रा पौर्णिमेच्या चंद्राप्रमाणे परिपूर्ण होईल आणि सारी जनता सुखात समाधानात असेल आणि मग ती साऱ्यांकडून वंद्य ठरेल... "

" आऊसाहेब, तुमची, आबांची, दादाजीपंतांची - साऱ्यांच्या मुद्रा फार्सी भाषेत आहेत... आमची मुद्रा आमच्या भाषेत... आम्ही केली... तीसुद्धा आबासाहेबांचा संस्कृतचा व्यासंग पाहून !

" आऊसाहेब, आबासाहेबांनी आणखी एक गोष्ट पाहिली होती - आमच्या शिवगंधात ! "

" कोणती ? "

आबासाहेब म्हणाले होते, " शिवबा, तुमच्या शिवगंधाच्या एका रेषेत आम्हाला तुमच्या जिजुर्विजया सुलक्षणा माता... जिजाऊ दिसत आहेत ! "

जिजाऊसाहेबांच्या डोळ्यांतून खळकन अश्रू ओघळले.

शिवाजीराजांनी आणि सईबाईंनी त्यांच्याकडं पाहिलं !...

" शिवबा, तुम्हाला आम्ही आत का बोलावले ते सांगू ? "

" सांगा आऊसाहेब. "

" तिकडची काही खबर आहे का ? स्वारींकडचं काहीच समजलं नाही कित्येक दिवसांत. "

" आऊसाहेब सर्व वर्तमान समजेल दोन-तीन दिवसात, आम्ही येसाजीला पाठवलाय विजापूरला, तुम्ही शांत रहा. "

" ठीक आहे शिवबा. विजापूरकरांकडचे पाचशे पठाण आले आहेत आपल्याकडं चाकरीसाठी; त्यांना ठेवून घेतलेत ? "

" होय घेतले, मनात नव्हते पण गोमाजी पानसंबळांनी सल्ला दिला; आपला लौकिक ऐकून आले आहेत, फक्त हिंदूंचा संग्रह करून इतरांची दरकार ठेवणार नाही अशी कल्पना धरली तर राज्य प्राप्त होणार नाही. ज्यास राज्य करणे त्याने अठरा वर्ण, चाऱ्ही जाती यास आपआपल्या धर्माप्रमाणे चालवून संग्रह करून ठेवावे. "

" आऊसाहेब, आम्ही मानला हा सल्ला आणि पठाण मंडळी राघोबल्लाळ यांच्या निसबतीकडं ठेऊन घेतलीसुद्धा ! "

" शिवबा, किती कौतुक करावं तुमचं ? जे आम्हाला सुचत नाही... ते तुम्ही अमलात आणता... प्रत्यक्ष....! "

" आऊसाहेब, हे सर्व श्रेय तुमचंच आहे... पण राणीसरकारांनीसुद्धा आम्हाला आता तुम्ही सांगितलेला सल्ला दिला होता बरं का ? "

" विसरलात ना ? " सईबाई म्हणाल्या

हो नेहमीप्रमाणंच - विसरभोळे...! "

राजे हसत हसत परत सदरेवर गेले.

॥ ४८ ॥

शिरवळचे ठाणे महाराजांच्या हातात सहज आले. मिया रहिम अहंमद विजापूरला गेला.

डबीर हा किताब राजांनी सोनोपंतांना दिला होता. डबीर या शब्दाचा अर्थ " युक्त्यभिज्ञ. " असे हे सोनोपंत सदरेवर येऊन बसले होते. शामराज नीलकंठ पेशवे, रघुनाथ बल्लाळ सबनीस, बाळकृष्णपंत हणमंते अमात्य ही मंडळी सदरेवर होती... राजे सदरेवर आले.

“ पंत जहागिरीचा बंदोबस्त करण्यास आम्हास किल्ल्यांची जरूर आहे. किल्ले ताब्यात असल्याशिवाय आम्हास जहागीर सांभाळता येणार नाही असे कळवा विजापूर दरबाराला. ” राजे म्हणाले.

“ बरोबर आहे राजे... किल्ले ताब्यात आणल्याशिवाय आपण पूर्ण स्वायत्त होऊ शकणार नाही... ”

“ राजे कोंडाणा घेणे आता अवघड नाही. ” शामराज म्हणाले, “ मुस्तफाखान कर्नाटकाकडे गेला आहे. खवासखान, अफजलखान, रुस्तुमखान हे आपली फौज घेऊन त्याचे बरोबर आहेत. आता ही संधी चांगली आहे. ”

“ तो आता कोंडाण्यावर आहे, महाराज अमीन मिया रहीम अहमदला आता आपण सहज पळवून लावू. ” हणमंते म्हणाले... “ शिवाय महाराज, कोंडाण्याचा हवालदार सिद्दी वहाब हा आहे, तो शहाजीराजांच्या निजामशाहीच्या वेळचा त्यांच्या मर्जीतला माणूस आहे. ”

“ ठीक आहे... कामाला लागा...” महाराज म्हणाले.

बापूजी मुद्गल देशपांडे हवालदार पुणे परगणा यांनी ही जबाबदारी स्वीकारावी असे ठरले...

आणि... अगदी सहजपणे कोंडाणा हाती आला.

कोंडाण्यावर भगवा ध्वज फडकू लागला.

आता प्रश्न होता पुरंदरचा.

पुरंदर घेणे तसे अवघड होते, त्यासाठी भेदनीतीचा वापर करायचे ठरले.

पुरंदरवर महादजी निळकंठराव नाईकवडी म्हणून काम करीत होते. शहाजीराजांचा त्यांचा घरोबा होता. ही गोष्ट महाराजांना माहीत नव्हती.

आऊसाहेबांना महाराज म्हणाले, “ आऊसाहेब, कोंडाण्याचे काम झाले. आता पुरंदरवर आपलं ठाणं करण्याचा मनसुबा आहे आमचा. ”

“ पुरंदरवर महादजी निळकंठराव हे नाईकवडी आहेत, ते तुमच्या आबासाहेबांचे पूर्वीचे मित्रच आहेत. तो निजामशाही किल्ला त्यांनी बळकावला आहे. त्यांना पत्र पाठवून विचारा काय म्हणतात ते. ”

“ आऊसाहेब, आजच आम्ही पत्र धाडतो. ”

राजांनी सोनोपंतांना पत्र लिहिण्यास सांगितले...

“... दादोजी कोंडदेव आम्हाजवळ वडिली ठेवून दिले होते ते मृत्यू पावले. आता आम्ही निराश्रित झालो. तुमचे आमचे वडिलांचा बहुत घरोबा स्नेह यास्तव किल्ल्या आश्रयाने माचीजवळ येऊन राहू. तुम्ही सांगाल तशी वर्तणूक करीत जाऊ...”

निळो निळकंठरावांनी महाराजांना "खुशाल राहावे किल्ला तुमचे घर आहे दुसरा विचार नाही आपण यावे", असे उत्तर पाठविले...

राजांनी आऊसाहेबांना सांगितले "आऊसाहेब, पुरंदरजवळ राहण्यास येण्यासंबंधी निळो निळकंठरावांचं पत्र आलंय... "

"मग जाताय ? "

"हो. सईबाई कुठायत ? "

"त्यांची तब्बेत बरी नाही !... झोपल्या असतील. आता त्यांना जपायला हवंय राजे..."

"म्हणजे ? "

"तुम्ही वडील होणार आहात राजे ! " आईसाहेब आनंदाने म्हणाल्या.

राजे गप्प उभे झाले...

"गप्प का झालात ? "

"तसं काही नाही... आऊसाहेब, आम्ही पंचवीस हजार मावळे आणि पागा घेऊन गडाखाली जाऊन राहायचं म्हणतोय. "

"ठीक आहे. पण, राणीसरकारांना सांगून जा म्हटलं ! "

"हो... हो, आऊसाहेब... सांगून जातो त्यांना मग झालं ! "

पावसाळ्यात पुरंदरखाली महाराजांनी छावणी केली. निळोजी कारभार करीत होते. पिलाजी, शंकराजी हे दोघे त्यांचे भाऊ. शंकराजी बसून होते. ते शिवाजीराजांजवळ राहिले. त्यांना महाराजांनी वश केले. एक दिवस एकांतात शंकराजी महाराजांना म्हणाले,

"महाराज, आमचे बंधू आम्हास वाटा देत नाहीत, कामकाज सांगत नाहीत. आता साहेबांजवळ आहे तिजाई हिशाचे कामकाज मजवर सोपवून द्यावे. "

शिवाजीराजांनी तत्काळ होकार दिला.

"चिंता करून नका शंकराजी, आमच्याजवळ राहा. तुमच्या मनीची इच्छा पुरी करू "...

दिवाळीचा सण जवळ आला. शंकराजींना त्यांच्या वडील बंधूंनी निळोपंतांनी वर येण्यास सांगितले. त्यांनी कळविले की "आम्हास येकट्यास येता येत नाही. शिवाजीराजे व मातुश्रीस टाकून कैसे यावे ? "

"शिवाजीराजे व दहा-वीस मानकरी यांना घेऊन यावे", असे उत्तर आले.

खूपच आग्रह झाल्यावर महाराज, आऊसाहेब काही मावळे, पागेचे बारगीर गडावर दाखल झाले. तीन दिवस नहाणे भोजने झाली. प्रतिपदेस भोजन झाले. रात्री

निळकंठराव व त्यांची पत्नी झोपेत होते... पिलोजी आणि शंकराजी यांनी पंचवीस खासे बारगीर घेऊन पंतास उठविले आणि त्यांच्या पायात बेडी घातली... राजांनी पिलाजी आणि शंकराजी यांना सांगितले.

" किल्ल्याचा बंदोबस्त आम्हासच करावा लागतो" असे म्हणून त्यांच्याही पायात बेड्या घातल्या भरपूर खजिना सापडला. तीन दिवसांनी सर्वांच्या बेड्या काढल्या, त्यांना वस्त्रे दिली, इनाम दिले. " तुम्ही आम्हासी इतमानाने वर्ताल तोपर्यंत आम्ही तुम्हांसी इतमानाने वर्तू अशी आणभाक दिली... "

पुरंदरावर भगवा झेंडा लागला... आणि अचानक दु:खद बातमी येऊन धडकली...

" शहाजीराजांना मुस्तफाखानानं दगाबाजीनं कैद केले..."

शिरवळ आणि पुरंदर ताब्यात आले तरी त्याकरिता पुन्हा सामना करावा लागला. फत्तेखान पावसाळा संपण्याची वाट पाहात होता. महाराज पुरंदरावर होते. आपल्या मातब्बर सरदारांना घेऊन फत्तेखान कोंडाण्यावर जाण्याऐवजी नीरा नदी ओलांडून बेलसरला आला... महाराजांना पुरंदरवर ही बातमी समजली. महाराजांनी महालोमहालीच्या देशमुख व इतरांना बोलावून घेतले. तीन हजाराच्यावर मंडळी जमा झाली. गुंजण मावळचे शिळीमकर देशमुख, मोसे खोऱ्याचे बाजी पासलकर, कारीचे बाजी सर्जेराव, हिरडस मावळचे बांदल, कानदखोऱ्याचे बाबाजी झुंजारराव, गोदाजी जगताप, भीमाजी वाघ, संभाजी काटे, शिवाजी इंगळे, भिकाजी चोर, भैरोजी चोर, कावजी मल्हार खासनीस हे तरुण आणि तडफदार लढवय्येपण महाराजांपुढे उभे राहिले.

महाराज चिंताक्रांत होते...!

बाजी पासलकर उठले... " महाराज, चिंता का करता ? शिरवळचा सुभानमंगल बाळाजी हैबतनं घेतला म्हणून ? महाराज माझा खास माणूस हे काम करील. तुम्ही नुसता हुकूम द्या..."

" ते खरं आहे. पासलकरकाका, पण चार दिवस झाले, आम्ही अंदाज घेतोय, माणसं मरगळलीत... खचलीत... फत्तेखान खाली बसलाय ठाण मांडून...! " महाराजांनी आपल्या गळ्यातील कवड्यांची माळ मस्तकी लावली... काही क्षण शांत राहिले आणि म्हणाले,

" मित्रांनो, मुहमद आदिलशहाचे अखिल राज्य रक्षण केले, त्यांची आज्ञा पाळली. शहाजीराजांनी त्यांचे काय वाईट केले होते ? पण शत्रूवर विश्वास ठेवणे चूक आहे. तो विश्वास आमच्या वडिलांनी विजापूरकरांवर ठेवला व विश्वासघाताचे ते बळी झाले. ज्याचे मन सदा धर्मपाशांनी बद्ध असते त्यांना बांधण्यास कारागृहादी बंधने समर्थ नसतात. सुविख्यात जावळी आम्ही जिंकली तिथं चंद्ररावांची न्याय्य

स्थापना केली. अकारण चालून आलेल्या घोरपड्यांचा पराभव केला. फलटणच्या राजाला मी पळवून लावलं. जिवंत पकडल्यावर सोडून दिले. अशा सिंहासारख्या माझ्या लोकांशी हा फतहखान हत्तीप्रमाणे लढण्यास येतो. तिकडे बंगळूरास आमचे मोठे बंधू संभाजीराजे यांना फरादखानादि शत्रूंनी वेढले आहे. पण तिकडे ते व इकडे आपण अदिलशाहीशी झुंज देऊ. हा प्रबळ सैन्य घेऊन आलेला हैबतराव शिरवळचं ठाणं घेतल्यामुळे स्वत:स फारच श्रेष्ठ समजत आहे म्हणून त्याच्यावर चालून जाऊ या. पुन्हा शिरवळ काबीज करू या आणि मग उद्या किंवा परवा फतहखानाकडं बघू या...

महाराजांच्या भाषणाचा परिणाम असा झाला की "हर हर महादेव"च्या गर्जनांनी पुरंदर किल्ला दणाणून गेला.

सईबाईसाहेब आणि जिजाऊसाहेब सदरेवर आल्या... तेवढ्यात भैरोजी चोर आत आला.

"भैरोजी तुझीच वाट पाहतोय ! बोल बोल - काम झालं ?"

सगळेजण भैरोजीकडं बघू लागले. भैरोजीला महाराजांनी कोणत्या कामगिरीवर पाठविले होतं ! खुद्द त्याचा भाऊ भिकाजीससुद्धा माहीत नव्हते.

भैरोजी म्हणाला -

"महाराज मुधोजीरावांना घेऊन आलोय...!"

गोदाजी मध्येच म्हणाला

"परवा तर महाराज मुधोजीरावांना आम्ही पळवून लावलं होतं. पकडून आणलं होतं. सोडून देण्याचा हुकूम झाला... सोडून दिलं होतं..."

"मग आज परत ?"

सईबाईसाहेबांनी विचारलं... "पण परत आबासाहेबांनी काय केलं?"

"तुम्ही शांत राहा राणीसरकार... नंतर सांगतो तुम्हाला..."

"भैरोजी, कुठं सापडले राजे ?"

"शिरवळजवळ भोळी गांवच्या शिवेशेजारच्या एका मोठ्या वडाच्या झाडाखाली छावणी लावलीय त्यांनी ! आमच्या गावच्या एका इसमाच्या बाईचा ऐवज घेऊन राहिले होते तिथं. तो इसम आणि त्याची पोरं शिरवळला बाळाजी हैबतकडं गेली. हे पण पळून चालले होते. पण आम्ही पकडल त्यांना... तलवार खाली टाकली त्यांनी, आज बेड्या अडकवून घेतल्या... काही बोलले नाही, मुकाट्याने निघाले..."

"आणा त्यांना पुढं !"

मुधोजीराव, दोन ढालाइताच्या बरोबर महाराजांसमोर आले... महाराजांनी

त्यांच्या पायावर डोकं ठेवलं... सईबाईंनी पण आबांच्या पायावर डोकं ठेवलं...

"मुधोजीराव, तुम्ही आमचे आप्त! आमच्यावर हत्यार चालवायला निघालात?" जिजाऊसाहेब म्हणाल्या...

"... वहिनीसाहेब, राजे सांगतील आपणास सारं!"

"आऊसाहेब, मामासाहेब आपलेच आहेत... आपल्याला त्यांची मदत आहे... त्यांच्याबद्दल हैबतरावाला संशय येऊ नये म्हणून मुद्दामच आम्ही हे नाटक रंगवलंय..."

"मामासाहेब, लेकीला भेटा तुम्ही आत जाऊन... आणि परत तुमच्या छावणीत दाखल व्हा..." शिवाजीराजे म्हणाले.

मुधोजीराव व सईबाई आत गेले...

"शिवबा, कमाल केली तुम्ही? आम्हालासुद्धा या गोष्टी कळून दिल्या नाहीत?"

"आऊसाहेब, आम्हाला माफ करा त्याबद्दल. पण "गुप्तपणा" हा राजकारणाचा पहिला पाठ असतो, तुम्हीच शिकवलाय आम्हाला!"

"बरं मंडळी बोला. शिरवळ!"

"महाराज, आजपासनं आठव्या दिवशी सुभानमंगलवर भगवा फडकवतो मी! ... कावजी मल्हार म्हणाला... सर्वांनी तलवारी उपसल्या... आणि "हर हर महादेव"ची गर्जना केली... "आईसाहेब... निघतो आम्ही..." आईसाहेबांना आणि महाराजांना सर्वांनी मुजरे केले... आणि सर्वजण बाहेर पडले... "

"शिवबा... किती मोलाची माणसं तुम्ही जमवलीत!"

"आऊसाहेब, तुम्हीच आम्हाला शिकवलंय... माणसं गोळा करा, त्यांना घडवा, पुन्हा वाढवा! जतन करा. खरं ना?"

मुधोजीराव आणि सईबाई बाहेर आले...

"वहिनीसाहेब, राजे, आम्ही निघतो."

"मामासाहेब, सावध असा... तुमचे दोन पुत्र तिकडेच आहेत... सावध असा..." महाराज म्हणाले... सईबाई आणि राजांनी त्यांच्या पायांवर डोकं ठेवले... आणि मुधोजीराव बाहेर पडले.

सईबाईंनी आऊसाहेबांना नमस्कार केला. जिजाऊसाहेबांनी त्यांना धरून उठवलं... सईबाईंच्या डोळ्यातून धारा वाहत होत्या...

"सईबाई... फार दिवसांनी वडील भेटले तुमचे... मन भरून आलं. आमच्या लक्षात आलं सारं! त्यांना थांबायला सांगायचे कसे?... राजकारणात नाती जपणं अवघड असतं." आऊसाहेब म्हणाल्या.

" आऊसाहेब आम्हाला समजतं सारं... पण ' आईसाहेबांची तब्बेत बरी नसती अलीकडं ' साबाजीदादा, जगदेवदादा वाटणीसाठी भांडतात सारखे आबांबरोबर, तेच विजापूरला चुगल्या करीत असतात... असं आबा म्हणाले. "

" आऊसाहेब, आम्हाला आबांची काळजी वाटते ! आऊसाहेब, आईसाहेबांची आम्हाला काळजी वाटते..." म्हणून त्यांनी आलेला हुंदका आवरला... जिजाऊसाहेबांनी त्यांना जवळ घेतले... त्यांच्या पाठीवरून हात फिरवला...

" काळजी करू नका तुमच्या पाठीशी आम्ही आहोत ना ? शिवबा घेतील खबरदारी सगळी... डोळे पुसा बघू... काळजी कशाला करायची ? .... " मन चिंती ते वैरी न चिंती " .... शांत रहा... चला बघू... "

" शिवबा, सईबाईंना समजवा जरा...! फार हळव्या झात्यात त्या ! "

" राणीसरकार, आदिशक्ति तुळजाभवानी आपल्या पाठीशी उभी आहे ना ? आऊसाहेबांच्या रूपात ? मग काळजी कशाला करता ? " महाराजांनी सईबाईंचे डोळे पुसले.

।। ४९ ।।

शिरवळच्या लढाईचं नेतृत्व महाराजांनी स्वत:कडे घेतले.

शिरवळच्या गढीची संरक्षणयंत्रणा कशी आहे हे भैरोजी चोर पाहून आला होता, त्यामुळे गढी घेणे सोपे होते. यासाठी कावजी मल्हार, भिकाजी चोर, भैरोजी चोर, शिवाजी इंगळे, गोदाजी जगताप, भिमाजी वाघ, संभाजी काटे यांच्या नेतृत्वाखाली निवडक मावळे घेतले... तो पुरंदरावरून खाली उतरला. रात्र पुरंदरच्या तळावर गेली. ८ कोसांचं अंतर झपाट्यानं कापून शिरवळला सैन्य पोहोचले. कावजी मल्हार हा यादव सेनेतील सात्यकीसारखाच शोभत होता, त्याच्या अंगात रणचंडीने जणू प्रवेश केला होता... " हरहर महादेव "च्या गर्जनेत शिरवळच्या गढीला सर्वांनी वेढले... त्याबरोबर कोटाचा दरवाजा बंद करून बाळाजी हैबतराव किल्ल्याच्या बुरुजावर आला... पाहातो तो काय...! शिवाजीराजांचं सैन्य खंदकाला भिडलंय ! तो पटकन दरवाजाजवळ आला... आपल्या सैन्याला उद्देशून ओरडू लागला...

" शत्रूला घाबरू नका... पळू नका वीरांनो, पळू नका... युद्धात मरण आलं तर ते वीरमरण आहे. घाबरू नका... पळू नका... भिऊ नका, फत्तेखानसाहेबानी आपल्याला इथं पाठवलं आहे, ध्रुवासारखं हे अढळ स्थान आहे... घाबरू नका... मी

तुमच्या पाठीशी आहे... या शिरवळात आपलं शीर द्यावं लागलं तरी चालेल... शूरांनो, घाबरून जाऊ नका. ''

सैन्यात घबराट पसरली होती... लोक पळू लागले होते. मराठे सैन्य हरहर महादेवच्या गर्जना करीत होते... धनुष्यातून बाण सुटत होते... गनिमांच्या माना छेदल्या जात होत्या... हृदयं फुटत होती. पट्टे चालत होते. तलवारी खणखणत होत्या... '' अगं आई '' चे चीत्कार होत होते...

बाळाजी हैबतराव ओरडत होता...

'' अरे, रामानं आपली पत्नीसुद्धा सोडली... विष्णूनं कूर्मावतार घेतला, शिबिराजानं स्वत:चं मांस तोडून दिलं... दधीचीनं अस्थि दान केल्या... भार्गवानं पृथ्वी त्यागली... भीष्माचार्य शरशय्येवर झोपले... जोपर्यंत आपण जिवंत आहोत तोपर्यंत. घाबरू नका... तटाच्या आश्रयाला राहा... घाबरू नका...''

... बाळाजी हैबतरावने आपल्या सैन्याला धीर दिला...

... कावजीने आपल्या सैनिकांना खंदक बुजविण्याचा इशारा दिला... फावडी भराभरा चालू लागली, माती, दगड, धोंडे खंदकात पडू लागले आणि... खंदकातून तटाला भिडण्यासाठी वाट तयार झाली... पक्षी उडावेत तसे भराभर घोडे उडाले... तटाला भिडले... त्या शूर सैनिकांना पाहून तटावरून दिसणारी डोकी भराभर कापली जाऊ लागली. धनुष्यातून बाण सुटू लागले. दिसले डोके की बाणाने फुटायचे... चाकं, नांगर, मुसळे जे हातात येईल ते घेऊन मावळे पुढं सरकत होते... जळजळीत निखारे, पेटलेली लाकडे, तापलेलं तेल तटावरून फेकले जाऊ लागले...

कावजी मल्हारानं सैन्याला तट फोडण्याचा इशारा दिला... पाहारी लावल्या गेल्या, कुदळी, खोरी चालू झाली... आणि तटाला भोकं पडू लागली... शिड्या लावल्या गेल्या. लोक शिड्यांवरून गढीत उतरले. फुटलेल्या वेशीतून घोडेस्वार आत घुसले... तुंबळ युद्ध सुरू झाले...

बाळाजी हैबतराव उंचापुरा देखणा, उमदा तरुण होता... त्याची समशेर फिरत होती... तो घोड्यावरून तलवार चालवीत होता... अखेरीस कावजी मल्हार, भिमाजी, भिकाजी, गोदाजी, सदोजी, संभाजी यांनी त्याला वेढले... बाळाजी हैबतराव शर्थीने लढत होता... त्याचं सैन्यसुद्धा शर्थीने लढत होतं.

धनुर्धारी धनुर्धाऱ्यांना तोंड देत होते, हत्तीच्या सोंडा कापल्या जात होत्या, घोड्यांच्या माना पडत होत्या, मर्दांची मुंडकी उडत होती. कुणाचे हात तुटत होते, पाय मोडत होते, सगळीकडे रक्तामांसाचा चिखल झाला होता.

शिवाजी इंगळ्यानं पंचवीस लोक मारले... पोळांनी बारा मारले, चोरांनी चौदा मारले, घाटग्यांनी तेवीस मारले, वाघाने सोळा मारले... रक्ताची जणू नदी वाहू लागली...

बाळाजी हैबतरावाचे सैन्य सैरावैरा पळू लागले.

कावजीने भालाइतांस इशारा दिला... आणि शत्रूची त्रेधा उडाली... जीव घेऊन पळू लागले... पळतापळता मरू लागले... रक्तमेदमांसांचा चिखल झाला... सुभानमंगल नीरा नदीच्या काठावरून हे पाहात होता.

हत्तीवर सिंह तुटून पडावा तसा कावजी मल्हार खासनीस "बाजी पासलकरांचा खास माणूस" आज सिंह शोभत होता... त्या सिंहानं अखेरीस बाळाजी हैबतराव या हत्तीचं गंडस्थळ फोडले... बाळाजी पडला... सुभानमंगल हाती आला आणि त्याचं सैन्य सैरावैरा पळत सुटलं...

शत्रूची सर्व शस्त्रं, हत्ती, घोडे, खजिना सगळा कावजीनं जमा केला आणि शिवाजीराजांकडे विजयाची नौबत घेऊन पुरंदरकडे दौडले...

बाळाजी हैबतरावच्या सैन्याने शिरवळमधील कोटाजवळची घरे पेटवून दिली...!

दुसरी तुकडी ताबडतोब बेलसरावर फत्तेखानाच्या सैन्यावर हल्ला करण्यासाठी निघाली. बाजी पासलकर नेतृत्व करीत होते. फत्तेहखानाच्या छावणीवर हल्ला केला, पण या लढाईत मराठ्यांनी थोडी माघार घेतली आणि साठ वर्षांचे बाजी पासलकर धारातीर्थी पडले... चाळीस-पन्नासच माणसं राहिली. हशमांनी मराठ्यांचे निशाण हिसकावून घेण्याचा प्रयत्न केला. पाच-सहा हशम ठार झाले... निशाण घेऊन पळणाऱ्या या स्वारावर घाव बसला, तेव्हा बाजी जेधे हा निशाणाचा भाला आपल्या खांद्यावर घेऊन पुरंदरवर आत पळाला...

सुभानमंगलच्या पराभवामुळे फत्तेहखान खवळला. आघाडीस मुसेखान, पिछाडीला फत्तेहखान, डाव्या अंगाला फलटणकर-निंबाळकर, उजव्या अंगाला मताजी घाडगे हे सज्ज झाले.

... तुंबळ युद्ध झाले... गोदाजी जगतापाने आपल्या हातातला भाला मुसेखानाच्या छातीत घुसवला. मुसेखानाचे दोन्ही हातांनी त्याचे तुकडे केले. गोदाजीशी तो तलवारीनं लढू लागला. गोदाजीच्या खांद्याला वार लागला. गोदाजीनं एक जबरदस्त वार केला तसा मुसेखानाची खांद्यापासून फाकळी झाली.

... फत्तेहखानाचा पराभव झाला आणि तो विजापूरला गेला. त्या वेळी महाराजांचं वय होतं केवळ १८ वर्षांचं...

... सुभानमंगल व पुरंदरवरचं हे युद्ध म्हणजे महाराजांच्या हिंदवी स्वराज्याची गुढी...

पुरंदर फत्ते झाल्यावर महाराजांनी कदर दरबार भरविला. जिजाऊसाहेब, सईबाईसाहेब, सर्व राजस्त्रिया, सोनोपंत डबीर, शामराज निळकंठ पेशवे वगैरे सर्वजण उपस्थित होते.

बाजी पासलकर खळद बेलसरच्या लढाईत धारातीर्थी पडले होते. प्रथम महाराजांनी त्यांचे धाकटे बंधू कृष्णाजी यशवंतराव यांना " सवाई बाजी " हा किताब दिला व देशमुखीचा सिक्का त्यांच्या हवाली केला. तसे त्यांना त्यांनी वचन दिले होते. महाराजांना बाजी पासलकर गेल्याचं फार दु:ख झाले !

या बाजींचा नातू *(मुलीचा मुलगा)* आणि कान्होजी जेधे यांचा पुत्र बाजी जेधे यानं बेलसरला निशाण सांभाळले त्याचे महाराजांनी खूप कौतुक केले. त्याला " सर्जेराव " हा किताब वस्त्रे आणि दोन तेज तुर्की घोडे दिले.

तिसरा बाजी " बाजी नाईक बांदल " याच्या पराक्रमाबद्दल भाणसदरे व पऱ्हरखुर्द या गावचा महसूल इनाम दिला. याशिवाय गुंजणमावळचे बापूजी, हाबाजी, बाळाजी हैबतराव, सिलीमकर देशमुख, काननखोऱ्याचे बाबाजी झुंझारराव देशमुख यांच्या पराक्रमाचे कौतुक करून इनाम दिले.

या लढाईमुळे शिवाजीराजे अदिलशहाचे प्रतिस्पर्धी म्हणून प्रसिद्ध झाले.

दरबार संपला...

आईसाहेबांना, राणीसरकारना सर्वांनी मुजरा केला...

" आऊसाहेब या मंडळींचं कौतुक किती करावं हा प्रश्न पडतो. जीव मुठीत घेऊन लढतात ही माणसं ! त्यांच्या प्राणांचं मोल कुणी, कसं किती करायचं ? "

" राजे, हीच तुमची दौलत आहे.

" अशा बाजींना राजी राखणं आता तुमचं काम आहे ! आता काम एकच राहिलंय राजे ? "

" आऊसाहेब, आबासाहेबांची सुटका करणं हेच आता आमचं काम ! राणीसरकार, आता आमचं पुढचं काम आबासाहेबांची सुटका... आणि ?..."

" काय राजे ?... "

" आता राहिलाय एक बाजी... वाट पाहातोय माझी... आऊसाहेब. दगाबाज बाजी घोरपडे... बाजी घोरपडे..."

इकडे शिवाजीराजांचे सासरे मुधोजीराव यांनी शिरवळनजीक भोळी या गावाजवळ आपली छावणी लावली होती. शिरवळच्या लढाईसाठी त्यांना बाहेरून मदत करण्याचा बाळाजी हैबतचा आदेश होता... मुधोजीरावांनी आपल्या सैन्याला उशिरा जाण्याबद्दल सूचना दिल्या होत्या. त्यानुसार सैन्य भोळीजवळ निवान्त होते. शिरवळची लढाई संपली आणि अंबरखानाच्या लक्षात आले. त्यानं चौकशी केली तर मुधोजी निंबाळकरांपैकी कोणीच नाही... तो ताबडतोब भोळीला आला... त्यानं मुधोजीरावांच्या छावणीला घेरा घातला...

मुधोजीराव लढाईच्या तयारीने बाहेर आले.

" मुधोजीराव नाईक निंबाळकर कहाँ है ? "

मुधोजीरावांचे पुत्र साबाजी आणि जगदेव शेजारी उभे होते.

" खानसाहेब, ये है हमारे पिताजी मुधोजीराजे नाईक निंबाळकर..." जगदेवराव म्हणाले.

मुधोजीरावांनी तलवार बाहेर काढली, त्यांच्या सैन्याची आणि अंबरखानच्या सैन्याशी झटापट चालू झाली. मुधोजीराव अंबरखानबरोबर लढत होते, साबाजीराव आणि जगदेवराव बाजूला निवान्त उभे होते...

मुधोजीराव अंबरखानावर तुटून पडले... अंबरखानपण कसलेला सेनानी होता, दोघांना जखमा होत होत्या. रक्तबंबाळ अवस्थेत मुधोजीराव लढत होते,... अखेर मुधोजीरावांना एक जिव्हारी घाव बसला आणि त्यांचे मस्तक फुटले... मुधोजीराव कोसळले... उरलेले सैन्य पळून गेले. काही लोक कैद झाले.

भोळीच्या रानातल्या एका पुरातन विशाल वटवृक्षाखाली मुधोजीरावांचा अंत झाला. अंबरखान शिरवळला परतला.

मुधोजीरावांचं कलेवर फलटणला नेण्यात आलं...

॥ ५० ॥

शिरवळच्या आणि पुरंदरच्या विजयामुळे सर्वजण आनंदात होते आणि अचानक एक दु:खद बातमी राजांच्या कानावर पडली...!

त्यांचे सासरे मुधोजीराव भोळीला छावणी लावली होती त्या वडाखाली मारले गेले...!

आऊसाहेबांना राजांनी ही बातमी सांगितली. सईबाईंना हे सांगणे अवघड होते पण सांगायलाच हवे होते...

" आऊसाहेब, सईबाईंना कसं सांगायचं हे ? "

" राजे, त्यांचे खुद्द पिताजी गेलेत, हे सांगायलाच हवे. कठोर मन करून त्यांना सांगायलाच हवं... बोलवा त्यांना..."

धोंडाबाई दासीनं सईबाईंना बोलावून आणलं...

सईबाईंनी आऊसाहेबांना नमस्कार केला...

" काय आऊसाहेब ? उशीर झाला म्हणून रागावलात का ? का काही चहाडी केली महाराजांनी तुमच्याकडं ? "

शिवाजीराजे मान खाली घालून उभे होते...

आऊसाहेबपण गप्पच होत्या. आपण चेष्टा करूनसुद्धा महाराज काही बोलले नाहीत...

आऊसाहेबसुद्धा गप्पच !

सईबाई त्या दोघांकडं पाहात होत्या...

बराच वेळ असाच गेला... आणि त्या आऊसाहेबांना म्हणाल्या...

" आऊसाहेब आमचं काही चुकलं का ? बोलत का नाही आमच्याशी... स्वारी आमच्यावर रागावली का ? काय झालं ? काय झालं आऊसाहेब... "

असं म्हणून त्या रडायला लागल्या व त्यांनी आऊसाहेबांचे पाय घट्ट धरले तसं आऊसाहेबांनी त्यांना जवळ घेतलं. त्यांच्या पाठीवरून हात फिरवला आणि म्हणाल्या... " सईबाई, आपण मन घट्ट करा... मन घट्ट करा... "

" पण आऊसाहेब, काय झालं ?

" ऐका. शिरवळच्या लढाईच्या वेळी तुमच्या आबांची छावणी भोळीला होती... त्यांनी वेळेला सैन्य पाठवलं नाही म्हणून विजापूरच्या सैन्याची आणि त्यांची चकमक झाली आणि त्यात...! "

" आबा... आबा... आबा... " असं म्हणून सईबाईंनी हंबरडा फोडला... " आऊसाहेब... आमचे आबा... आमचे आबा..." असं म्हणत त्यांना भोवळ आली आणि त्या जमिनीवर कोसळल्या... जिजाऊसाहेबांनी त्यांचे डोके आपल्या मांडीवर घेतले... शिवाजीराजे जवळ आले... त्यांनी त्यांचे डोळे पुसले... तोंडावर पाणी शिंपडले...

" सईबाई, वीरमरण आलंय तुमच्या आबांना... आमच्यासाठी गेले ते... ही गोष्ट अभिमानाची आहे... उठा... सईबाई..." त्यांनी सईबाईंना उठवले... जिजाऊसाहेबांनी त्यांना आपल्या कुशीत घेतले... बराच वेळ त्या त्यांच्या पाठीवरून हात फिरवीत होत्या...!

शिवाजीमहाराज स्तब्धपणे खाली मान घालून उभे राहिले.

सईबाई सावरल्या... " आऊसाहेब, आबांना आम्ही बजावलं होतं परवा जाताना सावध राहा म्हणून... साबाजीराव... जगदेवराव... आमचे सावत्रबंधू... अहो आई वेगळ्या होत्या आमच्या... पण " मैनाईआईनं " आम्हाला कधी सावत्रपणा दाखवला नाही... आमच्या आईसाहेब आणि त्या दोघी बहिणीसारख्या राहिल्या पण आमचे सावत्रभाऊ वडिलांच्यावर उठले !... आऊसाहेब, आईसाहेबांना किती दु:ख झालं असेल ?... आम्हाला जायला मिळेल का त्यांना भेटायला फलटणला...! "

असं म्हणून त्यांनी डोळे घट्ट मिटले आणि परत त्यांनी आऊसाहेबांच्या मांडीवर डोकं टेकलं !

॥ ५१ ॥

महाराज शयनगृहात होते. मध्यरात्रीचे दोन प्रहर उलटले होते... सईबाईसाहेब उठून बसल्या होत्या... मध्येच त्यांचा रडण्याचा आवाज आला... म्हणून राजे उठले !

"राणीसरकार, किती समजूत घालायची तुमची ! फलटणला नाही जाता येणार आपणास इतक्यात... विजापूरकरांचं सैन्य आहे तुमच्या वाड्याजवळ... बजाजीरावांवर पहारे लावलेत त्यांनी !... शांत राहा... मन घट्ट करा... झोपा बघू आता... डोळे पुसा पाहू."

महाराजांनी सईबाईंची समजूत घातल्यावर त्या झोपल्या... सकाळी नेहमीप्रमाणे सईबाई लवकर उठल्या. स्नान उरकून त्या आऊसाहेबांना नमस्कार करण्यास देवघरात गेल्या... आऊसाहेब देवघरात नव्हत्या... पूजा उरकून त्या बाहेर सदरेत गेल्या होत्या...

चंद्रीदासी म्हणाली,

"राणीसाहेब, आऊसाहेब बाहेर हायती..."

सईबाई पटकन बाहेर गेल्या... दोन माणसे जिजाऊसाहेबांशी बोलत होती... सईबाई येताना दिसल्याबरोबर ती माणसे बोलायची थांबली... आईसाहेबांनी मागे पाहिले तर सईबाई चौकटीत उभ्या होत्या...

"सईबाई थांबा आत. आम्ही आलोच" जिजाऊसाहेब म्हणाल्या तशा सईबाई माघारी फिरल्या !...

बाहेरचे बोलणे संपल्यावर जिजाऊसाहेब आत आल्या... "सईबाई,... राजे उठले का ?"

"जी आऊसाहेब... उठलेत, व्यायामशाळेत गेलेत..."

"बोलावून घ्या त्यांना..." सईबाईंनी माणूस पाठवून राजांना बोलावून घेतले...

"काय आऊसाहेब ? व्यायाम झाला होता आमचा... निघालो होतो आम्ही... काय झालं ?"

"राजे... सईबाई... दोघंही ऐका... फलटणला पाठविलेली दोन्ही माणसं आलीत... आणि बरं का ! ते म्हणतात... बजाजीराव सुखरूप आहेत !

"ऐका जरा... फलटणच्या किल्ल्यात विजापूरच्या सैन्याचा पहारा लागलाय... ज्या दिवशी मुधोजीभाऊजी गेले त्याच दिवशी बजाजीरावांना

विजापूरला कैद करून नेलं. ''

सईबाईंनी हे ऐकलं आणि त्यांना रडू आवरेना म्हणून त्या आत निघून गेल्या...

'' मामासाहेबांची उत्तरक्रिया कोणी केली ? ''

'' केली असेल त्यांच्या दुसऱ्या मुलांनी. ''

'' ते कसं शक्य आहे आऊसाहेब ? ते दोघेपण विजापूरकरांच्या सैन्याबरोबर विजापूरला गेले त्याच वेळी... ''

'' मग ? त्या आलेल्या माणसांना विचारलं आपण ?... भिकाजी चोरपण तिकडं गेला होता... तोपण येईल आज. त्याच्याकडून समजेल सविस्तर...'' राजे म्हणाले.

'' ती माणसं थांबलीत बाहेर दिवडीवर. '' जिजाऊसाहेब म्हणाल्या...

राजांनी दिवडीवरच्या फलटणहून आलेल्या माणसांना सदरेवर बोलावलं...! महाराजांनी विचारले,

'' मुधोजीराव नाईकसाहेबांची उत्तरक्रिया कोणी केली ? ''

'' महाराज, घरातलं कुनीच नव्हत... भाऊबंदापैकी कुनी पुढं येईना... समदी भेत होती ! '' त्याने मान खाली घातली.

'' मग ? ''

'' महाराज सगळ्या बलुतेदारांनी एक इचार केला... कुनी गवऱ्या आनल्या... कुनी कळक आनलं... म्हेत्रे शिंप्यानं कापड, कुंभार,... शिरतोडे, भुजबळ, पखाले, शिंदे, जठार मळ्यातली जाधवं, घनवट, अहिवळे,... सगळी बलुती जमली एका ठिकानी अन् नाईक महाराजांची उत्तरकिरया केली...! ''

'' बजाजीमहाराज शांत उभे होते... त्यांचा राज्याभिषेक झाला अन् त्यांना बेड्या घातल्या. विजापुरात नेऊन त्यांना मुसलमान केलं... ''

'' आऊसाहेब, मामासाहेब भाग्यवान की... अहो, रयतेच्या राजाची उत्तरक्रिया रयतेकडून व्हावी... बलुतेदारांकडून केली जावी... केवढं हे भाग्य ! ''

'' राजे, निंबाळकर घराणं ही चाल नक्की जपेल पुढे ! नाईक-निंबाळकर हे नुसतेच राजे नव्हते, तर बलुत्यांचे राजे होते '' जिजाऊसाहेब म्हणाल्या.

'' ... सईबाईंना सांगू नका काही... बजाजीराव कैद झाल्याचं फक्त बोला... बघू पुढे काय करता येते ते ! ''

॥ ५२ ॥

जिजाऊसाहेब देवघरात देवीसमोर हात जोडून बसल्या होत्या... सईबाई जवळ उभ्या होत्या... विजापूरहून आलेल्या एका हेराकडून महाराजांना शहाजीराजांच्या कैदेची सविस्तर हकिकत समजली होती... आज आऊसाहेबांना ती तशीच सविस्तर सांगावी म्हणून महाराज आत-बाहेर करत होते... तेवढ्यात सईबाईसाहेब आल्या,

" ... का खोळांबलाय ? आऊसाहेब जप करतायत ना ? "

" ठीक आहे ! " महाराज बाहेर जाणार तोच आईसाहेबांनी " शिवबा " म्हणून हाक मारली...

महाराजांनी आऊसाहेबांना वंदन केलं.

" राजे, बसा इथंच देवापुढं. सईबाई या इथंच..."

" राजे, मन किती शांत ठेवायचं ? "

" आऊसाहेब, तुमचं आतलं दु:ख आम्ही ओळखत नाही का ? पण तुम्ही जप करता... ध्यान लावता म्हणून तुम्ही सहन करताय हे...! जीवघेणा प्रसंग आहे हा आऊसाहेब... बादशहाची कधी मर्जी फिरेल आणि कधी काय होईल हे सांगता येणार नाही ! "

" राजे जगदंबेची प्रार्थना त्यासाठीच करायची ! "

" आऊसाहेब मुस्ताफाखानानं विश्वासघातानं पकडलं आबांना ! सारी हकीगत मला समजली. तुम्हाला सांगावी म्हणून आम्ही आलो होतो इथं..."

" सांगा सारं एकदा... कसं अघटित घडलं ते ? "

" कर्नाटकातली हिंदुराज्ये आबा मोठ्या मुत्सद्देगिरीनं वाचवीत होते, पण त्याचबरोबर आदिलशहाची सेवा इमानेइतबारे बजावीत होतेच ! पण मुस्तफाखान, मुसिबतखानच ते ! आऊसाहेब, जिंजीच्या वेढ्यात आबासाहेबांनी सामील होण्याचं नाकारलं... आपल्या शिपायांना विश्रांती मिळावी तेव्हा जाण्याची परवानगी मागितली त्यांनी... छावणीत धान्य महाग असल्याचं पण त्यांनी कळविलं...

" पण मुस्तफानं आबांना गोड बोलून त्यांची स्तुती करून, त्यांचा हात हातात धरून आश्वासन देऊन प्रीतिपूर्वक स्मित करून, नजराणे देऊन, थट्टामस्करी करून आपण आपले किती जवळचे मित्र आहोत हे पटवून देण्यासाठी आपल्या मुलाची आणि कुराणाची शपथ घेतली !

" आबासाहेबांनी विश्वास ठेवला... आणि इथंच थोडं वेगळं घडलं आऊसाहेब ! "

" रात्री नाचगाण्यात रमण्याचा शोक त्यांना, त्या वेळीच घात झाला असेल ? " आऊसाहेब म्हणाल्या...

" आऊसाहेब, तसंच झालं... जागरणामुळं त्यांना पहाटं पहाटं झोप लागली... गुप्त मसलत झाली. बलाढ्य शहाजीराजांना कैद करण्याचे ठरले... आबांचे हेर सावध होते. त्यांनी तात्काल आबासाहेबांना उठविण्याचा प्रयत्न केला, पण झोपेत दुर्लक्ष झालं आणि आऊसाहेब, श्रावण पौर्णिमेची रात्र ती अमावास्या ठरली...

" वद्य प्रतिपदा उगवली, चहुबाजूंनी छावणी हशमांनी घेरली... दिलावरखान, मसूदखान, सर्जायाकुत, अंबरखान, फरहादखान, बहलोलखान, राघव मंबाजी, वेदोजी भास्कर, बाळाजी हैबतराव, सिधोजी पवार, मंबाजी पवार, मंबाजी भोसले, तुळोजी भोसले, बाजी घोरपडे, खंडोजी, अंबाजी, मानाजी, तीन घोरपडे बंधू आणि यशवंतराव वाडवे ही मंडळी होती...

" महाराज जागे झाले, बाजी घोरपडे घोड्यावर स्वार होऊन महाराजांच्याकडं धावला. त्याच्यावर खंडोजी पाटील तुटून पडला. बाजी घोरपड्याच्या छातीवर त्यानं वार टाकला. बाजी थोडा वेळ मुर्च्छित पडला.

" आबासाहेब उठले... त्यांनी बाजीला गाठले आबासाहेबाचं बळ कमी पडलं आऊसाहेब...!

" बाळाजी हैबत खाली उतरला. त्यानं महाराजांवर ढाल धरली, पण बाजी घोरपडे पुढं धावला आणि महाराजांना कैद केलं... "

आऊसाहेबांनी अश्रू पुसले. त्यांचा चेहरा लाल झाला... त्यांनी डोक्यावरचा पदर पुढं ओढला आणि जगदंबेला हात जोडले... " सईबाई कुंकू लावा आम्हाला !..."

सईबाईंनी आऊसाहेबांना हळदकुंकू लावलं... नमस्कार केला, राजांनी आऊसाहेबांना वंदन केलं म्हणाले...

" आऊसाहेब, आता एकच काम. आबांची सुटका ! आणि बाजी घोरपड्याची खांडोळी...! आऊसाहेब आम्ही जिवंत असता वडिलांचे जीवास अपाय करण्याची शहाची छाती नाही... "

नबाब मुस्तफाखान जिंजीचा वेढा चालू असतानाच आजारी पडला आणि पुन्हा उठला नाही. शहाजीराजांना बंदोबस्तात विजापूरला आणण्याची जबाबदारी अफजलखान याच्यावर सोपवली. खान मोहंमदानं जिंजीची सूत्रे हातात घेतली आणि अंबरखान व याकुतखानानं शहाजीराजांची मालमत्ता जप्त केली. लुटलेल्या ८९ हत्तींसह अफजलखानाबरोबर होता एक सिंह ! पण बेड्या ठोकलेला - सिंह ! शहाजीराजा !

नवरोजच्या सणादिवशी बादशहाची शाही मिरवणूक चालू होती... बादशहाची मिरवणूक गोरगरीबांना खैरात उधळत पुढे सरकत होती. बादशहा हत्तीवर अंबारीतून पाहात होता... अफजलखान बेड्या घातलेल्या शहाजीराजांना मिरवत घेऊन येत होता...

बादशहानं अफजलखानाचे कल्याण महालात स्वागत केले. खिल्लत दिली आणि शहाजीराजांना " झिंदाने इब्रत " मध्ये नेण्यास सांगितले. " झिंदाने इब्रत "मध्ये म्हणजे मृत्यूच्या दाढेत !

पुरंदरावर महाराजांनी फतहखानाचा प्रचंड पराभव केला होता... बाळाजी हैबत, मुसेखानसारखे सेनापती मेले होते... फतहखानानं शहाजीराजांना पाहिलं... त्याला आनंद झाला !... आता शिवाजीच्या वडिलांना मृत्युदंड होणार !... त्याला आनंद झाला.

शिवाजीराजांनी मुरादखानामार्फत शहाजहान बादशहाशी संपर्क साधला, शहाजहान बादशहानं त्यांना पंचहजारी देण्याचे मंजूर केले... कुतुबशाहीचा मीरजुम्ला पण शहाजहानशी हातमिळवणी करीत होता... संभाजीराजे-शिवाजीराजे हे दोघे बंधू जर मोगलाकडे गेले तर मोगली संकट आपणावर येईल हे जाणून आदिलशहाला मुरादखानाने शहाजीची सुटका करण्याबद्दल सांगितले. त्यामुळे शंभूराजांनी कंदर्पी आणि बेंगळूर व शिवाजीराजांनी कोंडाणा दिला तर शहाजीराजास सोडू या अटीवर शहाजीराजे सुटले...

सोनोपंत डबिरांनी महाराजांचे मन वळविले. सोनोपंत डबीर म्हणाले,

सुविक्रांतस्य नृपतेः सर्वमेव महीतलम् ।

" सिंहगड सोडून देणे तुम्हास अवश्य आहे. तुमचे अंगी पराक्रम असेल तर एक सोडून पन्नास किल्ले तुम्हास घेता येतील आणि पराक्रम नसेल तर एक किल्ला असून तरी त्याचा काय उपयोग ? "

हे भाषण ऐकून वडिलांचे सुटकेसाठी शिवाजीराजांनी किल्ला सोडून दिला... योगायोग असा महाराजांनी कोंडाणा दिला तो दिवस होता ज्येष्ठ पौर्णिमेचा... वटपौर्णिमेचा ! आपल्या मातेचे सौभाग्य महाराजांनी त्या पवित्र दिवशी परत आणले !

महाराजांना कोंडाणा देताना फार वाईट वाटलं, पण वडिलांपेक्षा कोंडाणा मोठा नाही, हे त्यांना सोनोपंतांनी पटविले आणि शहाजीराजे सुटले... त्यांच्याबरोबर कान्होजी जेधे आणि दादाजीपंत लोहोकरेपण सुटले... सुटल्यानंतर ते शहाजीराजांना भेटले. शहाजीराजे त्यांना म्हणाले...

" तुम्ही आम्हामुळे बंदिखानी श्रमी जालेत, तुमचे वतन मावळात आहे

राजश्री शिवबा खेडे व पुण्यात आहेत त्याजवळ तुम्ही जमावानिशी राहावे. तुमची जबरदस्ती त्या प्रांते आहे. अवघे मावळचे देशमुख देखील त्यासी रूजू होऊन त्याचे आज्ञेत बर्तेत यैसा विचार करून जबरदस्तीने राहावे. येखादी मोगलाईकडील फौज व अदिलशाहीकडील फौज आली तरी आपण इमान राखावे. त्यासी लढाई करावी...''

कान्होजीरावांनी बेलरोटीवर हात ठेवून शपथ घेतली. कान्होजीराव आणि दादाजीपंत लोहकरे यांचा वस्त्रे देऊन गौरव केला.

शिवाजीराजांना दोन अस्सल सोन्याची माणसं मिळाली !

राजगडची संजीवनी माची बांधून पूर्ण झाली होती. शहाजीराजांना नृसिंहसरस्वतीचे ' संजीवन ' मिळाले होते ही आणखी एक आनंदाची गोष्ट होणार होती...

॥ ५३ ॥

जिजाऊसाहेबांच्या व्रताची सांगता झाली... आज महाप्रसाद होता. त्यामुळे वाड्यात गडबड चालू होती. जिजाऊसाहेब राजांशी बोलत होत्या, सईबाई अवघडलेल्या अवस्थेत आऊसाहेबांजवळ बसल्या होत्या... त्यांचा प्रसूतिसमय जवळ आला होता.

'' आऊसाहेब, सर्व विधी व्यवस्थित पार पडला... गजाननाला अभिषेक पण व्यवस्थित झाला... नैवेद्य व आरती झाली की पंगती बसतील...! राजे म्हणाले आणि समोर पाहातात तो काय ? दोन पोक्त व्यक्ती येताना दिसल्या... आऊसाहेब, कोण मंडळी ही !

'' राजे ओळखलं नाहीत यांना ? अजून आठवा बघू ! ''

राजे आपले हात पाठीमागे घेऊन विचार करीत म्हणाले '' नाही लक्षात येत आऊसाहेब !...''

तेवढ्यात त्या दोघांनी आऊसाहेबांना मुजरा केला... '' कान्होजीराव, दादाजीपंत बसा... बसा...! ''

राजांना मुजरा करायला ते वाकले...

'' राजे हे कान्होजीराव जेधे... तुमच्या बाजी सर्जेरावचे वडील... आणि दादाजीपंत लोहकरे...! आबासाहेबांच्या बरोबर कैदेत होते... जेधे, स्वारींची तब्बेत कशी आहे ? ''

'' आईसाहेब, राजे सुखरूप आहेत... मनस्ताप लई झाला त्यास्नी !

विश्वासघात केला... बेसावध पकडलं घोरपड्यानं ''

"जाऊ द्या... शिवाजीराजांनी राजकारण करून सोडवलं वडिलांना !"

"आऊसाहेब, समदं ठावं हाय आम्हाला !"

"आऊसाहेब, महाराजांनी आम्हाला दोघाला शिवाजीराजांच्या सेवेत पाठवलंय... बेलरोटीवर शपथ घेतलीय आम्ही... आन् आलोय आज भेटायला !..."

कान्होजीरावांनी आणि दादोजीपंत लोहकऱ्यांनी शिवाजीराजांना मुजरा केला...

"काका, काय करताय हे ?"

"राजे, आता तुम्ही आमचे महाराज. आमचं इमान तुमच्या ठायी बांधलं आम्ही ! तवा मुजरा घ्यावा..."

"...आज राहा इथं ! आऊसाहेबांच्या व्रताची सांगता आहे. प्रसाद घ्या... आता पंक्ति सुरू होतील... राजकारणाचं बोलायचं आहे तुमच्याजवळ बखळ !"

कान्होजीराव व दादाजीपंत प्रसादासाठी थांबले.

"कान्होजीराव, आबासाहेबांच्या कैदेची वार्ता समजल्यापासून आऊसाहेबांनी व्रत केलय... रोज उपवास चालू होते... तब्बेत किती खालावलीय पहा ! पण त्यांची जगदंबेवर आणि गजाननावर गाढ श्रद्धा..."

"त्यांचीच कृपा झाली...! विरोधीनाम संवत्सरातल्या आऊसाहेब महाप्रतिव्रता आहात तुम्ही... आऊसाहेब योगायोगाने ज्येष्ठ शुद्ध पौर्णिमा वटपौर्णिमेदिवशी आम्ही कोंडाणा दिला शहाला... आणि आबांची सुटका झाली... सतीसावित्रीच आहात तुम्ही...!"

मायलेकरांच्या डोळ्यांतील अश्रूंकडं कान्होजीराव व दादोजीपंत पाहात राहिले... सईबाई आऊसाहेबांच्या कुंकवाकडं पाहात होत्या !

त्या कुंकवात त्यांना पावित्र्य आणि मांगल्याचे तेज दिसले.

।। ५४ ।।

बाळंतिणीच्या खोलीत सोयराबाई, पुतळाबाई, जिजाऊसाहेब आणि गोणाबाई, सुईण धोंडाबाई बसून होत्या... सईबाईंच्या पोटात दुखत होते... जिजाऊसाहेबांनी सईबाईंच्या तोंडावरून हात फिरवला आणि सोयराबाई आणि पुतळाबाई म्हणाल्या, "आपण बाहेर थांबू या... गोणाई आहे इथं..."

थोड्याच वेळात विशेष त्रास न होता सईबाई प्रसूत झाल्या. गोणाई बाहेर

आली, “ आऊसाहेब, पोरगी झालीया ... या आत ” जिजाऊसाहेब, सोयराबाई, पुतळाबाई आत गेल्या... त्यांनी सईबाईंकडं बघितलं... सईबाई घामानं डबडबल्या होत्या. “ आऊसाहेब...” म्हणून त्यांच्या तोंडातून अस्पष्ट शब्द आले.

“ सईबाई, झोपा तुम्ही... गोणाबाई, धोंडाबाई इथं आहेत. त्या सर्व व्यवस्थित करतील...” आम्ही पुढचं बघतो.

शिवाजीराजे सदरेवर होते, त्यांना बोलावणं धाडलं... राजे कामात होते, त्यामुळे त्यांना येण्यास उशीर झाला... ते बाळंतिणीच्या खोलीत गेले... सईबाईंच्या बाजेवर बसणार तोच आऊसाहेब म्हणाल्या -

“ राजे, सोयर फिटल्याशिवाय शिवायचं नसतं... लांबून बोला...”

- असं म्हणून आऊसाहेब खोलीच्या बाहेर गेल्या... राजांनी सईबाईंकडं पाहिलं...

“ थोडा उशीर झाला राणीसरकार ! महत्त्वाची कामं होती फडावर... माफ करा...”

सईबाईंनी राजांकडं निरखून पाहिले, “ महाराज, लेक पाहायची नाही का? ”

“ हो... हो... पहायची ना ! ”

सईबाईंनी बाळाला मांडीवर घेतलं... महाराजांनी आपल्या लेकीला पाहिलं...

“ आपण आई-वडील झालो सईबाई आता... ”

“ आता पोरपण संपलं म्हटलं...” सईबाई म्हणाल्या आणि दोघंही खळखळून हसले...

“ राणीसरकार, जेवण भरपूर घ्या... तब्बेतीला जपा...”

“ आऊसाहेब असल्यावर आम्हाला काळजी करायचं कारण नाही...”

“ येतो आम्ही ...” शिवाजीराजे बाहेर पडले.

बारावा दिवस उजाडला... बारसे करायचे !

सर्व तयारी झाली... सकाळी बाळ-बाळंतिणीची आंघोळ झाल्यावर आईसाहेबांनी सईबाईंना विचारलं

“ सईबाई लेकीचं नाव काय ठेवायचे ? ”

“ स्वारींचा काय विचार आहे ? ”

“ स्वारी-बिरी काही नाही, तुम्हाला आवडेल ते नांव सांगावे, तेच ठेवायचं. ”

आऊसाहेब आम्हाला “ सखूबाई ” हे नाव आवडतं.

“ तेच ठेवू...”

संध्याकाळी खेडेबाऱ्यातल्या सर्व सुवासिनी वाड्यावर जमल्या...

थाटामाटात बारशाचा कार्यक्रम झाला. " सखूबाई " नांव ठेवलं.

सईबाई " आई " झाल्या, " आऊ " झाल्या. " आऊसाहेब " झाल्या !

सव्वा महिन्याने लहान सखूबाईंना मोरेश्वराच्या पायावर घालायचे होते. जिजाऊसाहेब चिंचवडच्या श्री मोरेश्वराचे दर्शन घेऊन आल्या... सईबाईपण बरोबर होत्या. राजे नुकतेच सदरेवरून येऊन आपल्या महालात बसले होते. आऊसाहेब आणि सईबाई आल्याचे त्यांना समजल्यावर ते बाहेर आले... आऊसाहेबांच्या मांडीवर सखूबाई होती... सईबाई शेजारी बसल्या होत्या...

" राजे, आम्ही चिंचवडला मोरेश्वराचं दर्शन घेऊन आलो... महादजी गोसावी यांनी देवाच्या नजीक फुलझाडं लावली आहेत. त्यांनी जमिनीचे इनामपत्र करून मागितलंय. आम्ही त्यांना होकार दिलाय. "

" ... ठीक आहे. इनामपत्र करून देतो "

असं म्हणून शिवाजीराजांनी आऊसाहेबांच्या हातून सखूबाईला आपल्या हातात घेऊन तिचे पापे घेतले...

" अंगारा लावा मोरेश्वराचा, प्रसाद घ्या, राजे. " आऊसाहेब म्हणाल्या.

महाराजांना फार समाधान वाटले. त्यांनीही मनोमन श्रीगजाननाची प्रार्थना केली.

॥ ५५ ॥

कान्होजी नाईक जेधे कारीला परतले. त्यांनी आपल्या देशमुखीचा कारभार हाती घेतला आणि त्यांना अफजलखानाकडून पत्र आले...

चंद्रराऊ कदीम मयत जालियावरी जावली गैर लोकी पैस करून बलकाविले आहे. याबद्दल नामजादी केली आहे... यैसियास तुम्ही दौलतखाह तुम्ही हशम लोक मेळऊनु आपल्या तर्फेने सुरू करणे मुलाहिजा न करणे. याच कामावरून तुमची सरफराजी आहे. कागद पावताच सुरू करून खबर लिहिणे...

... शिवाजीराजांनी स्थापलेला चंद्रराव हटविण्यासाठी कान्होजीला पुढे करण्याचा डाव अफजलखानाने केला. शिवाजीमहाराजांकडे पत्र लिहून हा गुंता कसा सोडवायचा याबद्दल जेध्यांनी लिहिले... त्यावर महाराजांनी पत्र लिहून त्यांना जरूर

तो सल्ला दिला... कान्होजीरावांनी अफजलखानास काही अटी घातल्या. पण अफजलखानाची मोहीम बारगळली आणि जेधे निर्धास्त झाले.

" अंगारा घ्या. " सईबाई म्हणाल्या...

" आणा. " म्हणून त्यांनी अंगारा लावला. राजांनी प्रसाद घेतला आणि सखूबाईस सईबाईंच्या जवळ दिले.

" आऊसाहेब, तुम्ही गेलात चिंचवडला, गजाननाच्या दर्शनाला..."

" आम्ही कुठे गेलो होतो माहीत आहे ? "

" कुठे ? "

" आम्ही गेलो होतो आमच्या एका मित्राच्या मुलाच्या बारशाला...! "

" नाव सांगावे आधी. उगीच आऊसाहेबांचीसारखी चेष्टा करायची ? " सईबाई म्हणाल्या.

" आऊसाहेब कावजीच्या मुलाच्या बारशाला... पक्वान्न खाऊन आलोय आम्ही आऊसाहेब अगदी पडवीला बसून..."

" शिवबा, रयतेचा राजा यालाच म्हणतात. आपले सामर्थ्य त्यातच सामावले आहे... त्यांच्यासाठीच आपण आहोत... आणि ते आपल्यासाठी आहेत... "

" आई जगदंबे... हेच ' राजेपण ' दे शिवबांना ! "

आईसाहेबांच्या मुद्रेवर शिवाजीराजांना साक्षात तुळजाभवानी दिसली. राजांचे डोळे पाणावले... आणि त्यांनी आऊसाहेबांचे पाय घट्ट धरले... " आऊसाहेब...! "

बारकी सखूबाई सईबाईंच्या मांडीवरून डोळे किलकिले करून टकाटका बघत होत्या. बघता बघता सखूबाई चार वर्षांच्या झाल्या.

शिवाजीराजे नुकतेच मुसे खोऱ्यातून परत आले होते... मंचकावर पडल्या पडल्या त्यांना डोळा लागला... सईबाईंचा हात धरून सखूबाई त्यांना ओढीत होत्या. बोबडं बोलत होत्या. आई... आई... म्हणून ती त्यांना धरून मंचकावरून खाली ओढत होत्या...

" सखूबाई - गप्प बस म्हटलं ना ? स्वारींचा आता कुठं डोळा लागलाय... गप्प... स्वारी उठली म्हणजे मार खाल त्यांचा..."

" आम्ही नाही जा... तुम्ही उठा... उठा..."

करून त्या ओरडत होत्या...!

शिवाजीराजे जागे झाले... त्यांनी डोळे उघडले... तशी सखूबाई आईला बिलगल्या...

" राणीसरकार, डोळा लागला... घोडदौड झाली आज बरीच... काल रात्री बाजी पासलकरांच्या मोसे खोऱ्याचा तंटा हज्यार मजालसी गोत बसवून मिटवला..."

" सखू या... या..." म्हणताच सखूबाई राजांच्या मांडीवर बसल्या... " बसा लेकीशी बोलत... मी थाळा तयार करते... आऊसाहेबांचा जप झाला असेल..." असं म्हणून सईबाई माघारी फिरल्या... राजांनी सईबाईंना पाठमोरं पाहिल्यावर त्यांना त्यांच्या कायेत काहीतरी बदल झाल्याचे जाणवले...

राजांना आऊसाहेबांनी भोजनास हाक मारली...

जेवताना आऊसाहेब म्हणाल्या...

" राजे, गणो गबाजी तबीब आला होता आज इथं... त्याचं इनाम अनामत केलं होतं तुम्ही..."

" मग ? " राजे म्हणाले.

" आम्ही त्याचं इनाम त्याला परत दिलं. "

" आम्ही आल्यावर पत्र पाहिलं ते..."

" चिरंजीव सीवबाचे खुर्दखताचा उजुर न करणे..." असं लिहिलयं तुम्ही त्यात.

" आऊसाहेब, किती माया करता तुम्ही ? "

" कुणावर ? "

" प्रजेवर पण आणि आमच्यावरसुद्धा... पत्रातसुद्धा " सीवबा " लिहलय तुम्ही...! "

" तोंडात घास घालू का आता ?..."

" जेवा पुढं बघून..."

पळत पळत सखूबाई येऊन वडिलांच्या मांडीवर बसली.

" शिवबाराजे, घाला घास त्यांच्या तोंडात... "

... शिवबाराजांनी सखूबाईच्या तोंडात घास घातला...

" राणीसरकार तुम्हाला ?... तुम्हाला नाही... दुसऱ्या ?... "

सईबाईंनी तोंड फिरवलं... " चेष्टा करायची कुठं पण ? आऊसाहेब काय म्हणतील ?..."

शिवाजीराजे हात धुता धुता आऊसाहेबांना म्हणाले, " ... जेजुरीच्या गुरवाचा निवाडापण केलात तुम्ही ? "

" हो. "

" आऊसाहेब, बाबाजी सोनटक्के दादाजी नरसोप्रभुचा गुमास्ता त्यानं उभोळीचं कुलकर्णीपण आपलं असल्याचं मजहरात नोंदविले होते, त्यानं " मी चाकर, वतनदार नव्हे " गुन्हा कबूल केला...!

" आऊसाहेब, मुसे खोऱ्यातल्या सहा गांवचं कुलकर्णीपण करणाऱ्या रंगो

त्रिमल याने हवाई नावाच्या विधवेशी सिंदळकी केली... नीच माणूस. आमच्या राज्यात हे खपणार नाही आऊसाहेब... त्याचं कुलकर्णीपण आम्ही शामराज निळकंठ रांझेकरांना दिलं... रंगो त्रिमल मोऱ्यांच्या आश्रयाला पळालाय आऊसाहेब...

" आऊसाहेब आणखी एक गोष्ट मनात आहे... चाकणच्या सिद्धेश्वरभट ब्रह्मे आणि प्रभाकरभट उपाध्ये महाबळेश्वराचे वेदमूर्ती गोपाळभट यांना वर्षासन नेमून द्यायला हवे..."

"राजे, जरूर द्या त्यांना वर्षासने..."

" त्यांच्या अनुष्ठाणबळे राज्यास अधिकारी झालो व सकल मनोरथ चिंतील ते पावलो... तेव्हा सत्पुरुषांसाठी आम्हाला हे करायलाच हवे... "

" आऊसाहेब, तुकाराममहाराज निवर्तले... त्याच्या पुत्राला महादोजींनासुद्धा आम्ही वर्षासन करून दिले आहे. महान सत्पुरुषांचा आशीर्वाद पाठीशी आहे आमच्या...! समर्थ रामदास शक्तिउपासनेचा प्रचार करतायत् आऊसाहेब... आमच्या कार्याला त्यांचे काम पूरक आहेच... संतांपुढे नतमस्तक व्हायलाच लागतं साऱ्यांना...! "

॥ ५८ ॥

सईबाई आपल्या मंचकावर पहुडल्या होत्या... मध्येच त्या उठल्या... दाराजवळ गेल्या... पुन्हा मंचकाजवळ आल्या... त्यांना काही सुचत नव्हतं. बेचैन अवस्थेत त्या पुन्हा मंचकावर पहुडल्या... शेवंता दासी सखूबाईस बाहेर खेळवत होती... सखू पळत पळत आत आली... ' आई आई... ' करून पलंगावर चढणार तोच शेवंता पळत आली आणि तिनं तिला खाली ठेवलं...

" राणीसाहेब बरं नाही का ? "

" हो, जरा बेचैन वाटतंय..."

" राणीसाहेब, मी आऊसाहेबांना बोलावून आणते. "

" नको... वाटेल बरं..."

" राणीसाहेब, ९ महिने सरलेत. "... असं म्हणून शेवंता जिजाऊसाहेबांच्या कमऱ्यात गेली...

" आऊसाहेब राणीसाहेबांना बरं नाही... चला... "

जिजाऊसाहेब पटकन आल्या आणि त्यांनी सईबाईंना उठवलं...

सईबाई चला... बाळंतिणीच्या खोलीत...

गोणाबाईला शेवंतानं बोलावून आणलं...

गंगाबाईनं सईबाईंना बाळंतिणीच्या खोलीत नेलं.

गोणाबाई... शेवंता आणि गंगाबाई त्यांच्याजवळ बसल्या...

संध्याकाळी दिवेलागण झाली... सगळीकडं समया पाजळल्या गेल्या, जिजाऊसाहेब देवघरात जप करीत होत्या...

शेवंती पळत बाहेर आली...

" आऊसाहेब... राणीसाहेब बाळंत झाल्या... लेक झालीया..."

" जिजाबाईसाहेबांनी जपमाळ मस्तकी लावली आणि त्या खोलीत गेल्या... "सईबाई..." म्हणून त्यांनी हाक मारली... " आऊसाहेब... आऊसाहेब... परत... परत..."

" सईबाई शांत राहा... तुमची तब्बेत सांभाळा... मुलगी झाली म्हणून कुणीही नाराज होणार नाही...!"

" सईबाई, पुन्हा तुम्ही आईला जन्म दिलाय ! "

सईबाईंनी आऊसाहेबांच्या डोळ्याकडे पाहिलं. त्या डोळ्यांत आपली आई "रेऊबाई" त्यांना दिसल्या...!

॥ ५७ ॥

पुरंदरचे निळकंठराव सरनाईक वारल्याची बातमी शिवाजीराजांना समजली. त्यांनी त्यांचे पुत्र महादजीपंत वडिलांप्रमाणेच आपण तैसेच वर्तत जावे, श्रींची सौ. मातुश्रीसाहेबांच्या पायाची आण असे... असे कळकळीचे पत्र लिहिले.

पुढे शंकराजींनी महाराजांची चाकरी नाकारली पण निळोपंतांनी तयारी दाखविल्यावर त्यांना पालखीचा मान देऊन शहाजीराजांकडे कर्नाटकात पाठविले. शंकराजींनी चिंचवड देवांमार्फत महाराजांच्या गैरमर्जीतून सोडवून घेतले. त्यांना जांबळी व सुप्याची पाटीलकी सांगितली.

महादजीपंतांच्या मुलांना महाराजांनी पालखीचा मान दिला.

नेताजी पालकर पुरंदरचे किल्लेदार झाले.

महाराज आपल्या महालात गेले... सखूबाई राणूबाईला खेळवीत होत्या... "सखू, आई कुठं आहेत पहा...

सखूबाई पळत पळत बाहेर गेल्या आणि सईबाईंना हाताला धरून घेऊन आल्या... " आबा आलेत म्हटलं ना तुम्हाला... ? बघ, राणूला कुणी मांडीवर घेतलंय ते ? " सखूबाई म्हणाल्या.

सईबाईंनी पतिचरण धरले. " उठा... दोन मुलींच्या आई झालात आता... पाया काय पडायचं... अहो तुम्ही आणि आम्ही दोन आहोत का? "

" मग आम्हाला सवती किती आहेत ? "

" राणीसरकार, आम्ही फक्त तुम्हालाच मानतो !..."

" ... त्या राण्याच आहेत की तुमच्या... "

राणीसरकार तुमचा मान पहिला आहे त्यांत !

काय म्हणतात सखूबाई... अक्षरं शिकवली का नाही त्यांना ?

" आबा आम्ही लिहून दाखवू तुम्हाला..."

" नको... पुन्हा येऊ आम्ही... आता आम्हाला सदरेवर कामं खूप आहेत... "

" काम... काम... काम... सारखी काम ? " सखूबाई म्हणाल्या... महाराजांनी त्यांच्या गालावर टिचकी मारली आणि ते बाहेर पडले.

आज आऊसाहेबांना एक आनंदाची बातमी कानावर आली.

संभाजीराजे यांस पुत्र जाले कार्तिक वद्य द्वादशीस उपजले... उमाजी नाव ठेवले.

आऊसाहेबांना नातू झाल्याचा आनंद झाला ! वाड्यात साखर वाटली... शिवाजीराजे " काका " झाले... सईबाई " काकी " झाल्या...

शिवाजीराजे जावळीच्या राजकारणात गुंतले होते. चंद्रराव मोरेला महाराजांनी जावळीवर स्थापना केली होती, पण तो स्वत:ला राजा समजू लागला होता. शिवाजीराजांशी तो बेतालपणे वागत होता... गुंजण मावळच्या देशमुखांच्या वादाचा फायदा घेऊन गुंजण मावळची देशमुखी आपलीच असे समजून त्यांच्यात भेद निर्माण करीत होता. महाराजांनी त्याच्याशी सर्व प्रकारची राजनीती वापरून पाहिली आणि अखेरीस मन्मथसंवत्सराच्या पौष चतुर्दशीस जाऊन जावळी घेतली. जेधे देशमुख, बांदल आणि शिळीमकर देशमुखांचा जमाव घेऊन जावळी सर केली. जावळीवर महाराजांचे निशाण लागले. दोन ते अडीच महिने राजे जावळीत राहिले. रायरीच्या किल्ल्यात चंद्रराव लपून बसला होता...

महाराज परत फिरले... आईसाहेब वाट पाहातच होत्या... सूर्य मावळला होता... दिवेलागण झाली होती... सईबाई प्रसूतिवेदनांनी तळमळत होत्या... गोणाबाई

आता सईबाईचं तिसरं बाळंतपण करीत होत्या... आऊसाहेबांचा चेहरा काळजीनं व्याकूळ झाल्यासारखा दिसत होता...

राजे आईसाहेबांशेजारी विचार करीत उभे होते... लक्ष सगळं आत होतं... सोयराबाई, सगुणाबाई बाळंतिणीच्या खोलीच्या दाराशी उभ्या होत्या... सईबाईंच्या विव्हळण्याचा आवाज येत होता. तशी सर्वांची चिंता वाढत होती... गोणाबाई आतूनच ओरडल्या...

" झाल्या बाई मोकळ्या... पोरगी झाली..."

आऊसाहेबांना गोणाबाईनं आत बोलावलं.

सईबाई घामाघूम झाल्या होत्या... शेवंतीनं घाम पुसला...

सईबाईंचं हे बाळंतपण फारच अवघड झालं...

बारसं झालं... अमणिका ऊर्फ अंबिका नाव ठेवलं...

सईबाईंची ही तृतीय कन्या...!

।। ५८ ।।

हैबतराव शिळीमकर देशमुख, बांदल देशमुख आणि कान्होजीराव जेधे देशमुख महाराजांची वाट बघत होते. रायरीला चंद्रराव मोरेला साम, दाम, भेद दंड सारे उपाय करून झाले होते. आता अखेरचा उपाय करायचा होता. महाराजांचा अश्व आता जावळीकडं जाण्यास सिद्ध झाला... सर्वांनी तडक रायरी गाठली. रात्री पाचाडला मुक्काम करून दुसरे दिवशी चंद्ररावला भेटले... त्याने किल्ला खाली केला आणि गड पायउतार करून शरण आला. महाराजांनी रायरीवर भगवा फडकवला !

महाराज परत फिरले, नुकतेच त्यांच्या तृतीय कन्येचे बारसे झाले होते, महाराज सईबाईंच्या महालात गेले - सखूबाई आणि राणूबाई खेळत होत्या, अंबिका सईबाईंच्या पदराखाली होत्या, महाराज आल्याबरोबर त्या पटकन उठू लागल्या... राजे म्हणाले -

" राणीसरकार उठू नका " असं म्हणून महाराज मंचकावर बसले... सखूबाई-राणूबाई... " आबा-आबा " म्हणत त्यांना बिलगल्या... पोरींना गोंजारत गोंजारत महाराज म्हणाले,

" राणीसरकार आज जावळी आपल्या ताब्यात आली. रायरी किल्ल्यावर आपलं निशाण लागलं. "

तेवढ्यात जिजाऊसाहेब इकडं येताना दिसल्या... सखूबाई पळत बाहेर गेली आणि त्यांना धरून ती घेऊन आली...

आऊसाहेबांना वंदन करून महाराज म्हणाले,

" आऊसाहेब अखेर रायरी मिळाली आपल्याला ! साप बाहेर पडला वारुळातून. त्याला पूर्ण ठेचावा लागेल. "

जिजाऊसाहेब म्हणाल्या... " बघू या. "

" पण आऊसाहेब, आणखी आपलाच एक साप सुप्याच्या गढीत बसलाय त्याच काय करायचं ? फारच माजलाय तो लाच खाऊन. "

" तुमचा सावत्र मामा म्हणून त्याला सोडता येणार नाही. " आऊसाहेब म्हणाल्या. त्यावर सईबाई हळूच म्हणाल्या " मामा झाला म्हणून काय झालं ? मामा जर माजला तर त्याच्याकडं बघायलाच हवं... पण थोरल्या आत्यांना समजलं तर ? "

" सईबाई, राजकारणात नाती बघायची नसतात ! रयतेवर अन्याय करणाऱ्याला शिक्षा ही दिलीच पाहिजे. ज्याला दंड करावयाचा नाही त्यास केला आणि ज्याला दंड करणे योग्य आहे त्यास दंड जर केला नाही तर त्यास नरकदु:ख होते असं राजकारणाचं तत्त्व आहे सईबाई. "

" शिवबा, मोहित्यांच्या वारुळात हात घाला, त्यांना बाहेर काढा आणि आणा आमच्यासमोर...! "

" आऊसाहेब, विचार पक्का केला आम्ही ! एक गोष्ट राहिली सांगायची, आम्ही घेतलेल्या गडांची नावं बदलली !

" सांगा, सांगा कोणती नवीन नांव दिली ती... " "नव्या घेतलेल्या रायरीचं नांव केल रायगड, तोरण्याला प्रचंडगड हे नांव दिलं, रोहिड्याला विचित्रगड केला आणि चाकणला ' संग्रामदुर्ग ' हे नांव दिलं ! "

" शिवबा तुमच्या कल्पनाशक्तीची कल्पना नाही करता येणार कुणाला ? "

सईबाईंनी महाराजांकडं बघितलं आणि त्या गालातल्या गालात हसल्या !

आऊसाहेब पटकन उठल्या आणि त्यांनी शिवबाच्या पाठीवर थाप टाकली... " शिवबा ! " एवढंच त्या म्हणाल्या आणि त्यांच्या डोळ्यांतून आनंदाश्रू ओघळू लागले, सईबाईंच्या डोळ्यांतून तर केव्हापासूनच अश्रू ओघळत होते...

या आनंदावर विरजण पडलं, एका अतिदु:खद बातमीमुळं... विजापूरहून एक स्वार आला... त्यानं बातमी दिली... संभाजीराजे कनकगिरीच्या वेढ्यात गोळ्या लागून ठार झाले...

आऊसाहेबांना भोवळ आली... शिवाजीराजांनी आऊसाहेबांचे डोकं आपल्या मांडीवर घेतलं... " आऊसाहेब... आऊसाहेब..." सगळीकडे आक्रोश झाला...

शिवाजीराजांनी डोळ्यांवर हात ठेवले... थोड्यावेळानं आईसाहेब सावरल्या...

" कर्मणो गहना गतिः !... शिवबा... हे काम त्या अफजल्यानंच केलंय... त्यानंच मारलं माझं बाळ... शिवबा... त्यानंच मारलं माझं बाळ... " जिजाऊसाहेब शोकसागरात बुडून गेल्या...

राजांनी आपल्या बंधूंचे उत्तरकार्य केले. आऊसाहेब अजून सावरल्या नव्हत्या !... किती सहन करायची दु:खं ?...

शुभ्र खोल जशी गंगा, तेजस्विनी, दानशील, दयाशील, धीर उदार, गंभीर अशा वृत्तींच्या जिजाऊसाहेब यांनी दु:खाचा डोंगर पचविला आणि त्या पुन्हा शिवबांच्या पाठीशी खंबीरपणे उभ्या राहिल्या...!

॥ ५९ ॥

राजकारणाच्या धामधुमीत एक महत्त्वाचे काम राहिले ते म्हणजे सईबाईसाहेबांच्या बंधूंचे शुद्धीकरण...! एक दिवस सईबाईसाहेबांनी महाराजांना आठवण करून दिली...

" महाराज, बजाजीदादा येऊन गेले. एक महिना झाला... त्यांना शुद्ध करून घ्यायचे का नाही, एकदा निकाल करा ! "

" राणीसरकार, आऊसाहेबांनी ब्राह्मण पंडितांना विचारून मुहूर्तसुद्धा काढला आहे... शिंगणापूरला जाणार आहोत आम्ही... बजाजीरावांना निरोप धाडलाय कालच..."

" मग हे सांगायचं कधी ? सगळं गुपित ठेवायचं ? आमच्याजवळसुद्धा खरं सांगायच नाही ... राजकारण ! घरातसुद्धा राजकारण ?... "

" राणीसाहेब, गुप्तपणा राखण्याची सवय लावून घ्यावी लागते... आम्हाला ती सवय लागलीय... रागावू नका तुमचं मन कधी आम्ही मोडलंय का ?... बघा बघू इकडं... हसा... बघू...! आणखी एक गुपित उघडं करतो सखूबाईचं लग्न करायचं यंदा...! सासुबाई होणार आहात तुम्ही... आता कशी कळी खुलली ? "

असं म्हणून महाराज आऊसाहेबांच्या महाली गेले.

जिजाऊसाहेब मंचकावर नुकत्याच पहुडल्या होत्या. शिवाजीराजे नेहमीप्रमाणेच महालात शिरायच्या आधीच " आऊसाहेब... आऊसाहेब..." करीत महालात शिरले.

" शिवबा बालपणा अजून संपला नाही तुमचा ! तीन मुलींचे बाप झालात... आता परत चवथे अपत्य होईल. "

" आऊसाहेब, सुप्याच्या मामांना कर्नाटकात सन्मानानं पाठवलं आम्ही, आता जवळजवळ कऱ्हेपठार काबूत आलं आपल्या ! "

" शिवबा, विजापूरकडची काही खबर ? "

" आऊसाहेब, खबर चांगली आहे ! "

" कोणती ? "

" मुहंमद अदिलशहा मरण पावला. विलासी रंगेल जिंदगी जगला तो ! "

" शिवबा, थोरल्या भावाचे डोळे काढले त्याने, धाकट्या भावाचे एकेक बोट कापून त्याला कायमचं बंदोबस्तात ठेवून हा बादशहा झाला.

" आता त्याचा मुलगा बादशहा होईल. लहान आहे तो अजून... शिवबा, त्याची आई गोवळकोंड्याच्या कुतुबशहाची मुलगी ताज उक् मुखद्दिरात. उलीया जनाबा; बडी साहेबा म्हणतात तिला, महाबिलंदर आहे ती ! "

" आऊसाहेब, आपण शिंगणापुरी निघतोय उद्या, बजाजीरावांचं शुद्धीकरण होईल; आणि मग आम्ही उतरू कोकणात..."

॥ ६० ॥

ब्रह्मसभेने बजाजीरावांच्या शुद्धीकरणाचा निर्णय दिला. जिजाऊसाहेब आणि महाराज शिंगणापूरला गेले... सोनोपंत डबीर बरोबर होते... बजाजीराव आपल्या सरंजामासह शिंगणापूरला आले होते. त्यांच्याबरोबर त्यांचा पुत्र महादजी होता. तो आठ-नऊ वर्षाचा झाला होता... बजाजीरावांची मुस्लिम स्त्री नुकतीच वारली होती...

शिंगणापूरच्या बडवे मंडळींनी पुढाकार घेऊन बजाजीरावांचे शुद्धीकरण करण्याचा घाट घातला होता... होमहवन... मंत्रपठण झाले... बजाजीरावांना काही दिव्ये करावयाची होती. ती त्यांनी केली... आणि त्यांचे विधियुक्त शुद्धीकरण झाले... आईसाहेबांना बजाजीरावांनी वंदन केलं...

बजाजीरावांनी सर्व गोतास जेवण दिले... बजाजीराव परत स्वधर्मात आले... फलटणच्या जहागिरीत आनंदउत्सव साजरा झाला. घरोघरी गुढ्या उभारल्या. बजाजीरावांचं प्रचंड स्वागत झालं.

शिवाजीराजांनी नाईक निंबाळकरांचं घर परत धर्मात आणलं.

शिवाजीराजे... जिजाऊसाहेब परत फिरले... आता महाराज पुरंदरावर राहण्यास आले होते...

बजाजीरावांनी शुद्धीकरणानंतर दोन लग्ने केली, किन्हईकर भोसल्यांची लेक चापाई आणि अहिरकर पाटलांची कन्या साबाई यांच्याशी सोयरीक झाली.

शिवाजीमहाराजांचा आणखी एक विवाह झाला. विचारे यांच्या कन्या ... लक्ष्मीबाईंशी ....

सईबाईंना सर्व वृत्तान्त समजला... बजाजीरावांचे शुद्धीकरण झाल्यामुळे त्यांना आनंद झाला. आपल्या घराण्यावरचा कलंक धुवून निघाल्यानं त्यांना समाधान झाले. महाराज शयनगृहाच्या सज्जात होते.

"महाराज... आत यावे !..." सईबाईसाहेब म्हणाल्या.

"आज गप्प का स्वारी ?"

"काही नाही . पाचवी सवत आम्हाला आली म्हणून नाही आम्ही रागावलो स्वारींवर !"

"तसं काही नाही सईबाई ! बोला, काय म्हणताय...?"

"म्हटलं आपले लग्न झाले ठीक झाले... लेकीच्या लग्नाचं काय ?"

"तेच सांगायचं राणी सरकार ! तुम्हाला."

"सांगा ना मग !"

"सखूबाई बजाजीरावांच्या महादबाला द्यायचा विचार आहे आमचा ! तुमचं काय मत ?"

"महाराज, किती धोरणी आहात तुम्ही ? महादबाला लेक देऊन निंबाळकरांवरचा डाग पूर्ण धुतला जाईल...!"

"केवढं मोठं मन... केवढं मोठ मन आमच्या..."

सईबाईंचे डोळे वाहू लागले... महाराजांचे त्यांनी पाय धरले... "महाराज देव आहात तुम्ही... खरंच आम्ही आपणाला रुद्रावतारी महादेव म्हणतो ते यासाठीच..."

सईबाईंनी महाराजांच्या पायावर अश्रूंचा अभिषेक केला... "महाराज...!"

शिवाजीराजांनी सईबाईंना उठवलं...

"सईबाई तुम्हीसुद्धा आऊसाहेबांसारख्याच सती-शीलवती रम्या, साक्षात् पार्वती आहात, किती सहन करता तुम्ही ? केवढं मोठं मन तुमचं... तब्येतीला जपा... तुमची काळजी वाटते सईबाई..."

सईबाईंना दिवस गेले होते...

"सईबाई, सखूबाईंच्या लग्नाचं नक्की करून आलोय आम्ही. कालच पंत

फलटणला जाऊन आले. आऊसाहेबांना सारं ठाऊक आहे. इथंच लग्न होईल...''

सखूबाईच लग्न थाटामाटात झालं...

सखूबाई फलटणला निघाल्या... सईबाई अवघडल्या होत्या... सखूबाईंना त्यांनी मिठीत घेतलं...

" पोरी सुखानं राहा... सुखानं राहा... "

पुढचे शब्द त्यांच्या तोंडातून बाहेर येईनात, त्यांना भोवळ आली... जिजाऊसाहेबांनी, सोयराबाईंनी, पुतळाबाईंनी त्यांना सावरले...

सखूबाई फलटणास गेल्या...

।। ६१ ।।

महाराजांनी हैबतराव शिळीमकरांच्या देशमुखीचा वाद मिटवला. त्यांना गुंजणमावळची देशमुखी दिली. आज त्यांचे सर्व मंत्रिमंडळ पुण्यास जमले होते. शामराव निळकंठ, रांझेकर पेशवे, सानोपंत, डबीर, वासुदेव हणमंते, महादजी सामराज, माणकोजी दहातोंडे, नूरबेग, रघुनाथ बल्लाळ, सामराज पद्मनाभी... सर्वजण आज हजर होते...

महाराजांनी पुढील गोष्टींविषयी चर्चा केली. कर्नाटकात घुसण्याचा विचार बोलून दाखविला. विजापूरच्या नव्या आदिलशहाबद्दल चर्चा झाली, औरंगजेबाच्या धोरणाचा विचार झाला... आणि महाराजांनी आता घरच्या गोष्टींकडे लक्ष द्यायचं ठरविलं... प्रपंचात लक्ष घालायचं ठरविलं...

महाराज आज सरळ गेले ते सईबाईसाहेबांच्या महालात... सईबाई मंचकावर पहुडल्या होत्या. महाराज आल्याबरोबर त्यांनी उठण्यासाठी पाठ वर केली... तोच महाराज त्यांना म्हणाले,

" राणीसरकार उठायचं नाही आता, तुमची तबीयत किती खालावली आहे ? "

" महाराज या खेपेस डोहाळेच असे विचित्र होते. अन्न ठरत नव्हतं पोटात... अजूनसुद्धा तेच आहे... नववा महिना लागला आता...''

महाराजांनी सईबाईंच्या तोंडावरून हात फिरवला,

" सईबाई, तुमच्यासाठी आम्हाला वेळ देता आला नाही... राजकारणाच्या

धांदलीत...! ''

'' आम्हाला समजत नाही का ? चौकशी करतो वेळोवेळी आम्ही, दवा-पाण्याचं विचारीत असता सारखं, आम्हाला समजतं सगळं... हे काही कमी नाही महाराज ''

सईबाई म्हणाल्या, '' अशक्तपणा होईल कमी... मोकळी झाली म्हणजे...''

'' बरं थाळ्याची वेळ झाली... आऊसाहेब बोलावतील आता आम्ही येतो... ''

सईबाईंना महाराज येऊन गेल्यावर खूपच बरं वाटलं... महाराज किती काळजी करतात आपली... तशा आणखी राण्या आहेत त्यांना... पण आमच्याबद्दल त्यांना वेगळंच वाटतं... खरंच वेगळं वाटतं...! महाराजांना आम्हीच फक्त ओळखतो... सईबाई मनात विचार करीत असतानाच त्यांचा डोळा लागला.

महाराज आता फारसे बाहेर पडत नव्हते. सदरेवरील कामाशिवाय गडाच्या खाली उतरत नव्हते. जरी कुठे गेले तरी परत मुक्कामास येत होते... ज्येष्ठ महिना सुरू झाला... मृग नक्षत्रानं हजेरी लावली होती. पुरंदरवर बेफाम वारं सुटलं होतं... झाडांच्या फांद्या एकमेकांवर आपटत होत्या. मध्येच पावसाची सर यायची... तिन्हीसांज झाली... दासी समया पाजळत होत्या... वाऱ्यानं समया विझायच्या... पुन्हा त्या लावीत होत्या... सईबाई आपल्या कमऱ्यातून बाहेर आल्या... राणूबाई आणि अंबिकाबाई बरोबर होत्या.

'' आईसाहेब, आम्हाला पाऊस बघायचा. दाखवा ना पाऊस... असं म्हणून सईबाईंना त्या ओढीत होत्या...''

'' थांबा हो जरा... बाहेर अंधार किती आहे ? वारा किती जोरात सुटलाय... उडून जाल बाहेर गेला की... ''

आऊसाहेब देवघरातून बाहेर पडल्या आणि त्यांनी '' राणूबाई, अंबाबाई '' म्हणून हाक मारली...

'' या इकडं...''

'' जा, आऊसाहेब बोलावतात... शुभंकरोती कुणी म्हणायची ?...''

राणूबाई, अंबाबाई '' आऊ आऊ '' करीत पळत देवघरात गेल्या...

आऊसाहेबांनी '' शिवबाऽऽराजेऽऽ '' म्हणून हाक मारली. राजे हमामखान्यात हातपाय धूत होते.

'' आलो आऊसाहेब...'' म्हणत ते आले... त्यांनी आऊसाहेबांना वंदन केलं...

'' राजे, आता गडावरच थांबा... सईबाईंची तब्बेतही बरी नाही... शिवाय बाळंतपण पण जवळ आलंय... ''

" आऊसाहेब, आम्हाला समजत नाही का ? "

असं म्हणत असतानाच सईबाई पटकन खोलीत गेल्या... आणि पलंगावर पडल्या... आऊसाहेब आणि राजे पटकन आत गेले. शेवंती, धोंडाबाई जवळ आल्या.

" ... सईबाई... सईबाई... काय होतंय ? " आऊसाहेब म्हणाल्या.

" आऊसाहेब कसं तरी होतंय आम्हाला ! "

" शेवंता, गोणाबाईला बोलावून आण "...

शेवंतीनं गोणाबाईला बोलावून आणलं...

गोणाबाई, शेवंता, धोंडाबाई आत थांबल्या.

" आऊसाहेब, तुम्ही जेऊन या...! "

" पुतळा, गुणवंता, लक्ष्मी तुम्ही उरकून या परत. रात्री जागरण होईल, आपल्याला बसावं लागेल इथं..." सोयराबाई म्हणाल्या.

रात्रभर सईबाईंना त्रास होत होता... सर्वजण सकाळपर्यंत जागे होते... अजून कळा येत होत्या... सईबाईसाहेब फारच घायाळ झाल्या होत्या... गोणाबाई त्यांना धीर देत होती... सर्वजण चिंतेत होते.

दहा घटका झाल्या आणि बाळाचा रडण्याचा आवाज बाहेर आला... गोणाबाईनं शेवंताला खुणावलं... शेवंता बाहेर आली... " आऊसाहेब, पोरगा झाला... पोरगा झाला... पोरगा झाला... "

शिवाजीराजांनी मान वर केली... त्यांच्या चेहऱ्यावर स्मित झळकलं...

गुरुवारचा दिवस होता. हेमलंबी संवत्सराच्या ज्येष्ठ महिन्याची द्वादशी होती...

आऊसाहेब थोड्या वेळात आत गेल्या, सईबाईंना झोप लागली होती... आऊसाहेबांनी बाळाला पाहिलं आणि त्यांचं मन तृप्त झालं... गोरापान देखणा नातू पाहून त्यांना आनंद झाला त्यांना बोलायचं सुचेना...

" शिवबा... शिवबा... पहा तुमचा पुत्र... पहा कसा देखणा राजबिंडा आहे तो... "

सईबाईंनी डोळे उघडले... त्यांना समोर महाराज दिसले... " सईबाई...! " एवढंच ते म्हणाले.

सईबाईंनी पुन्हा डोळे मिटले... त्यांना झोप लागली... राजांनी आपला पुत्र बघितला... सर्व राण्यांनी बाळाला पाहिलं...

दुपारी सईबाईंना बरं वाटू लागलं... अशक्तपणा होता. पण त्या आता बाळाला जवळ घेत होत्या... उठण्याचा प्रयत्न करीत होत्या... वैद्यांनी येऊन औषधे दिली...

बाळंतिणीची कोणतीही हयगय होत नव्हती. सगळं वेळच्या वेळी मिळत

होतं. सर्व राण्या मनापासून थोरल्या राणीसाहेबांची सेवा करीत होत्या...

राणूबाई आणि अंबिकाबाई मधून मधून "आई... आई..." करीत जवळ जायच्या आणि "बाळ... आम्हाला बाळ दाखव... आम्हाला बाळ दाखव..." म्हणायच्या...

शेवंता त्यांना जवळ जाऊन देत नव्हती...

अजून सोयरं होतं...

पाचव्या दिवशी पाचवी पुजली... पाचवीबरोबर षष्ठी पुजली. पाट्यावर देवांच्या प्रतिमा ठेवून विड्याची पाने ठेवली... खारीक, खोबरं गूळ, नारळ, ठेवला... एक कागद ठेवून कलमदान आणि लेखणी ठेवली. चांदीच्या वाटीत पाच फुले ठेवून बाळंतिणीने बाळाला मांडीवर घेऊन पूजा केली...

बारशाचा दिवस उजाडला... वाडा फुलांच्या हारांच्या माळांनी सजला... सकाळपासून सनई-चौघडा चालू होता... सकाळी तोफांची सरबत्ती झाली... संपूर्ण जनांस शर्करा वाटली. ब्राह्मणांना दानं दिली, फकिरांना मोहरा, वस्त्रे दिली...

सायंकाळी सुवासिनी जमा झाल्या... पाळणा फुलांनी सजविला होता.

आऊसाहेबांनी बाळाला मखमली वस्त्रात गुंडाळून आणले आणि पाळण्यात ठेवले... सईबाईंनी आज सुवर्ण अलंकार परिधान केले होते... रत्नजडित हार कंठी घातला होता... आणि हिरवी पैठणी नेसली होती...

बजाजीरावांच्या सूनबाई सखूबाईपण बारशाला आल्या होत्या... सखूबाई आईच्या मागेच उभ्या होत्या...

बाळाला पाळण्यात घातले... आणि काय नाव ठेवायंच ?... सर्व राण्या एकमेकींकडं बघू लागल्या... "पुतळा तू सांग !" "... सोयरा, तू सांग ?..." "काशीबाई, तू ?"

"... आऊसाहेब; थोरल्या भाऊजींचं नांव ठेवायचं..."

"आऊसाहेब... संभाजी नाव ठेवायचं...!" गुणवंताबाई म्हणाल्या... आऊसाहेब थोडा वेळ स्तब्ध झाल्या... त्यांना आठवण झाली त्यांच्या दिरांची... संभाजीराजांची... त्यांच्यापुढं उभा राहिला... त्यांचा मोठा मुलगा "संभाजी"... संभाजीराजे !...

त्यांच्यापुढं उभा राहिला... अफजलखान...! त्या एकदम म्हणाल्या

"नको-नको हे नाव नको ! ह्या नावाला नियतीचा शाप आहे. नको... नको..."

तेवढ्यात पुतळाबाई बाहेर महाराजांच्याकडं गेल्या... "महाराज, नाव काय ठेवायचं बाळाचं ?"

"आमच्या दादामहाराजांचं ठेवा नाव संभाजी"

पुतळाबाई पळत आत आल्या... " आऊसाहेब महाराजांनी संभाजीच नाव ठेवायला सांगितलय...

" आपल्या कुलदैवताचं नाव शंभू महादेवाचं नांव... शंभू..."

" संभाजी तेच ठेवायचं आऊसाहेब... "

" संभाजी, शंभूबाळ ठेवा... हेच नांव... "

कोणी गोविंद घ्या... कोणी गोपाळ घ्या कोणी संभाजी घ्या. कोणी शंभूबाळ घ्या...!

साखर वाटा... तोफांना बत्ती द्या... नगारे ताशे वाजवा...

सगळा पुरंदर किल्ला दणाणून गेला...

शिवाजीराजांना सोनोपंत म्हणाले, " राजे, परम तेजस्वी सुलक्षण, राज्यपदायोग्य पुत्र जाहला... परम संतोष झाला... आनंदाला आता पारावार नाही ! "

अत्यंत विद्वान, श्रेष्ठ असे वेदपाठक, अग्निहोत्री, ज्योतिषी, शास्त्रज्ञ, मुनीश्वर, यती, तपस्वी असे ब्राह्मण बोलावले. दृष्टिगोचर करून त्यांनी मंत्राक्षता आशीर्वादयुक्त राजपुत्राचे मस्तकी अर्पण करून जयजयकार केला...

सईबाईंनी पाळणा हलविला... आणि सुवासिनी अंगाईगीत म्हणू लागल्या...

घे झोप आता संभाजी शिवसुता,
का जागसी बाळा आता...
तव आगमने फुलली अगणित सुमने ।
वेचिली सईराणीने
तव आगमने पुलकित झाली काया ।
महाराष्ट्रा त्या फुलवाया
ती अंधारी जाईल
तो प्रकाश की उधळील
त्या सईस रे फुलवील
अजि पुत्र असा लाभे तुझिया ताता,
का जागसी बाळा आता ।। १ ।।
ते पवार कुल फलटणचे
भोसले तसे वेरुळचे संबंध पूर्वजन्मीचे
कुलमहिमा हा कथीन तुला मी पुरता,
का जागसी बाळा आता ।। २ ।।
ते राजे शूर मुधोजी

मर्दुमकी त्यांची साजी
स्थापिली फलटणी गादी
त्या शूराची तनया मी तव माता,
का जागसी बाळा आता ॥ ३ ॥
शिवराय जणू शिव थोर
यवनांना करिती जेर
ती तशी तप्त तलवार
त्या वीराची महाथोर रे गाथा,
का जागसी बाळा आता ॥ ४ ॥
तू धर्मवीर होशील!
गनिमाला गांजवशील!
औरंग्या आवळशील!
ती वाचवी रे अशी हिंदवी सत्ता,
का जागसी बाळा आता ॥ ५ ॥
सळसळेल तंव समशेर
धगधगेल त्याची धार
जळजळेल जिद्द झुंजार
तुज आशिष दे माय भवानी माता,
का जागशी बाळा आता ॥ ६ ॥
सुप्रभात रे प्रेमाची
तू निर्मियली रे साची
ही योजकता ईशाची
प्रभु रामाला शरण जाइ नवनीता,
का जागसी बाळा आता ॥ ७ ॥
घे झोप आता संभाजी शिवसुता...

रात्री पंचपक्वान्नांचे जेवण झाले...

आणि वाड्याच्या चौकात सदाशिव शाहीर आला. त्यानं आता साठी ओलांडली होती... मुधोजीराव नाईक निंबाळकरांच्या वाड्यात त्यानं पोवाडा गायला होता, त्याला आता ३० वर्षे होऊन गेली होती... आज तो मुधोजीरावांच्या नातवाला पोवाडा ऐकविणार होता...

शाहिरानं सर्वांना मुजरा केला... आता त्याचा, आवाज थोडा खोल गेला होता... संबळून घ्या लेकराला - संबळून घ्या म्हणून त्यानं डफावर थाप मारली...

नमन

आधी नमन कसबा गणपतीला । गौरीनंदन गणाधिपतीला ।
शक्ति बुद्धीच्या समींदराचा । आईसाहेबांनी जीर्णोद्धार केला ।
आदी शक्ति तुळजाभवानीला । जेजुरीच्या खंडेरायाला ।
पुरंदरच्या पुरंदरेश्वराला । रोहिड्याच्या रोहिडेश्वराला ।
शहाजीराजाला । शिवाजीराजाला ।
सदाशिव गातो पोवाड्याला... जीऽऽजीऽऽ

चौक १

वेरूळचं भोसले कूळ । त्याची सांगतो वंशावळ ।
सृजनसिंहाचं मोठं बळ । दिलीपसिंह उभारी दळ ।
सिधोजी भोसला देवराज । उग्रसेन, इंद्रसेन ।
शुभकृष्ण रूपसिंह । भूमिंद्र जणू भूमिंद्र ।
मग झाला धापजी । वऱ्हाटजी पुत्र खेळोजी ।
खेळोजीचा लेक मालोजी । मग आला बाबाजी ।
त्याचा पुत्र थोर मालोजी । जीऽऽजीऽऽजीऽऽ

चौक २

मालोजी राजा अति थोर । चतुरंग सेनेचा भार ।
भूपती म्हणती त्याला सारं । भोसले कुळाचा केला उद्धार ।
मिळविली मोठी जागीर । विठोजी बंधू त्याचा
वीर । पांडेपेडगांवचा मोकासदार । निजामशाही झाला सरदार ।
जीऽऽजीऽऽजीऽऽ

।। चाल ।।

शिंगणापूरी शंभू महादेव । मालोजीचा त्याच्यावर भावं ।
दर्शनाला त्यानं जावं । यात्रा काठीचा मोठा उत्साव ।
पाण्यासाठी यात्रिकांनी हैराण व्हावं ।
करी विचार मालोजीराव ।

बांधला तिथं तलाव । पाण्याचा लागला ठावं ।
यात्रिकांनी पाणी की प्यावं । पुण्यवान मालोजीराव...
जीऽऽजीऽऽजीऽऽ

चौक ३

हत्तीचं त्याचं हो बळ । शत्रू कापतो चळाचळ ।
फलटणचा वणंगपाळ
बारा वजिराचा हो काळ । पराक्रमा नाही ताळमेळ ।
दीपाबाई त्याची बहीण सुशील । घातली गळ ।
लग्नाची घातली माळ । शहाजीराजा त्याचा लेक ।
सरदार झाला हो नेक । पराक्रमाचा त्याच्या धाक ।
दीपाबाइशी झाली सोयरीक । निंबाळकर भोसले
झाले एक... जीऽऽजीऽऽजीऽऽ

चौक ४

त्याचा सासरा जाधवराव । लखूजी नाव ।
शिंदखेड त्याचं गांव । काय कौतुक त्याचं गावं ।
पराक्रमाचं उठल वैभव । निजामानं कावा साधला ।
विश्वासघात की केला । पोरा नातवासह येई मुजऱ्याला ।
हरामजाद्यानं खातमा केला । खांडोळी केली जाधवांची ।
पोरा नातवांची । कसाब करणी निजामाची
विश्वासघाताची । विश्वासघाताची । जीऽऽजीऽऽजीऽऽ

चौक ५

जिजाबाई लेक लई गुणी । रूपा गुणांची अस्सल खाणी ।
झाली शहाजीची राणी ।
महाअभिमानी महा अभिमानी । जणू महिषासुरमर्दिनी ।
पुण्याला जहागिरी स्थापूनी ।
माणसं ठेवली तिथं लई गुणी । आई मर्दानी आई मर्दानी...

चौक ६

लेक तिचा शिवाजी नांव । पराक्रमाचं फुटलं पेव ।
रयतेचा त्याच्यावर भाव । त्याचं गुण किती मी गावं ।
करतो मर्दानी डाव । लावतो साऱ्यासनी जीव
रामराज्य साऱ्यांना हवं । असा भरला मनामधी भाव ।
शिवाजी त्याचं नांव । गुणगान किती मी गावं...
जीऽऽजीऽऽजीऽऽ

चौक ७

सईबाई सती शिलवती । लई गुणवती लई गुणवती ।
मुधोजींची लाडकी पुत्रवती । जणू उमा, पार्वती ।
शिवाजीला तिला अर्पिती । जोडा शोभून दिसतो किती ।
लक्ष्मीनारायण शोभती । दोन कुळांची झाली नाती ।
तिसऱ्यांदा होती ही नाती । इजा, बिजा की तिजा होती ।
निंबाळकरांची लेक गुणवती । सात जन्माचा झाला सोबती ।
शिवाजी राजा गुणवान प्रेमाचा पती । जोडा मदन आणिक रती ।
साताजन्माचा सोबती... साताजन्माचा सोबती... ।
कन्या तशी गुणवती । सावित्री शोभली सती ।
शिवा लाभे जणू पार्वती ।
सीता, तारामती गुणवती । सई शीलवती सती शीलवती...
जीऽऽजीऽऽजीऽऽ

चौक ८

सीतारामाचा जोडा शोभला । रामराज्य आणिल इथं भला ।
मोगलाईचा काळ संपला । काळसुखाचा हो पातला ।
राजबिंडा पुत्र जन्मला ।
बारशाचा दिस आजला । शिवानं अवतार जणू केला ।
संभाजी नावानं आला । जीऽऽजीऽऽजीऽऽ

॥ चाल ॥

होईल संभाजी थोर । गाजवील समशेर । धगधगेल मर्दांना ऊर ।
होईल असा नरवीर । चमकेल तेज चौफेर । जळजळेल जिद्द लई घोर ।
सळसळेल त्याची समशेर । त्याची समशेर ...
जीऽऽजीऽऽजीऽऽ
सदाशिव गातो पोवाडा । दणाणून टाकला वाडा ।
बोल टाकला वेडा वाकुडा ।
ओकलं मनातलं भडाभडा । स्वभावानं आहे रांगडा ।
नाही आत कसला बी तिडा । शाहिराचा मुजरा हो खडा ।
मानुनी घ्या हो बोल रांगडा... जीऽऽजीऽऽजीऽऽ

पोवाडा ऐकून सगळ्यांची अंत:करणं हेलावून गेली...!

महाराजांनी पंतांना खुणावलं... पंतांनी बिदागीचं ताट आणलं, महाराजांनी हस्तस्पर्श केला आणि शाहिराने बिदागी घेतली. मुजरा केला... बजाजीरावांना त्यानं मुजरा केला... बजाजीराव म्हणाले...

"ओळखलं का शाहीर मला ?..."

"हो हो निंबाळकर महाराज...!" शाहिरानं मुजरा केला.

बजाजीराव भाच्याच्या बारशासाठी आले होते... दुसरे दिवशी त्यांनी सईबाईंचा निरोप घेतला. भाच्याचा पापा घेतला. सईबाईंनी त्यांना वंदन केले...

"सईबाई, तब्येतीला सांभाळा !"

"दादा, जपा तब्येतीला...!"

बजाजीरावांना शिवाजीराजांनी वंदन केले... "सखूबाई आता इकडं राहतील... आपला निरोप आला की पाठवू त्यांना..." शिवाजीराजे म्हणाले...

बजाजीरावांनी आईसाहेबांना नमस्कार केला. बजाजीराव म्हणाले, "आईसाहेब, आपल्यामुळे आम्ही माणसांत आलो... केवढे उपकार हे निंबाळकर घराण्यावर आपले ?"

"बजाजीराव, अहो आमची आई, आमच्या स्वारींची आई तुमच्याच घराण्यातली ना ? त्यांच्या आत्म्याला काय वाटलं असेल ?... "सुखी राहा... जहागिरीचा कारभार चांगला करा. रयतेला सुख द्या..."

"येतो, आम्ही" असं म्हणून बजाजीराव फलटणकडे परत फिरले.

॥ ६२ ॥

पावसाच्या सरी कोसळत होत्या... गेले कित्येक दिवस सूर्यदर्शन झाले नव्हते... गारवा इतका होता की, रात्रंदिवस लाकडे पेटवून, विस्तव ठेवून द्यावा लागे. सईबाई प्रसूत होऊन सव्वा महिना झाला... बाळ-बाळंतिणीला देवाच्या पायावर घालून आणायचे होते... सईबाईंची तब्बेत तितकीशी बरी नव्हती... पावसामुळे बाहेर पडणे अशक्य होते...

गुणवंताबाई, सोयराबाई सईबाईंना म्हणाल्या...

" राणीसाहेब, तुम्ही घरातच थांबा. आम्ही बाळाला घेऊन जातो... तुम्हांला बाहेरचा गारठा सोसणार नाही. "

" आऊसाहेबांना विचारा ", सईबाई म्हणाल्या.

गुणवंताबाई पटकन जिजाऊसाहेबांच्या महालात गेल्या... " आऊसाहेब सव्वा महिना झालाय बाळंतिणीला... देवाच्या पायावर बाळाला घालायचं ना ? "

" गुणवंता... पाऊस किती पडतोय बाहेर... गारठा मी म्हणतोय. तुम्हाला समजत कसं नाही...? त्यातून सईबाईंची तब्बेत कशी आहे ?... पाऊस उघडल्यावर जाऊ नंतर... देव काही पळून जात नाही. सव्वा महिन्याचे सव्वा दोन महिने झाले तर कुठं बिघडतंय ? "

गुणवंताबाईंनी सोयराबाईना आणि सईबाईंना हे सांगितले. सईबाई शंभूबाळाला आत घेऊन गेल्या...

शिवाजीराजे रोजच्याप्रमाणं सईबाईंच्या कमऱ्यात गेले... सईबाईंनी महाराजांना वंदन करून शंभूबाळाला त्यांच्याकडं दिलं... शंभूबाळ रडत होते.

शंभूबाळाचं रूप न्याहाळत ते सईबाईंना म्हणाले,

" सईबाई, शंभूबाळाचं रूप किती देखणं आणि राजबिंडं आहे नाही ? धारदार नाक आणि गौरवर्ण विशेष डोळ्यांत भरतो...! "

" अगदी आपलंच दुसरं रूप आहे महाराज. तुमचं प्रतिरूपच की...! "

" पण हा गौरवर्ण मात्र तुमच्याकडून आलाय सईबाई. "

राणूबाई आणि अंबिकाबाईंना घेऊन सखूबाई आत आल्या... बजाजीराव सखूबाईंना बारशासाठी घेऊन आले होते. सखूबाई आता इथंच राहिल्या.

" सखूबाई, महादजी काय म्हणतायूत ? " महाराज म्हणाले. तशा त्या लाजल्या...

" आबा...! "

" सखूबाई आता आईसाहेबांजवळ बसायंचं... शंभूबाळाला खेळवायचं बरं

का ?"

"द्या माझ्याकडं त्यांना"

"घ्या... घ्या... सांभाळून !"

"आबा, आम्ही घेतलं की कसे हसतात बघा..."

"खरंच की... त्या बघ राणूताई, त्या बघा अंबाताई..."

शंभूबाळ टकटका बघत होते !

"सईबाई, आम्ही चलतो आता... आजचा दवा घेतलात...? वैद्य आले होते का ?"

"हो, वैद्य येऊन गेले... दवा घेतला आम्ही. आता आम्हाला बरे वाटते."

"बर सखूबाईअक्का, आता सोडणार नाही शंभूबाळ तुम्हाला !" असं म्हणून महाराज शंभूबाळाकडे पहात पहात बाहेर पडले.

॥ ६३ ॥

पुरंदर किल्ल्यानं हिरवा शेला परिधान केला... आषाढ संपत आला होता... पावसाच्या सरी आणि आकाशातलं इंद्रधनुष्य यांचा लपंडाव पुरंदर पाहत होता... पुरंदर म्हणजे इंद्र... इंद्रसभाच जणू भरल्याचा आसमंतात भास होत होता... सर्व झाडांनी हिरव्यागार मखमली शाली पांघरल्या होत्या तर धरतीवर हिरवा रुजामा रुजला लखलखत होता... जणू हिरवा दरबारच !

महाराजांनी आज पांढरा जरीकाठी अंगरखा... पांढरा चोळणा आणि भरजरी पिवळा शेला परिधान केला होता. डोक्यावर जिरेटोप चढवून ते बाहेर आले. रूपाजीनं त्यांना कमरपट्टा बांधला आणि तलवार बांधली... बाहेर विश्वास घोडी दारात उभी होती... रघुनाथ बल्लाळ सबनीस खास महाराजांबरोबर निघणार होते. नेहमीप्रमाणं महाराजांनी आऊसाहेबांचं दर्शन घेतलं... सईबाईंच्या कमऱ्यात जाऊन त्यांनी त्यांची दवापाण्याची चौकशी केली आणि गाढ झोपलेल्या शंभूबाळाचं मुख न्याहाळून सखूबाई, राणूबाई आणि अंबाबाई यांच्या पाठीवर थाप टाकून ते निघाले...

"महाराज," सईबाईंनी हाक मारली... "दहीसाखर राहिली."

"खरंच की..."

धोंडाबाई पटकन दहीसाखर घेऊन आली... महाराजांनी हात पुढं केला... सईबाईंनी त्यांच्या हातावर दहीसाखर घातली... आणि त्यांनी महाराजांकडं बघितलं...

दोन भावबंध एकमेकांत मिसळले... आणि दोघांच्या डोळ्यांत पाणी तरळले. '' येतो आम्ही '' म्हणून महाराज वाड्याच्या बाहेर पडले !

श्रावणशुद्ध प्रतिपदेला रघुनाथपंत दंडाराजापुरीवर चालून गेले. तळे, घोसाळे काबीज झाले. दंडाराजापुरीवर भगवा फडकला. जंजिऱ्यावर मारा करण्याचा पंतांचा विचार होता. सिद्दयाने पंतांशी सामोपचाराची बोलणी केली. घोडा आणि वस्त्रे भेट म्हणून दिली. महाराज स्वत: कोंडाणा व त्याभोवतालचा प्रदेश परत घेण्यासाठी रवाना झाले. कोंडाणा खेडेबारे परत स्वराज्यात आले. कल्याण, भिवंडी राज्यात आली. लोहगड, तुंग तिकोना, विसापूर, राजमाची, सरसगड वगैरे चाळीस किल्ले स्वराज्यात आले. चौलला पोर्तुगीज विजरईला महाराजांच्या सेनेचे पराक्रम पहायला मिळाले आणि त्याने आपल्या राजाला कळविले. संभाजीराजांचा पायगुण स्वराज्यविस्ताराला कारणीभूत झाला. राजगडाच्या पायथ्याला पालीजवळ '' शिवपट्टण '' तयार झाले होते. तेथे राहण्यास जाण्याचे महाराजांनी ठरविले. शिवाय सईबाईंना हवापालटपण होईल, असा विचार करून शिवपट्टणातील नव्या वाड्यात सर्वजण आले. आऊसाहेबांनी शिवपट्टण पाहिले... एक छानसे नगरच वसले होते. महाराजांनी चोख व्यवस्था ठेवली होती. शिबंदी, पागा सर्व काही व्यवस्थित होतं... जिजाऊसाहेबांना शिवपट्टण आवडलं.

महाराज ह्या मोहिमा उरकून परत आले.

आऊसाहेबांना त्यांनी सर्व मोहिमांची माहिती दिली... आणि सईबाईंच्या कमऱ्यात ते गेले...

सईबाईंची तब्बेत फारच खालावली होती... संभाजीराजांना अंगावरचे दूध मिळत नव्हते.

'' सईबाई..., राणीसरकार... असं म्हणून महाराजांनी सईबाईंचा हात हातात घेतला... ''

'' राणीसरकार हात गरम लागतोय तुमचा. ज्वर आहे अंगात... उठू नका... पडूनच बोला. ''

धोंडाबाईला महाराजांनी आऊसाहेबांना बोलाविण्यास सांगितले.

'' आऊसाहेब, सईबाईंची तब्बेत...! ''

'' बरी नाही राजे... वैद्यांचं औषध चालू आहे... ज्वर कमी होत नाही... खोकलापण आहे... दिवसेंदिवस अशक्तपणापण वाढला आहे...! ''

हे बोलत असतानाच शंभूबाळांना घेऊन एक बाई आली...

'' बसा आऊसाहेबांजवळ आता. ''

'' राजे, ही धाराऊ गाडे... कापूरव्होळची गाडे पाटलाची बायको... शंभूबाळाची दूधआई म्हणून मीच तिला बोलावून घेतली इथं... अंगावरचं दूध मिळेना

त्याला... चांगली जपतीय शंभूबाळाला... तुम्ही मोहिमेवर गेलात आणि... सईबाईंची तब्बेत फार ढासळली... ''

'' वैद्यांनी काय निदान केलंय ? ''

'' बाळंतरोग म्हणतात... त्याच्यावरचे काढे आणि मात्रा चालू आहेत...! ''

राजे जरा वेळ शांत झाले !... सईबाईंच्या आजारपणामुळे ते चिंताक्रांत झाले.

'' महाराज काळजी करू नका... आम्हाला बरं वाटेल... चार-आठ दिवसांत... इतकं काय झालंय आम्हांला ?... थोडा अशक्तपणा आहे एवढंच...''

'' बरं झोपा आता तुम्ही... वैद्य येतील थोड्या वेळानं... ''

शिवाजीराजांचा राज्यविस्तार झपाट्यानं चालू होता, पण सईबाईंच्या काळजीनं त्यांच्या अंत:करणात घर केलं...

दिवाळी तोंडावर आली...!

॥ ६४ ॥

महाराजांनी कृष्णराज वैद्यांना आणखी कोणी ज्येष्ठ वैद्य असल्यास बोलविण्याविषयी सांगितले.

'' महाराज, चिपळूण, राजापूरकडचे दोन शास्त्री आहेत, त्यांना बोलावून घेतो... काळजी करू नका. उपाय होईल... प्रयत्नांची पराकाष्ठा करू... थोडा ज्वर कमी झाला की बरे वाटेल.''

हेमलंबी संवत्सरातली दिवाळी आली... सईबाईंचा ताप कमी झाला होता. त्यांना उत्साह वाटत होता... सखूबाई, राणूबाई, अंबिका शंभूबाळांना सारख्या बाहेर घेऊन जात होत्या... थंडी पडायला लागली होती...

दिवाळी दोन दिवसांवर आली होती... तयारी चालू होती. सईबाई बाहेर येऊन सगळ्यांना सूचना देत होत्या...

जिजाऊसाहेब बाहेर आल्या.

'' सईबाई, तुम्ही तुमच्या कमऱ्यात जावा आणि विश्रांती घ्या. जरा बरं वाटायला लागलं की लागला का कामाला ? ''

'' आऊसाहेब, सारखं पडून कंटाळा येतोय... आता बरं वाटतंय आम्हाला. ''

'' तेलकटाचा वास नाही सहन व्हायचा तुम्हाला... ''

सईबाई राणूबाईंच्या हाताला धरून आत गेल्या... आणि बाजेवर स्वस्थ पडल्या.

राजे आज सदरेवर बसणार होते... सकाळची न्याहरी उरकून राजे बाहेर पडणार तोच सईबाईंनी त्यांना बोलविले... जिजाऊसाहेबपण त्यांच्या शेजारी बसल्या होत्या...

सईबाई म्हणाल्या, " महाराज वाल्हेगांवची पाटीलकी सखूबाईला द्यायचं ठरलं होतं... त्याचं काय झालं ? "

" हो... आहे लक्षात. आजच वाल्ह्याच्या ठाणेदाराला पत्र देतो... "

" राजे धाराऊ गाडेला सव्वीस होनांची तैनात लावून दिली आम्ही..." जिजाऊसाहेब म्हणाल्या... " तिच्या दोन्ही पोरांना ठेवून घेतलंय सेवेत शिवाय. "

" बरं झालं... आम्ही विसरून गेलो होतो..."

- असं म्हणून राजे उठले आणि सदरेवर गेले... सबनीस, डबीर, पेशवे सदरेवर आले होते... अनेक कामे खोळंबली होती... माणकोजी दहातोंडे आता थकले होते, त्यांच्या जागी नवा सेनापती कोण नेमायचा हा महत्त्वाचा प्रश्नही होता. प्रतापगडाच्या बांधकामासंबंधी विचारायचे होते.

धाराऊ गाडेच्या सव्वीस होनांच्या तैनातीचा कागद तयार झाला... शिवाजीराजांनी पेशव्यांना विचारले... " वाल्ह्याच्या पाटीलकीसंबंधीचे ताकीदपत्र तयार झाले ? "

" होय, महाराज, "

मोरोपंतांनी कारकुनाला बोलावले, कारकुनाने पत्र वाचले.

शके १५७९ कार्तिक शु. १

रा. शिवाजीराजे - ठाणेदार हजरतखान वाल्हे प्रांत पुणे वाल्हेकर बखोजी मोकदमी चालवीत असता बाळ जोशी कुलकर्णी यास त्याने जिवे मारिल्यावरून शिरवळचा हवा. त्रिंबकराव याने छावणी करून बरबोजीस धरून नेले. यास नागवण खंड होन १२०० केले; व उगवणीबद्दल म्हाकोजी भापकर मोकदम लोणी यास जमान दिले. पुढे पैशाच्या अडचणीमुळे बखोजीने भापकरास पाटीलकी दिली. म्हाकोजी मेल्यावर मुलगा खंडोजी यासी बररवोजीने कसूर केला म्हणून दोघास हुजूर बोलावून ९०० होन खंडोजीस व ३०० होन बखोजीस देऊन पाटीलकी विकत घेऊन रा. महादजी नाईक निंबाळकर आमचे जावई यास दिली तरी त्यास तुम्ही राजी असणे.

महाराजांनी आणखी एका पत्राची आठवण पंतांना केली.

" करबोली पवनमावळच्या हरदो गावच्या सिवेच्या खटल्यासंबंधीचं पत्र केलय ? "

महाराजांनी चाफळच्या राममंदिरास व उत्सवासाठी जावळीच्या खजिन्यातून

दोनशे होनांची तरतूद करण्याचे आज्ञापत्र लिहिण्यास सांगितले.

"तपे खेडेबारेचे हिंदू आणि मुसलमान इनामदारांच्या रोजमुरे व रोषनाईच्या सनदेला आपल्या कारकुनांनी हरकत घेतली होती. त्यांना पत्र गेले आहे..." मोरोपंत म्हणाले.

नेताजी पालकरांना सेनापतिपद द्यावे, माणकोजी वृद्ध झाले आहेत त्यांनी सल्ला द्यावा असे ठरले...

आणखी अनेक पत्रांवर चर्चा झाली... महाराजांना सावंतांनी दिलेली तलवार सर्वांना दाखविण्यात आली...

तलवारीचं नाव महाराजांनी सांगितलं.

"भवानी तलवार."

नवीन संवत्सरात प्रतापगडाचे बांधकाम पूर्ण झाले. प्रतापगड बांधताना स्वयंभू शिवलिंग सापडले. त्याची स्थापना करून केदारेश्वराचे मंदिर बांधले. अर्जोजी यादवास किल्लेदारी दिली... पंधरा दिवस झाले.

सईबाईंची तब्बेत पुन्हा बिघडली... ज्वराचा त्रास होऊ लागला. अशक्तपणा वाढू लागला...

वैद्यांची औषधे चालूच होती... एक दिवस महाराज वैद्यांना म्हणाले, "राजगडावरून हवा पालटण्यास राणीसरकारांना दुसरीकडे हलविल्यास ?"

वैद्य म्हणाले, "आता प्रवास कसा झेपणार राणीसाहेबांना ?"

सईबाईंची तब्बेत आता प्रवास झेपण्याइतकी ठीक नव्हती, त्यामुळे शिवपट्टणातच राहण्याचे ठरले.

महाराजांचे औरंगजेबाशी राजकीय डावपेच चालू होते. भाद्रपद वद्य त्रयोदशीस सोनोपंत डबीर महाराजांचे वकील म्हणून बीदरला रवाना झाले.

दसऱ्याचं सीमोल्लंघन महाराजांनी कर्नाटक प्रांती केले... सईबाईंची मूर्ती त्यांच्या डोळ्यासमोरून हलत नव्हती...!

महाराज शिवपट्टणात सईबाईंच्या महालात आले...

या वर्षीची दिवाळी शिवपट्टणात साजरी झाली... सखूबाई, राणूबाई, अंबाबाई आता संभाजींना बोटाला धरून चालवीत होत्या... शंभूबाळ आता आबा... आक्का... आऊ... म्हणू लागले होते...!

राजे महालात आले, तोच सखूबाई शंभूराजांना राजांच्या जवळ घेऊन गेली...

"शंभूराजे... आबा आले... आबा आले... पळा-पळा..."

म्हणून त्याला बोटाला धरून दुडूदुडू पळवत राजांच्या जवळ नेले.

राजांनी शंभूबाळांना उचलून घेतलं आणि त्यांचे पापे घेतले... शंभूराजे...

शंभूराजे...!

" आबा... आबा..."

- म्हणून त्यानी महाराजांची दाढी हातात धरली... राणूबाई आणि अंबाबाई ओरडल्या... " शंभूराजे, सोडा आबांची दाढी... दुखेल ना त्यांना...! "

शंभूराजाला घेऊन महाराज सईबाईंच्या महालात गेले. आऊसाहेब आणि पुतळाबाई सईबाईंच्या जवळ बसल्या होत्या. सईबाईंच्या अंगात बराच ज्वर होता...

महाराज आल्यावर पुतळाबाई उठून बाजूला झाल्या आणि त्यांनी शंभूबाळाला आपल्याजवळ घेतले.

" सईबाई..." महाराज म्हणाले...

" महाराज..."

पुढचं त्यांना बोलवत नव्हतं... त्यांच्या डोळ्यांतून अश्रुधारा वाहात होत्या...! फक्त त्या महाराजांच्याकडं बघत होत्या...

" सईबाई, बरं वाटेल आता तुम्हाला... शिवपट्टणात हवा चांगली आहे. उतार पडेल आता...! आम्ही वैद्यांना बोलावतो..."

महाराजांनी वैद्यांना बोलावून घेतले...

वैद्यांनी महाराजांना सईबाईंच्या तब्बेतीबद्दल सर्व माहिती दिली...

" आमचा आटोकाट प्रयत्न चालू आहे महाराज ! कधी उतार पडतोय... कधी दुखणं वाढतंय ! सर्व प्रकारच्या मात्रा झाल्या... पथ्यंपण पाळतात त्या...! पण...! "

महाराजांच्या चेहऱ्यावर काळजीचं सावट उभं राहिलं...!

॥ ६५ ॥

जिजाऊसाहेब सईबाईंना घेऊन वाड्याच्या सज्जात बसल्या होत्या... सखूबाई, राणूबाई, अंबिकाबाई आईच्या बाजूनं त्यांना रेलून बसल्या होत्या. छोटे शंभूराजे आईच्या पाठीमागे त्यांच्या खांद्यावर हात ठेऊन उभे होते...

सखूबाईनं आऊसाहेबांना विचारलं...

" आऊ, अफजलखान विजापूरासनं कशाला येतोय इकडं ? "

" ... तुम्हांला काय करायचंय ? गप्प बसा..."

हे ऐकल्यावर सईबाई म्हणाल्या...

" आऊसाहेब अफजलखान इकडे स्वारीवर येतोय ? "

" ... सईबाई, तुम्ही कशाला काळजी करताय... ? शांत राहा... आपल्या तब्बेतीचं बघा..."

" आऊसाहेब, खाली कोणीतरी आलंय... आम्ही बघू...?" सखूबाई म्हणाल्या..."

" थांबा, आम्ही जातो. " म्हणून जिजाऊसाहेब खाली गेल्या. सखूबाई त्यांच्या मागून गेल्या आणि जिन्यात दडून बसल्या...

फलटणहून हेर आले होते...

" आऊसाहेब, खान फलटणजवळ मलवडीला उतरलाय... बजाजीराव निंबाळकरांना साखळदंड घातलेत, मुसलमान हो म्हणतोय...! "

" ठीक आहे...! " जिजाऊसाहेब म्हणाल्या आणि परत जिन्याकडं निघाल्या सखूबाई तोपर्यंत जिना चढून आपल्या जागेवर जाऊन बसल्या... आऊसाहेब वर आल्या...!

" आऊसाहेब, बजाजीमामांना खानानं कैद केलंय ! "

" कुणी सांगितलं तुम्हाला ? "

आम्ही ऐकलं आता जिन्यातनं...

" आऊसाहेब, सखूबाई म्हणतात ते खरं का ? "

" सईबाई, खरं आहे ते ! अफजलखानाचा डाव दिसतोय, शिवाजीराजांना बाहेर घेण्याचा... बजाजीरावांना सोडविण्याचा मार्ग काढील शिवबा... तुम्ही काळजी करू नका... अजिबात काळजी करू नका... मार्ग निघेल, सईबाई..."

" चला मुलींनो शुभंकरोती म्हणायचं ! शंभूबाळ या इकडे..."

शंभूबाळ " आऊ, आऊ " करीत जिजाऊसाहेबांच्या मांडीवर बसला.

... मुली धाड धाड जिना उतरून देवघराकडं पळाल्या...

॥ ३३ ॥

शिवाजीराजे, मोरोपंत, नेताजी पालकर प्रतापगडाकडे गेले... जाताना आपल्या हेरांना त्यांनी नाईकजी पांढरे यांना पत्र देऊन मलवडीकडं जाण्यास सांगितलं...

मोऱ्या, सोना आणि शिरपा नाईक तिघेही हेर साधूचा वेश घालून मलवडीला

पोहोचले, त्यांनी मलवडीच्या शंकराच्या देवळात मुक्काम केला. अफजलखानाची छावणी तिथून दोन कोसांवर होती. तिघांनी नाईकजी पांढरे यांच्याशी वावरहिरे गावच्या इसमाकडून संपर्क साधला... नाईकजी पांढरे महादेवाच्या देवळात आले... त्यांनी साधूंचे दर्शन घेतलं...

" सरदार तुम्हाला अनुग्रह घ्यावा लागेल...! " एक साधू म्हणाला.

" ठीक आहे. " पांढरे देशमुखांनी गुरवाला गाभाऱ्यातून बाहेर जाण्यास सांगितले. नाईकजी आणि साधू आत गेले... त्यांनी महाराजांचा निरोप सांगितला... बजाजीरावांची सुटका अफजलखानाला लाच देऊन करावी लागेल... त्यासाठी बजाजीरावांना आपली देशमुखी गहाण टाकायला सांगा असा निरोप द्या म्हणून सांगितले...

" तुम्ही दोन दिवस इथंच मुक्काम करा, काम झाले की जा ", नाईकजी म्हणाले आणि छावणीकडं परतले.

नाईकजी पांढऱ्यांनी खानाला बजाजीराव पैसा द्यायला तयार असल्याचे सांगितले. साठ हजार होनांची मागणी खानानं केली... जयचंदजी बावानभाई यांच्याकडे त्यांनी निंबाळकरांची देशमुखी गहाण टाकून रक्कम घेतली आणि खानाला दिली... बजाजीराव सुटले... सहीसलामत सुटले.

हेरांनी राजगड गाठला... शिवपट्टणच्या महालात येऊन आऊसाहेबांना बातमी दिली... आईसाहेब... निंबाळकर सुटले...! सगळी हकिकत जिजाऊसाहेबांना सांगितल्यावर त्या लगेच सईबाईंच्या महालात गेल्या...

" सईबाई, सईबाई... बजाजीराव सुटले... खानानं सोडलं त्यांना..."

" बरं झालं... दादा... दादा..." एवढंच त्या म्हणाल्या आणि त्यांनी आऊसाहेबांचा हात घट्ट धरला...

महाराज प्रतापगडचा बंदोबस्त करून परत शिवपट्टणात आले. कान्होजी जेधे आपल्या पाचही मुलांसह येऊन थांबले होते. महाराज आल्यावर त्यांनी महाराजांना मुजरा केला...

" महाराज, स्वामींच्या पायाशी इमान वाहिलंय आम्ही... अफजलचा निकाल लावाय आलोय आम्ही... हुकूम द्या..."

" कान्होजीकाका तुम्ही सगळ्या देशमंख मंडळींना घेऊन प्रतापगडाकडं कूच करा. दादोजी लोहकऱ्यांना बोलावून घ्या, रघुनाथ बल्लाळ, शामराज, नेताजी पालकरांना जाऊन भेटा... मनुष्ये पोक्त्या ठिकाणी ठेऊन पुढे उद्योग करावा. कित्येक पोशीश मस्लतीच्या आम्ही सांगून ठेवल्या आहेत..."

" जी महाराज, येतो आम्ही..."

कान्होजी जेधे आपल्या कामगिरीवर रवाना झाले...

महाराज आल्याची वर्दी आऊसाहेबांना मिळाली. सखूबाई, राणूबाई, अंबाबाई तिघीही आऊसाहेबांच्या महाली झोपल्या होत्या... शंभूबाळ धाराऊच्या कुशीत विसावले होते...

राजे सईबाईंच्या महालात गेले... सईबाई जाग्याच होत्या. त्यांना महाराज आल्याची चाहूल लागली... त्यांनी धोंडाबाईला हाक मारली...

" धोंडाबाई महाराज आले का ? " हे म्हणे तोपर्यंत महाराज आत आले...

" सईबाई..., राणीसरकार " अशी नेहमीप्रमाणे त्यांनी हाक मारली...

" महाराज..., " सईबाई म्हणाल्या.

" सईबाई, कसं वाटतंय तुम्हाला...?"

" महाराज, आता कसं वाटायचंय... नाही बरं आता...! आता..."

" असं म्हणू नका राणीसरकार... बरं वाटेल तुम्हाला... बजाजीरावांची सुटका झाली... तुम्ही फार काळजीत होता..."

" समजलं आम्हाला ते...! पण अफजलखान दगाबाज आहे... आपली काळजी वाटते आम्हाला...! जीव कासावीस झालाय आमचा..."

" नका काळजी करू आता... काल रात्री भवानीदेवीनं मला दृष्टांत दिला... ती म्हणाली, चिंता करू नकोस शिवबा... तुझ्या तलवारीत मी वास करते आहे... देवद्वेष्ट्याला मी ठार करीन... तयारीला लाग... सावधगिरी बाळग... खानाला बेसावध कर... आई जगदंबेनं आम्हाला आपलं दिव्य रूप दाखविलं... तिच्या तेजात आम्ही न्हाऊन निघालो... सईबाई, काळजी करू नका... आपल्या तब्येतीचा फक्त विचार करा..."

सईबाईंचा अशक्त चेहरा एकदम खुलला ! महाराज त्यांच्याकडं बघत राहिले... महालातल्या समयांचा प्रकाश त्या पतिपत्नीच्या चेहऱ्यावर पडला होता. महाराजांची चिंता किंचित कमी झाली.

॥ ६७ ॥

मध्यरात्र उलटून गेली होती. घुबडांचे घुत्कार आणि रानडुकरांचे नि हरणांचे चीत्कार ऐकू येत होते... उद्या अमावास्या असल्यामुळे काळोख होता. ब्रह्मर्षी मंदिरात रात्रीचा नित्याचा घंटानाद चालू होता.

संजीवनी माचीवरील पहारेकऱ्यांचे आवाज ऐकू आले... घोड्यांच्या पागेतून घोड्यांचे खिंकळणेसुद्धा ऐकू येत होते... पद्मावती माचीच्या ईशान्येच्या अंबारखान्याचे पहारेकरी काहीतरी ओरडत होते...

भाद्रपद महिना संपत आला होता... पावसाळा संपला होता. कधीतरी पावसाची एखादी तरी सर येत होती... हवेत गारवा होता... मध्येच वारा सुटायचा आणि पानांची सळसळ व्हायची... एखादी जोराची झुळूक महालातल्या समया विझवून टाकायची !

अशीच एक झुळूक बराच वेळ कमी-जास्त-कमी-जास्त होत होती... थांबत होती... परत जोरात येत होती... महालातल्या पश्चिमेच्या डाव्या खिडकीजवळची समई थरथरत होती... तिची ज्योत एकदम थरथरायची... मोठी व्हायची... परत मंदपणे राहायची... अशीच एक झुळूक आली. समईची ज्योत मोठी झाली... आणि सईबाईंचा अशक्त चेहरा एकदम खुलला ! महाराजांचे नेत्र त्यांच्या नेत्रांत स्थिरावले !... सईबाई एकदम प्रसन्न चेहऱ्याने हसायला लागल्या ! समयांच्या प्रकाशात सईबाईंचा चेहरा उजळून गेला. महाराजांना आश्चर्य वाटले ! सईबाईंचं दुखणं कुठं पळालं ? त्यांचा भालप्रदेश एकदम उजळल्यासारखा दिसला... त्याच्यावरचा कुंकुमतिलक वाऱ्याच्या झुळकेबरोबर आपल्या गर्द लाल रंगाची जाणीव करून देत होता... सईबाई बोलतच होत्या... शिवाजीराजे मध्येच बोलायचा प्रयत्न करू लागले की त्या हाताने त्यांना थांबवून पुढे बोलत राहत...

“महाराज शंभूबाळांच्या जन्मापासून स्वराज्याचा किती विस्तार झाला ! महाराज, तुम्ही घेतलेल्या किल्ल्याची नावं आम्हाला सांगितली, पण विसरलो आम्ही ! महाराज, कल्याण भिवंडी मिळाली ! राजपुरी मिळाली !... महाराज, तुमच्या पराक्रमाच्या गोष्टी ऐकल्या की आम्हाला किती किती आनंद होतो म्हणून सांगू ?... महाराज, आज सकाळपासून आम्ही वाट पाहात उभ्या आहोत आपली. महाराज... अहो ओवाळण्यासाठी उभ्या आहोत... निरांजनातली वात बघा... तेल संपत आलंय तरी तशीच आहे... महाराज बघा... बघा ना महाराज !... ”

“सईबाई किती बोलताय तुम्ही आज ?...”

“महाराज आमचा हात घट्ट धरा आपल्या हातात... अगदी घट्ट धरा... आणि आणि महाराज आमच्याकडं पाहात राहा... पाहा महाराज... डोळे मिटून घ्या... घेतलेत...? परत पहा आमच्या डोळ्यांत. महाराज... पाहा... पाहा... तुमची राजमुद्रा दिसते का ?...

प्रतिपच्चंद्रलेखेव वर्धिष्णुर्विश्ववंदिता ।
साहसूनोः शिवस्यैषा मुद्रा भद्राय राजते ॥

“ उठवा आपली मुद्रा आमच्या पत्रावर... उठवलीत का... ?”

“ ...विकारी नाम संवत्सरे शके १५८१ भाद्रपद वद्य चतुर्दशी...

अजरख्तखाने दाम दौलत सकलसौभाग्यसंपन्न वज्रचुडेमंडित सईबाईसाहेब प्रति श्री शिवाजीराजे भोसले महाराज

साष्टांग दंडवत उपरि विशेष

आम्ही निंबाळकरांच्या लेकी... फलटणकर नाईक निंबाळकर जहागीरदार कन्या भोसल्यांच्या उंबरठ्याचं माप ओलांडून घरात आलो... स्वारींच्या हृदयात बसलो. स्वारींना आठ राण्या... त्यांत आम्ही पहिल्या, स्वामींच्या हृदयस्वामिनी !

आमच्या हृदयाला स्वामींनी आपल्या हृदयाच्या देव्हाऱ्यात आई आदिशक्ति जगदंबेसारखे स्थापिले...! ”

सईबाईंचे शब्द अडखळू लागले... समईची ज्योत थरथरू लागली...!

“ म-हा-रा-ज आम्ही, चा-ल-लो महाराज आम्ही !... शंभूबाळांना पाहातो आहोत...! महाराजसाहेबांनी आम्हाला गंगा, यमुना, सरस्वतीसारख्या तीन रूपवान कन्या दिल्या आणि तेजस्वी राजबिंडा पुत्र दिला. तुमच्या आऊंनी तुम्हाला घडविलं, वाढविलं... मोठं केलं, पराक्रमी बनविलं, आचार विचार, उच्चार, नीती, सत्य यांच ज्ञान दिलं... अजून आम्हाला ते काम करायचंय,... शंभूबाळांना घडवायचंय, वाढवायचंय... मोठं करायचंय ! पण... पण... आम्ही महाराज !... स्वामींची सेवा घडली नाही या हातून... कोणत्या सुखे जिंदगानी करावी ? आपण आमची मात्र चित्तानुरूप सेवा करिता... येथपावेतो करीत आहा... आता... आमच्या प्रस्थानाची नौबत वाजते आहे का ? महाराज... स्वामींच्या मातोश्री... आऊसाहेब, आमच्या पण आऊसाहेब... साक्षात जगदंबा तुळजाभवानी स्वरूपी ! आमच्या हातून त्यांची सेवा नाही घडली !... इच्छा असोनसुद्धा नाही झाले ते...! त्यांनाच भक्ताची सेवा करावी लागावी ? त्यांची मायेची बंदोबस्ती यथास्थित जाली... आमचा सांभाळ केला... आमच्याकडून काही कुसूर जाली तर माफ करावया सांगा... महाराज, आऊसाहेबांना आमचा साष्टांग दंडवत विदित कराल महाराज... आम्ही... स्वारींची परवानगी मागतो... शक अंदेशा काही नाही... महाराज...”

सईबाईंनी महाराजांचा हात घट्ट धरला आणि त्यांनी महाराजांच्या डोळ्यांतल्या अश्रुधारा बघितल्या...

“ स्वारी आम्हास म्हणाली होती एकदा ! “ मर्यादेच्या शिक्क्यात सईबाई आम्ही तुम्हाला पाहतो ”... आम्ही म्हणालो होतो, “ आमचे स्वामी मर्यादापुरुषोत्तम आहेत... आठवतं का स्वामी !...” आमचं पत्र संपलं...

“ मग आता उठवा तो शिक्का... ‘ मर्यादेयं विराजते...’”

" म... र्या... दे... यं... वि... रा... ज... ते... ऽ ऽ"

सईबाईंचा हात ढिला पडला... त्यांचे डोळे तसेच उघडे होते, दूरवर कुठंतरी पाहात असल्यासारखे...!

डावी समई थरथरली आणि शांत झाली... महाराज ओरडले...

" सईबाई..., राणीसरकार...! राणीसरकार...! "

धोंडाबाई पटकन आत आली... महाराजांना हुंदका फुटला... तिनं पळत आऊसाहेबांना बोलावून आणलं...

" राजे... राजे... काय झालं हे...? "

" आऊसाहेब... मर्यादेयं विराजते...! आऊसाहेब... मर्यादेयं विराजते... "

सखूबाई, राणूबाई, अंबाबाई, शंभूबाळ उठले... आणि वाड्यात दुःखाचा पूर लोटला... सर्वांना अतीव दुःख झाले. शिवपट्टण दुःखाच्या महासागरात बुडून गेले.

सईबाई राणीसरकार गेल्या... निजधामाला गेल्या...!

त्या सोज्ज्वळ, सात्त्विक, सौजन्यमूर्ति महाराणींस आमचे कोटी कोटी मुजरे !

...आणि आजसुद्धा राजगडावर, रायगडावर आम्ही जातो तेव्हा... रायगडावरील शिवप्रभूंच्या सिंहासनाच्या चौथऱ्यातून ध्वनी उमटतो...

उपमा होते जिथे अनुपम ।
अशी अपूर्वा जगदंबेसम ।
सई सती तू रम्यारम्यतम ।
परमप्रतापी पती शिवोत्तम ।।

सात्त्विक सोज्ज्वळ रूपी चंदन ।
शिवप्रतापी तुझे सत्त्व गुण ।
शिवरायाचे ते सिंहासन
स्मरण सई तंव करी चिरंतन
स्मरण सई तंव करी चिरंतन... चिरंतन...

राजगड येथील महाराणी सईबाई यांची समाधी

नाईक निंबाळकर संस्थान, फलटण यांचा वंशवृक्ष

निंबाळकर पवार

|

पोदखला जगदेवराव (धारापतराव)

|

निंबराज २ रा (नाईक) (इ.स.१३२६ ते १३४९)

|

वणंगभूपाळ (१३४९ ते १३७४)

|

वणंगपाळ (१३४९ ते १४००)

|

वणंगोजीराव १ ला (१४०० ते १४३०)

|

मालोजीराव १ ले (१४३० ते १४३५)

|

बाजीसाहेब (१४३५ ते १४६५)

|

पोवारराव (१४६६ ते १४८०)

|

बाजी नाईक (१४८७ ते १५१२)

|

मुधोजी नाईक १ ले (१५१२ ते १५२७)

|

बाजी घारराव (१५२७ ते १५६०)

|

म्हाळसाबाई

(निंबाळकर घराण्याच्या या कन्या, लखुजीराव जाधव यांच्या पत्नी जिजाऊसाहेबांच्या मातोश्री म्हणजेच शिवाजीमहाराजांच्या आजी)

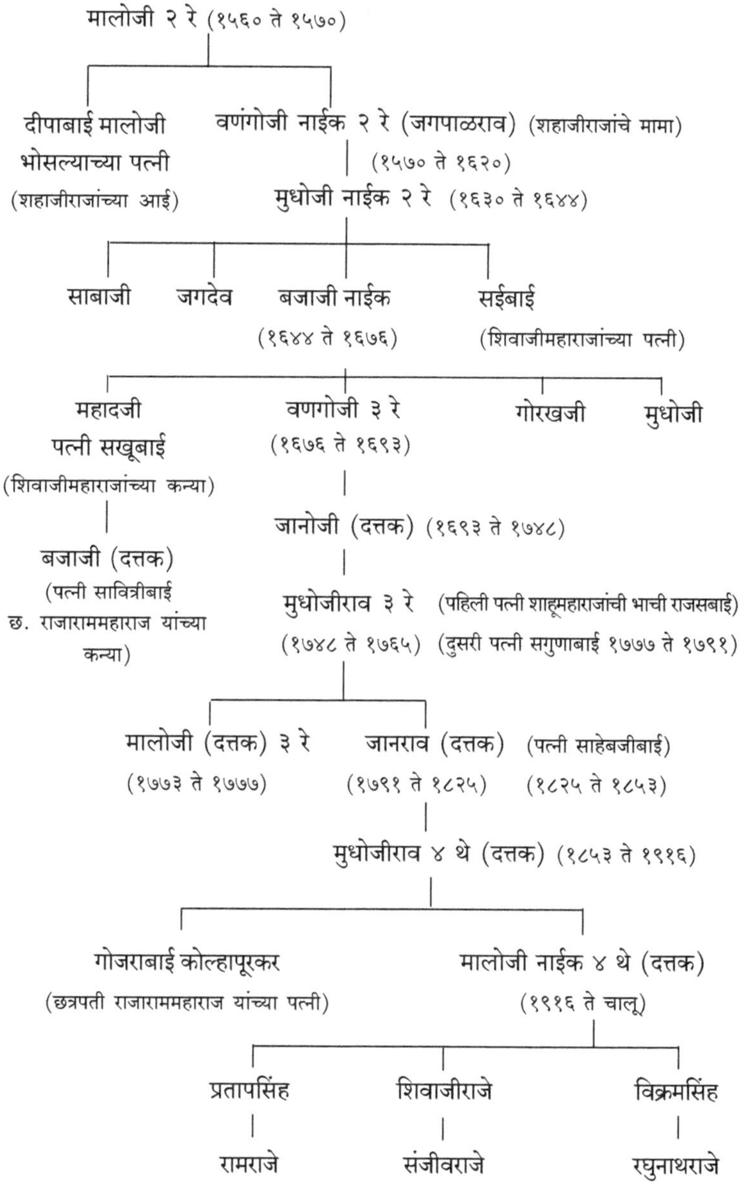

(संदर्भ : महाराष्ट्राच्या इतिहासात फलटण संस्थानची कामगिरी – कृ.के.पतके)

भोसले घराण्याची वंशावळ

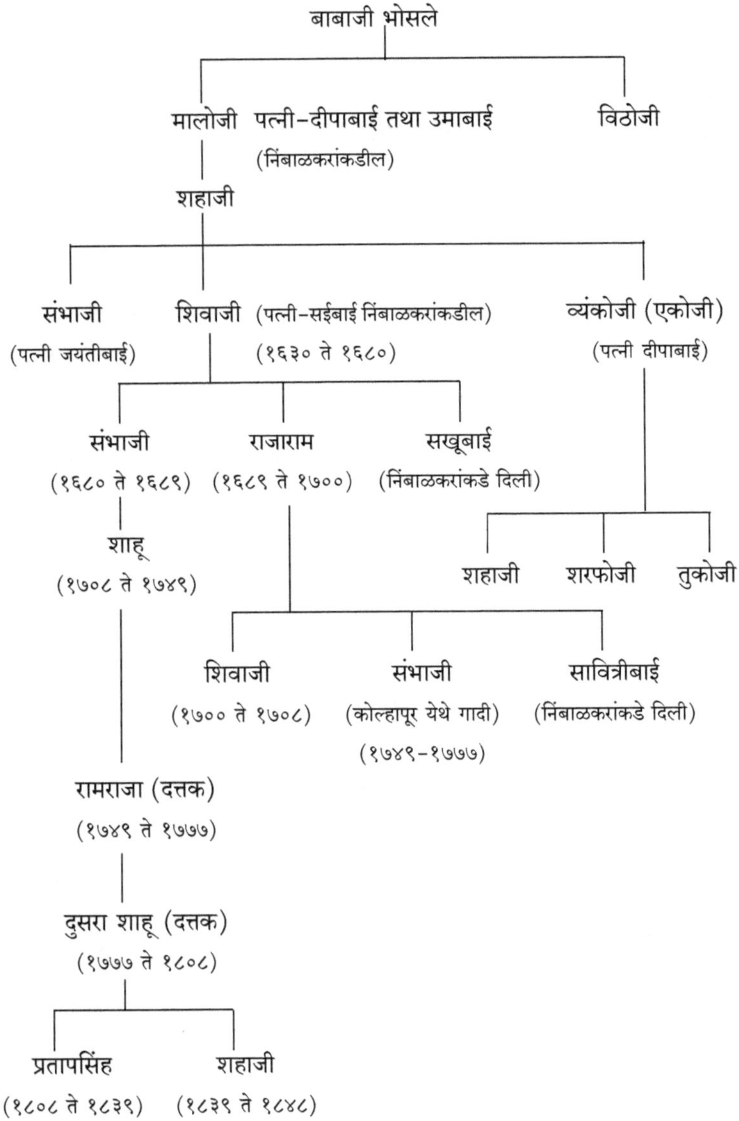

www.ingramcontent.com/pod-product-compliance
Lightning Source LLC
LaVergne TN
LVHW010917051026
849532LV00003B/730
* 9 7 8 8 1 8 9 9 5 9 3 9 5 *